AF766207

TẠP CHÍ VIÊN GIÁC
SỐ 270 - THÁNG 12/2025

VIÊN GIÁC

TẠP CHÍ CỦA NGƯỜI VIỆT TỴ NẠN & PHẬT TỬ VIỆT NAM
TẠI CỘNG HÒA LIÊN BANG ĐỨC

Chủ nhiệm Sáng lập: H.T. Thích Như Điển
Chủ bút: Nguyên Đạo | Quản lý Tòa soạn: Thị Tâm
Tòa soạn: Chùa/Pagode Viên Giác
Karlsruher Str. 6 - 30519 Hannover - Germany
Tel. +49 511 87 96 30 | Fax : +49 511 87 941 200
Website: https://www.viengiac.info

VIÊN GIÁC

TẠP CHÍ CỦA NGƯỜI VIỆT TỴ NẠN VÀ PHẬT TỬ VIỆT NAM TẠI CỘNG HÒA LIÊN BANG ĐỨC
Zeitschrift der vietnamesischen Flüchtlinge und Buddhisten in der Bundesrepublik Deutschland

CHỦ TRƯƠNG (HERAUSGEBER)
Congregation d. Vereinigten Vietn. Buddh. Kirche (gem.) e. V.
Karlsruher Str.6 - 30519
Hannover - Deutschland

QUẢN LÝ TÒA SOẠN
Thị Tâm Ngô Văn Phát

CHỦ NHIỆM SÁNG LẬP
Hòa Thượng Thích Như Điển

CHỦ BÚT
Nguyên Đạo

KỸ THUẬT
Nguyên Đạo – Quảng Hạnh Tuệ

BAN BIÊN TẬP & CỘNG TÁC VIÊN
* **Đức:** HT. Thích Như Điển - Tích Cốc Ngô Văn Phát - Nguyên Đạo - Dr. Trương Ngọc Thanh - Trần Đan Hà - Đỗ Trường - Lương Nguyên Hiền - Đại Nguyên Nguyễn Quý Đại - Nguyên Hạnh HTD - Hương Cau - Hoa Lan Thiện Giới - Thi Thi Hồng Ngọc - Phương Quỳnh - Tịnh Ý - Quỳnh Hoa - Trần Thế Thi - Hoàng Quân.
* **Pháp:** Dr. Hoang Phong Nguyễn Đức Tiến – Chúc Thanh
* **Thụy Sĩ:** TT. Thích Như Tú - Trần Thị Nhật Hưng - Song Thư LTH – Lưu An Vũ Ngọc Ruẫn.
* **Bỉ:** Nguyên Trí Hồ Thanh Trước.
* **Áo:** Nguyễn Sĩ Long
* **Ý:** Huỳnh Ngọc Nga - TS. Elena Pucillo Trương & Trương Văn Dân.
* **Hoa Kỳ:** Tuệ Nga – Họa Sĩ ViVi Võ Hùng Kiệt & Cát Đơn Sa – Diễm Châu – Lâm Minh Anh – thylanthao – Nguyên Minh Nguyễn Minh Tiến – Dr. Bạch Xuân Phẻ.
* **Canada:** Dr. Thái Công Tụng – GS. Trần Gia Phụng – DVM Nguyễn Thượng Chánh.
* **Úc Châu:** TT. Thích Nguyên Tạng – Dr. Lâm Như Tạng – Quảng Trực Trần Viết Dung.
* **Và chư Tôn đức Tăng Ni, Cư sĩ Phật tử cũng như văn, thi, họa sĩ... tán đồng chủ trương của Viên Giác.**

CÙNG SỰ CỘNG TÁC CỦA (Mitwirkung von)
Hội Phật Tử VNTN tại Cộng Hòa Liên Bang Đức
Vereinigung der Buddhistische-Vietnamflüchtlinge i. d. BRD

TÒA SOẠN
Chùa/Pagode Viên Giác
Karlsruher Str. 6 - 30519 Hannover
Tel. 0511 - 87 96 30 . Fax : 0511 - 87 941 200
Website: https://www.viengiac.info
Email Chùa: todinh@viengiac.info
Email văn phòng: pagodevg2020@gmail.com
Email bài vở: chubut.viengiac@gmail.com

- Tạp chí Viên Giác phát hành mỗi hai tháng vào những tháng chẵn. Viên Giác bảo tồn và phát huy truyền thống Văn Hóa Phật Giáo và Dân Tộc Việt Nam ở hải ngoại, không có tính thương mại. Mọi hỷ cúng và ủng hộ để phụ giúp trang trải các chi phí ấn loát, điều hành, bưu phí... chúng tôi xin đón nhận và chân thành cảm tạ.
- Ngoài số ấn bản in trên giấy mỗi kỳ, Tạp chí Viên Giác còn phát hành trên mạng toàn cầu Amazon và phổ biến rộng rãi trên các trang mạng Phật Giáo lớn trên thế giới.
- Ủng hộ hiện kim cho Tạp chí Viên Giác, khi có yêu cầu chúng tôi sẽ gởi đến quý vị biên nhận để làm đơn xin quân bình thuế lương bổng, lợi tức hằng năm ở sở thuế.
- Nội dung bài viết hay quảng cáo thuê đăng trên Tạp chí Viên Giác không nhất thiết là quan điểm hay chủ trương của Ban Biên Tập. Các tác giả hay những cơ sở thuê đăng quảng cáo chịu trách nhiệm về nội dung hay bản quyền trích dẫn theo quy định tác quyền (copyright).

Trương mục ngân hàng:
Congr. d. Verein Vietn. Buddh. Kirche Abteilung i.d. Sparkasse Hannover Konto Nr. 910 4030 66
BIC: SPKHDE2HXXX. IBAN: DE40 2505 0180 0910 4030 66

MỤC LỤC số 270

Đại Tường Cố HT Tuệ Sỹ

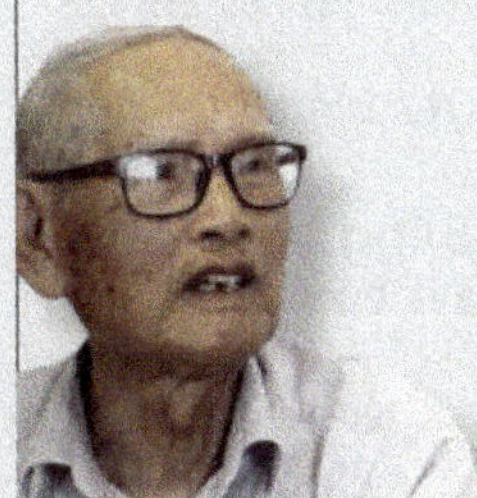

Tưởng niệm GS Doãn Quốc Sỹ

• Phật Giáo & Tuổi trẻ – Song ngữ Việt-Đức/ VN-DE

• Xuân Bính Ngọ 2026 – Khảo Luận

Bìa: Họa sĩ Đình Khải | **Hình minh họa:** ViVi Võ Hùng Kiệt, Cát Đơn Sa, Lương Nguyên Hiền, U. Ostlaender
Ấn loát: Gutenberg Beuys Feindruckerei GmbH

* Viên Giác số 271 kỳ tới, chủ đề: **"Tân Niên Bính Ngọ"** sẽ phát hành vào 02/2026. Hạn chót nhận bài là 10/01/2026.
* Vì số trang báo có giới hạn nên một số bài viết cũng như Phương danh Cúng dường... không thể đăng hết trong một kỳ. Chúng tôi sẽ lần lượt đăng trong các số báo tới. Xin quý vị thông cảm.

Thư Tòa Soạn

Báo Viên Giác số 270 tháng 12 năm 2025

Tăng Ni Việt Nam Hải Ngoại - Ngày Về Nguồn -Hiệp Kỵ Lịch Đại Tổ Sư là tiêu đề của việc gặp mặt của các Giáo Hội đang sinh hoạt tại các châu lục, cứ mỗi hai năm một lần như vậy. Năm nay kể từ ngày 27 đến ngày 29 tháng 9 năm 2025 tại chùa Bảo Quang, thành phố Santa Ana, nam California, Hoa Kỳ do Hòa Thượng Thích Thông Hải đứng ra làm Trưởng Ban Tổ Chức cho lần gặp gỡ thứ 14 này.

Trong nội dung các thuyết trình của Ngày Về Nguồn lần thứ 14 này, chư Tăng Ni và Quý đồng hương Phật Tử từ các châu đã thảo luận về cuộc đời và sự nghiệp của Hòa Thượng Thích Tâm Châu, Hòa Thượng Thích Thiện Hoa, Hòa Thượng Thích Thắng Hoan và xen kẽ vào đó là lễ tưởng niệm chư vị Tổ Sư, các đời Tăng Thống của Giáo Hội Phật Giáo Việt Nam Thống Nhất; đồng thời họp bàn những Phật sự quan trọng cho những năm tới của Liên Châu. Kết quả vô cùng hoan hỷ với 120 Tăng Ni từ các châu lục về tham gia ngày Về Nguồn lần này và khoảng 300 Tăng Ni cùng 500 đồng bào Phật Tử tại địa phương về cùng phó hội. Năm 2027 Giáo Hội dự định sẽ tổ chức ngày Về Nguồn lần thứ 15 tại Toronto, Canada.

Trong thời gian vừa qua chúng ta cũng đã hay tin nhà văn Doãn Quốc Sỹ, Pháp danh Hạnh Tuệ đã ra đi vào ngày 14 tháng 10 năm 2025 tại Nam California, Hoa Kỳ, hưởng đại thọ 102 tuổi. Tên tuổi của nhà văn dầu cho ở trong hay ngoài nước; trước hay sau năm 1975 có rất nhiều người biết đến. Nay ông đã ra đi để lại một gia tài văn chương đặc sắc cho các thế hệ về sau này. Tác phẩm *Ba Sinh Hương Lửa* của Ông người ta thường ví như tác phẩm lớn *Chiến Tranh và Hòa Bình* của Nga. Đây là một trong những thành công về mặt văn chương của nhà văn Doãn Quốc Sỹ.

Cuối tháng 11 năm 2025 các Giáo Hội Phật Giáo Việt Nam Thống Nhất ở trong cũng như ngoài nước cử hành lễ Đại Tường của Hòa Thượng Thích Tuệ Sỹ, nhằm tưởng nhớ một bậc danh Tăng của đầu thế kỷ thứ 21. Ngài đã ra đi, nhưng những trước tác, nghiên cứu của Ngài vẫn còn là tấm gương sáng vằng vặc có thể chiếu tận mười phương vô biên thế giới về sở Học và sở Hành của Ngài; đặc biệt là sáng kiến kế nghiệp việc xuất bản Đại Tạng Kinh Việt Nam của Viện Tăng Thống Giáo Hội Phật Giáo Việt Nam Thống Nhất từ năm 1973.

Trước khi Hòa Thượng viên tịch (ngày 24.11.2023) Hội Đồng Hoằng Pháp, Ủy Ban Phiên

Dịch Đại Tạng, Hội Ấn Hành Đại Tạng Kinh đã cho xuất bản được 24 tập Thanh Văn Tạng và 5 quyển Tổng Lục. Lễ Tiểu Tường (giáp năm-2024) Ủy Ban Phiên Dịch tiếp tục cho xuất bản thêm 8 tập thuộc lần thứ 2 của đợt 1 gồm cả Kinh, Luật và Luận. Năm nay ngày Đại Tường (hai năm) vào cuối tháng 11 năm 2025 Ủy Ban Phiên Dịch sẽ xuất bản thêm 7 tập nữa để cúng dường lên Ngài. Mặc dầu Hòa Thượng đã vắng bóng hai năm qua; nhưng những thành viên của các Ban trực thuộc Hội Đồng Hoằng Pháp và Ủy Ban Phiên Dịch Trung Ương vẫn miệt mài làm việc, nhằm duy trì mạng mạch của Phật Giáo cho bây giờ cũng như cho mai hậu.

Cái khổ của chúng sanh chưa bao giờ chấm dứt trên quả địa cầu này. Nào là động đất tại Miến Điện, Thái Lan, Lào. Thiên tai bão lụt tại Việt Nam và thế giới. Hết cơn bão thứ 9, kế đến là thứ 10 và bây giờ là 11, 12, 13... người dân Việt Nam vốn đã khốn khổ lại còn khốn khổ nhiều hơn như thế nữa. Tổng Vụ Từ Thiện của GHPGVNTNAC và các tự viện tại các địa phương tự động quyên góp và đến tận các nơi như: Miến Điện, Việt Nam để cứu trợ cho những nơi cần đến, nhằm xoa dịu nỗi đau thương, mất mát từ vật chất đến tinh thần của những người cùng chung huyết thống hay những chúng sanh không phân biệt chủng tộc, màu da.

Mùa Đông, rồi mùa Xuân của năm Bính Ngọ (2026) cũng sẽ về với bao nỗi lo toan của mọi người ở các phương diện như: tình hình chính trị thế giới bất ổn, chiến tranh vẫn còn tiếp diễn đó đây, đói nghèo, bệnh tật v.v... Do vậy chúng ta cần thể hiện tấm lòng từ bi nhiều hơn nữa, nhằm xoa dịu bớt được nỗi đau của nhân thế được chừng nào hay chừng ấy.

Ban Biên Tập Báo Viên Giác suốt 47 năm qua luôn nhận được sự quan tâm của chư vị Tôn Đức Tăng Ni khắp nơi trên thế giới cũng như đồng bào Phật Tử các giới ở các châu lục. Nhờ vậy mà Tạp chí lưỡng nguyệt san Viên Giác mới còn tồn tại cho đến ngày nay. Ân ấy, niệm này không bao giờ nói cạn được lời. Chúng tôi chỉ mong rằng Quý Ngài và Quý Vị lúc nào cũng quan tâm như lâu nay thì Viên Giác vẫn luôn còn tồn tại trên văn đàn của Việt Nam và Thế Giới. ■

Nam Mô Hoan Hỷ Tạng Bồ Tát Ma Ha Tát.

Ban Biên Tập Báo Viên Giác

LỜI TÒA SOẠN: Có những thông điệp, theo năm tháng đã trôi qua nhưng vẫn là ngọn đuốc tuệ soi đường rực sáng. Trong thời khắc đón Xuân Bính Ngọ, khi thiên tai lũ lụt liên tiếp đổ xuống trên quê hương Việt Nam đau thương, chúng tôi xin đăng lại văn bản này như một lời nhắc về sức mạnh của lòng từ bi và sự kiên định trước nghịch cảnh. Mong rằng mỗi người trong chúng ta tìm thấy được chút ánh sáng và bình an cho hiện tại.

Thông Điệp Tết Ất Dậu của Đức Đệ Tứ Tăng Thống

Thích Huyền Quang

Kính gửi: Chư Tôn Hòa thượng, chư Thượng tọa, Đại Đức Tăng Ni, Và toàn thể Phật tử các giới trong ngoài nước.

Nam Mô Bổn Sư Thích Ca Mâu Ni Phật

Thưa liệt quý vị,

Ngày 26 tháng 12 năm 2004, một vụ động đất và sóng thần khủng khiếp đã ập xuống 11 quốc gia thuộc khu vực đông nam Á và Ấn Độ Dương. Chỉ trong phút chốc đã cuốn theo trên 160 ngàn nhân mạng, vô số tài sản và hàng chục triệu gia đình lâm cảnh màn trời chiếu đất, sống vô gia cư thác vô địa táng! Tai họa thảm khốc nầy đã làm chấn động tình thương và nước mắt của mọi người khắp hành tinh. Trên quê hương chúng ta trong năm qua, thiên tai bão lụt hạn hán tật dịch đã không ngừng giáng xuống cho nhân dân nhiều tổn thương mất mát. Tôi muốn dành mấy dòng đầu của thông điệp đầu xuân nầy, nhắc nhở toàn thể liệt quý vị hãy dành một phút yên lặng, lắng đọng tâm tư hướng về các khu vực có thiên tai tật dịch cầu nguyện mưa hòa gió thuận, dịch bệnh tiêu trừ. Cầu nguyện cho hơn 160 ngàn nạn nhân xấu số trong vụ sóng thần sớm được về cõi tịnh lạc, mọi gia đình sống sót sớm có nơi ăn chốn ở, ổn định đời sống hàng ngày. Nam mô Cứu Khổ Cứu Nạn Quán Thế Âm Bồ Tát ma ha tát.

Nhân đây tôi cũng xin hết lòng tán dương công đức của chư tôn Hòa thượng, chư Thượng tọa Đại đức tăng ni và Phật tử trong và ngoài nước thuộc GHPGVNTN, đã kịp thời nỗ lực cùng nhau quyên góp tài vật để có phương tiện chia sẻ niềm đau thương mất mát cùng các nạn nhân động đất sóng thần ngày 26.12.2004.

Thư liệt quý vị,

Mùa xuân năm Ất Dậu đến, thay mặt Hội

Đồng Lưỡng Viện GHPGVNTN, tôi trân trọng gửi đến Chư Hòa thượng, chư Thượng tọa, Đại đức Tăng Ni và toàn thể Phật tử các giới trong ngoài nước lời chúc mừng năm mới tốt đẹp nhất, và cầu nguyện cho chúng ta luôn được an trú tĩnh lặng trong Giới Định Tuệ, làm ngọn hải đăng soi lối đi cho lịch sử và nhân thế.

Năm Giáp Thân đã đi qua, GHPGVNTN vẫn chưa hết gánh chịu nhiều khó khăn khắc nghiệt. Tôi và Hòa thượng viện trưởng cùng nhiều thành viên lãnh đạo giáo hội trong hai viện vẫn còn bị quản chế và canh giữ nghiêm ngặt, không ai được đi đâu, nghĩa tình tối thiểu của đạo làm người cũng không được phép thể hiện cho nhau. Sinh hoạt của các cấp giáo hội, cũng còn bị nhiều trở ngại. Tuy vậy, giáo hội các cấp cũng đã thực hiện được nhiều Phật sự đáng kể trong các lãnh vực tăng sự, văn hóa, giáo dục, hoằng pháp và từ thiện. Bằng vào những thành quả khiêm tốn, tôi lấy làm hoan hỷ và xin tán dương công đức Phật sự của các cấp giáo hội, của chư tôn Hòa thượng, Thượng tọa, Đại đức tăng ni và toàn thể nam nữ cư sĩ Phật tử trong cũng như ngoài nước đã kiên trì hành hoạt, đóng góp công sức vào sự nghiệp phụng sự chánh pháp và giáo hội trong giai đoạn khó khăn nầy.

Mặc dầu Giáo hội còn chịu nhiều bức bách, nhưng bằng Bồ đề tâm kiên cố, Bồ đề hạnh vững bền và Bồ đề nguyện rộng lớn, chúng ta tin tưởng rằng, chư Phật, Liệt Tổ, chư Bồ Tát Tùng Địa Dõng Xuất, và chư Hộ Pháp Thiện Thần, sẽ hộ trì cho tất cả chúng ta khả năng chuyển hóa những khó khăn thành thuận lợi, tạo nên một mùa xuân Di Lặc, tỏa rạng nụ cười hỷ xả bao dung và an lạc.

Thưa liệt quý vị,

Nhân đây, tôi thấy cần tiếp tục khẳng định rằng, GHPGVNTN, trong quá khứ, hiện tại hay mai sau cũng vậy, không tranh giành bất cứ giá trị thế tục nào của bất cứ ai ngay cả trong các thời kỳ Phật giáo Việt Nam cực thịnh nhất. Giáo hội chúng ta trước sau chỉ là kế thừa sự nghiệp giác ngộ giải thoát của Chư Phật và Lịch Đại Tổ Sư; tăng sĩ Phật giáo Việt Nam là sứ giả Như Lai, thừa tự chánh pháp xả thân công bố lý tưởng Từ Bi Trí Tuệ và Hùng Lực của Đức Thế Tôn đến với Dân tộc và loài người.

Phật giáo đã có mặt trên quê hương Việt Nam ngót hai ngàn năm lịch sử truyền thừa, cùng chung cảnh thịnh suy vui buồn với dân tộc và hành động cũng vì lý tưởng an lạc hạnh phúc đích thực của Dân tộc. Thế nhưng, ba mươi năm qua, trong khi khắp các Châu lục trên Thế giới, GHPGVNTN càng được nở rộ thăng hoa thì, ở ngay trên quê hương Việt Nam, Giáo Hội chúng ta lại bị khủng bố đàn áp khốc liệt, tưởng chừng như không gượng dậy được. Nhưng Giáo Hội không những đã không mai một cùng năm tháng, mà trái lại càng được khẳng định một cách kiên cố trong lòng người và tồn tại vĩnh hằng trong mạch nguồn tâm linh của những người con Phật chân chính hiếu đạo.

Bao nhiêu năm tháng Giáo hội chúng ta đã phải chịu nhiều áp bức gian khổ để giữ vững giềng mối của đạo; tuy nhiên đến đây chưa hẳn đã hết, mà đôi khi còn lắm gian truân. Con đường "giải trừ pháp nạn" phía trước còn dài và lắm nhiêu khê. Tôi khuyên tất cả ai nấy rằng, càng gặp khó khăn chúng ta càng trưởng thành trong tinh thần "thủ chí phụng đạo" thì đạo ấy cao sâu. Càng gặp gian nan chúng ta càng tụng đọc và thực tập lời Phật dạy *"hãy lấy ma quân làm đạo bạn, lấy nghịch cảnh làm phương tiện thành tựu sự nghiệp lợi sinh, xem lợi danh và ân sủng như đôi dép bỏ"*.

Hơn bao giờ hết chúng ta hãy mở rộng lòng thương yêu nhau, đùm bọc nhau, đoàn tụ bên nhau, kết thành khối Kim cương bất hoại, vượt thoát mọi trở lực ngoại tại, cùng nhau xây dựng lại ngôi nhà Phật giáo mà ngót 30 năm nay đã bị đánh phá tận gốc rễ, nhưng nhất định sẽ không bị xói mòn.

Bằng lý tưởng cao cả, lập trường kiên định minh bạch và tinh thần vị tha vong kỷ, Tăng Ni Phật Tử Việt Nam trong nước cũng như ngoài nước, muôn người như một, hãy nỗ lực phụng sự đạo pháp và dân tộc bằng cách thể hiện tinh thần vô úy, kiên trì chịu đựng, không chùn bước trước mọi nguy nan thử thách, nêu cao công lý, thắp sáng ngọn đèn chánh pháp để chứng minh cho lịch sử và thế giới loài người thấy rằng, cái chân cái thiện luôn luôn là cái tồn tại vĩnh hằng với loài người tiến bộ, biết yêu chuộng công bằng và nhân phẩm.

Chư Tổ thường dạy, muốn an thân lập mệnh thì

không gì hơn là cứ nhắm ngay "vạc sôi lò lửa" mà ẩn trốn. Trong lò lửa ấy, diệu kỳ thay, một sớm mùa xuân chúng ta chợt thấy bừng nở những đóa sen còn đọng nước nhỏ giọt:

"Ngọc phần sơn thượng sắc thường nhuận
Liên phát lô trung thấp vị càn"
(Trên núi ngọc thiêu màu vẫn thắm
Trong lò sen nở sắc còn tươi).[1]

Trong tinh thần đó, trước thềm năm mới, tôi xin cầu nguyện Tam Bảo gia hộ Chư Tôn Hòa thượng, chư Thượng tọa Đại đức Tăng Ni và toàn thể Phật tử một mùa xuân mới tín tâm kiên cố vạn sự cát tường và thành tựu nhiều Phật sự mới. ■

Nam Mô Đương Lai Hạ Sanh Di Lặc Tôn Phật.
Tu viện Nguyên Thiều, ngày 10. 01. 2005
Đệ Tứ Tăng Thống GHPGVNTN
(Đã ấn ký)
Tỳ kheo THÍCH HUYỀN QUANG

1 Hai câu cuối trong bài thơ "*Thị Tịch* - 示寂" của Thiền sư Ngộ Ấn (1020-1088) – Chú thích của BBT Báo Viên Giác.

THƠ | Trúc Nguyên - Thích Chúc Hiền

CÕI BỤT BAO DUNG

(Ô thước kiều nhị thức, thập lục vĩ đồng âm)

Cõi Bụt bao dung rạng ánh thiền
Để người vơi bớt nỗi sầu miên
Nguồn tâm hỷ xả soi đường thiện
Suối ý từ bi đượm ngõ thiêng
Quẳng gánh lo buồn xây đức nguyện
Lìa trang khổ não kết ân nguyền
Đến đi tự tại trầm luân chuyển
Tỉnh thức an lòng đạo mãn viên...

Mãn viên được mất chẳng ưu phiền
Tinh tấn đêm ngày lắng nghiệp duyên
Gió mát tùng reo vui tịch uyển
Trăng trong cúc nở trải an miền
Trì kinh niệm Phật thường tăng tiến
Học đạo tham thiền mãi gắng chuyên
Chuông vẳng trầm xông thơm ngát điện
Nơi nơi diệu pháp tỏa lan truyền!

Thích Như Điển dịch và chú giải

TRUY MÔN CẢNH HUẤN
BÁT DẬT THÁNH GIẢI THOÁT MÔN

Đại Chánh Tân Tu Đại Tạng Kinh (Taisho Shinshu Daizokyo) tập 48. Kinh văn 2023.
Đời nhà Minh-Như Cẩn tục tập, trang 1053.

Đầu tiên xin phiên âm ra chữ Hán Việt, sau đó sẽ dịch sang Việt ngữ như sau:

Bát dật Thánh giải thoát môn
Lễ Phật giả, kỉnh Phật chi đức dã
Niệm Phật giả, cảm Phật chi ân dã
Trì giới giả, hành Phật chi hạnh dã
Khán Kinh giả, minh Phật chi lý dã
Tọa Thiền giả, đạt Phật chi cảnh dã
Tham Thiền giả, hợp Phật chi tâm dã
Đắc ngộ giả, chứng Phật chi đạo dã
Thuyết pháp giả, mãn Phật chi nguyện dã.
Thật tế lý địa, bất thọ nhứt trần
Phật sự môn trung, bất xả nhứt pháp
Nhiên thử bát sự, dụ như tứ phương, tứ ngung khuyết nhứt bất khả
Tiền Thánh hậu Thánh kỳ quỹ nhứt dã
Lục Ba-la-mật, diệc tu kiêm hành
Lục Tổ vân: Chấp không chi nhơn, trệ tại nhứt ngung
Vị bất lập văn tự, tự mê dụ khả
Hựu báng Phật kinh, tội chướng thâm trọng
Bất khả giới tai.

Dịch nghĩa:

Tám việc Thánh tròn đầy ở cửa giải thoát
Lễ Phật là, kính đức của Phật vậy
Niệm Phật là, cảm ân của Phật vậy
Trì giới là, hành hạnh Phật vậy
Xem Kinh là, làm rõ lý Phật vậy
Tọa Thiền là, đến cảnh giới Phật vậy
Tham Thiền là, cùng với tâm Phật vậy
Được ngộ là, chứng con đường Phật vậy
Thuyết pháp là, nguyện của Phật đủ vậy.

Lý chơn thật, đất chẳng giữ một hạt bụi; trong cửa nhà Phật, chẳng lìa một pháp. Cho nên 8 việc này giống như bốn phương bốn góc, thiếu một không thể. Thánh trước hay sau đều theo một này vậy. Sáu Ba La Mật cũng đầy đủ hạnh. Lục Tổ dạy: Người chấp không, trì trệ ở một khía cạnh. Nghĩa là chẳng lập văn tự, tự mê giống vậy. Lại còn khinh chê Kinh Phật, tội chướng sâu dày. Chẳng thể gìn giữ thay!

Đoạn này nằm trong sách: *"Truy môn cảnh huấn"*; tức là giáo huấn cảnh tỉnh ở cửa (mặc) áo đen. Ý nói người xuất gia trong chùa. Sách này có 10 quyển và phần này nằm ở trang 1053, tập thứ 48 của *Đại Chánh Tân Tu Đại Tạng Kinh.*

Lâu nay chính bản thân của chúng tôi cũng đã có giảng ý nghĩa của bài kệ này; nhưng chỉ có 4 hay 6 câu. Nay truy tìm trong Đại Tạng Kinh mới rõ bài kệ này có tất cả 8 câu, nhằm cảnh tỉnh người xuất gia tu học Phật, không thể bỏ Thiền lấy Tịnh, hay bỏ Tịnh lấy Thiền. Tất cả như một hình vuông bốn cạnh phải đầy đủ 4 góc mới thành hình vuông. Giống như đất, không giữ một hạt bụi và trong cửa chùa không chỉ tu riêng một pháp. Đây là lời dạy của chư Tổ, há ngày nay chúng ta còn gìn giữ trọn vẹn chăng? Hay chúng ta hành pháp môn này, rồi chê pháp môn khác? Trong khi một hình vuông phải đầy đủ bốn cạnh và bốn góc mới gọi là một hình vuông.

Phần kế sẽ giải rõ bài kệ 8 câu này vậy.

Khi chúng ta lễ Phật, năm vóc gieo sát xuống đất. Đó là: trán, hai cùi chỏ của hai tay và hai đầu gối phải lên xuống nhịp nhàng, không chân trước chân sau, mà cùng xuống và lên một lượt, để thể hiện sự chí tâm hướng về các Đấng Giác ngộ Giải thoát, nhằm học theo hạnh của các Ngài và dẹp đi tánh kiêu căng tự đắc, chấp thủ, chấp ngã của chúng ta.

Lạy Phật có nhiều cách. Ví dụ như tam bộ, nhứt bái. Nghĩa là đi ba bước, lạy một lạy. Việc lễ bái này chúng ta hay nhìn thấy Phật Tử Tây Tạng hay hành trì; hoặc giả chúng ta đi hành hương nơi đất Phật, rất nhiều chư Tăng Ni và Phật Tử đảnh lễ nơi Tứ động tâm, thường hay hành trì pháp môn này để tạ ân Đức Phật và tỏ lòng cung kính Ngài.

Cách lạy thường như sám hối hay trong các buổi lễ thì chúng ta đã biết. Có chùa còn cho Phật Tử lạy Kinh bộ; mỗi chữ mỗi lạy như Kinh Pháp Hoa, Đại Bát Niết-bàn v.v... tất cả đều hồi hướng đến Pháp giới Chúng sanh và mong cho tất cả đều có thể nương về bờ giác.

Kế tiếp là niệm Phật. Chúng ta cảm đến ân đức của chư Phật mà chúng ta niệm. Đặc biệt Ngài Bồ Tát Pháp Tạng khi chưa thành Phật đã dùng đến năm kiếp để tư duy và phát ra 48 lời nguyện trước khi thành Phật A Di Đà. Ngần ấy thời gian, ngần ấy nguyện ước, cốt làm sao cho chúng sanh thoát khỏi sanh, già, bệnh, chết sau khi trung ấm thân chọn nghiệp để đi đầu thai. Niệm Phật tự lực chỉ có thể sanh về hạ phẩm của cửu phẩm liên hoa. Do vậy, theo Ngài Thân Loan Thánh Nhơn, Tổ thứ 7 của Tịnh Độ Chân Tông Nhật Bản khuyên chúng ta nên niệm Phật theo lối tha lực. Có nghĩa là giao hết thân mệnh của ta, tin tưởng nơi Đức Phật A Di Đà để được Ngài tiếp dẫn về thế giới Tây Phương Cực Lạc sau khi lâm chung.

Điểm thứ 3 là: Trì giới. Đây chính là thực hành hạnh của Phật. Vì giới mới chính là giềng mối của Đạo. Khi Đức Phật còn tại thế, Ngài là Thầy của nhơn, thiên, dạy dỗ cho trời người biết cách để tu hành giải thoát; nhưng khi Ngài đã vào vô dư y Niết-bàn rồi, thì chính giới luật là Thầy của mỗi chúng ta. Chư Tăng Ni và Phật Tử cùng hành trì giới luật thì Phật Pháp sẽ trụ lại ở thế gian này lâu dài hơn.

Thứ tư là Xem Kinh chính là hiểu rõ ý của Phật. Ai trong chúng ta không đến trường đi học mà biết chữ? Ai không đọc sách mà thành người? Ai không có Thầy dạy học mà nên người hữu dụng cho Đạo và cho xã hội? Thỉnh thoảng cũng có những bậc Vô Sư Trí; nhưng trong thế gian này hiếm quý lắm. Do vậy Kinh Sách chính là Thầy của chúng ta; nếu chúng ta không tụng Kinh, không đọc sách, làm sao rõ được lời Phật dạy?

Thứ năm là Tọa Thiền. Mục đích của Thiền Định là đạt đến được cảnh giới của chư Phật. Mỗi hơi thở, mỗi niệm trôi qua trong sát na của cuộc sống là trải qua mỗi một sự vô thường sanh diệt, diệt sanh. Do vậy chúng ta phải ý niệm điều này để dừng (Samatha) và quán sát thế gian này (Vipassana) là một trò huyễn ảo, dụ người đi vào hết kiếp tử sinh này rồi tiếp theo kiếp khác, chưa bao giờ ra khỏi. Hãy dùng niệm lực để tư duy và chứng vào Phật trí. Điều này phải nhờ đến Thiền Định.

Thứ sáu là Tham Thiền; tức là tham công án. Suy nghĩ sâu sắc, thấu đáo về việc sanh diệt, diệt sanh của vũ trụ vạn hữu, nhằm kết nối với tâm giác ngộ của chư Phật và chư vị Bồ Tát ở những cảnh giới giải thoát và mong cho thoát ly *khỏi sanh tử luân hồi, sau khi tái sanh.*

Thứ bảy là việc chứng ngộ, giải thoát. Đây chính là con đường của Phật. Thiền Sư Nhất Hạnh hay nói rằng: "Không có con đường nào dẫn đến Niết-bàn. Mà Niết-bàn chính là con đường". Điều này có nghĩa là: chúng ta đang đi, sẽ có ngày đến bến. Nếu chúng ta không hạ thủ công phu thì con đường giác ngộ vẫn còn xa.

Cuối cùng là thuyết pháp hay nghe pháp; chính là đầy đủ hạnh nguyện của Phật vậy. Bởi vì sau khi thành đạo dưới cội Bồ Đề tại Ấn Độ, suốt 45 năm dài đi đâu và ở đâu, Đức Phật Thích Ca Mâu Ni cũng luôn giáo dưỡng cho người xuất gia cũng như tại gia. Điều này đúng với lời dạy của Ngài là: "đến để nghe, hiểu; chứ không phải đến để tin".

Tám điều trên đây chư Phật và chư Tổ đã dạy, nếu chúng ta hành trì tất cả thì quý hóa vô cùng; nếu không thực hành được hết, thì chúng ta cứ thể hiện năng lực vào một trong 8 chủ đề trên để hành trì, thì chắc rằng sẽ có kết quả. Không nên hủy báng hay chê bai pháp môn này hay pháp môn khác, dở hay hay là do con người thực hành; chứ tuyệt đối không có pháp môn nào dở cả. Chỉ có chúng ta không đầy đủ công phu và năng lực mà thôi.

Ngài Vĩnh Minh Diên Thọ Thiền Sư (904-975), người Trung Hoa, còn gọi là Huệ Nhật Trí Giác. Ngài vừa tu Thiền và Tịnh Độ. Tương truyền rằng Ngài có bốn bài kệ gọi là "Tứ Liệu Giản". Nội dung các bài kệ nhấn mạnh việc kết hợp giữa Thiền và Tịnh Độ, có thể đưa hành giả tiến xa hơn trên con đường giải thoát sanh tử và việc tai hại không thực hành cả thiền lẫn Tịnh Độ như sau:

Có Thiền không Tịnh Độ
Mười người, chín lạc lộ
Âm cảnh khi hiện ra
Chớp mắt đi theo nó

Không Thiền có Tịnh Độ
Muôn tu muôn thoát khổ
Vãng sanh thấy Di Đà
Lo gì chẳng khai ngộ

Có Thiền có Tịnh Độ
Như thêm sừng mãnh hổ
Hiện đời làm thầy người
Về sau thành Phật, Tổ

Không Thiền không Tịnh Độ
Giường sắt, cột đồng lửa
Muôn kiếp lại ngàn đời
Chẳng có nơi nương tựa.

(Sự dung hợp giữa Tịnh Độ và Thiền của Ngài Vĩnh Minh)[1]

Như trên chúng ta đã thấy và nhận biết ra rằng: Tất cả các Pháp Môn đều do chư Phật và chư Tổ chế tác để cho chúng sanh hành trì. Người nào siêng năng tinh tấn, chỉ trong một đời có thể thành tựu việc giác ngộ, giải thoát. Người nào giải đãi, tuy cảnh giới giác ngộ hiện sẵn nơi đó nhưng tầm với vẫn còn xa. Do vậy tất cả chúng ta nên hạ thủ công phu ngay từ bây giờ, kể cả tu theo bất cứ pháp môn nào. Miễn là pháp môn ấy hợp với căn cơ của mỗi người.

Xin cầu chúc cho tất cả mọi người con Phật nên có một niềm tin vững chắc như vậy thì việc hành trì giáo pháp của Như Lai sẽ mang lại những thành quả nhất định như chúng ta mong cầu. ■

Phương Trượng Đường Tổ Đình Viên Giác
Hannover, Đức Quốc ngày 22.10.2025 vào một sáng Lập Thu.

1 *Nguồn: giacngo.vn. Truy cập ngày 25.11.2023.*

Thích Nguyên An (Phù Vân)

TRÁI TIM ĐẠI SỸ

Nhất tâm kính lễ Giác linh Ôn

Độc hành hóa duyên

Bình bát cơm ngàn nhà
Gieo duyên khắp gần, xa
Chỉ vì việc sanh tử
Giáo hóa tháng ngày qua.

Dù làm Du Tăng lang thang khắp mọi phương trời, gieo duyên hóa độ chúng sanh, nhưng đến mùa An cư thì cũng phải dừng bước, tìm cho mình một chỗ để tịnh tu ba nghiệp, thúc liễm

Tưởng Niệm nhân Đại tường Cố ĐLHT

Thích Tuệ Sỹ

thân tâm, tăng trưởng giới định tuệ và chia sẻ kinh nghiệm tu học của mình với các bạn đồng tu. Đó là truyền thống của ba đời chư Phật.

Hoa nở để rồi tàn,
Hợp rồi thì phải tan,
Tụ rồi mà chẳng tán
Chưa xảy ra bao giờ.

Sự thật là vậy! Sau khi đã mãn duyên ở Tu viện Quảng Hương Già Lam thân thương vào cuối tháng 10 năm 2011, Ôn du hành đó đây khắp mọi nẻo đường, qua đèo Bảo Lộc, rồi xuống Nha Trang... Trong thời gian Ôn lặng lẽ độc hành du hóa, các đệ tử, bạn bè thân tín của Ôn, không ai biết Ôn đi đâu, ở đâu, nên nóng lòng, hoang mang, lo lắng, chia nhau tìm kiếm ở khắp mọi nơi. Như nhà Trưởng giả có đứa con một yêu quý đột nhiên biến mất, cả nhà không ai mà không lo lắng, nôn nao đi tìm. Sự bặt hơi của Ôn trong thời gian này còn hơn thế nữa, làm cho những người thân thiết với Ôn, ai ai cũng muốn tìm được Ôn về.

Hôm đó may sao, nghe được tin Ôn an cư tại chùa Vạn Đức, huyện Vạn Ninh, huynh đệ chúng tôi rất mừng, như kẻ tìm được lại của báu, cho nên liền rủ nhau ra hầu thăm Ôn. Đến nơi, chúng tôi báo thị giả, thị giả thưa lại Ôn. Ôn cho phép chúng tôi vào thăm. Vừa thấy chúng tôi, Ôn nghiêm nghị hỏi: *"Ai báo cho mấy ông biết tui ở đây?"* – Chúng tôi chỉ ấp ó dạ, dạ... chắp tay xá, rồi vấn an sức khỏe Ôn. Ôn đóng vai nghiêm nghị được một lúc, rồi bảo chúng tôi ngồi, thầy trò tươi cười, cùng nhau đàm đạo suốt một buổi chiều hôm ấy. Đó là một buổi chiều thâm tình ấm áp giữa mùa An cư, năm 2012.

Hội ngộ an cư

Mãn mùa Hạ 2012, Ôn lại tiếp tục độc hành hóa duyên, trong thời gian này, ít ai liên lạc được với Ôn. Cho đến đầu tháng 4 năm 2013, duyên lành đến với tôi một cách bất ngờ, sau một cuộc điện thoại 'bật mí' đột xuất, Ôn và tôi hẹn gặp nhau tại chỗ đã quy định. Đúng thời gian đã hẹn, 9 giờ 45 phút sáng, ngày 14 tháng 4 âm lịch, năm 2013, xe dừng trước nhà sách trên vòng xoay khu Hòa Bình, Đà Lạt. Tôi xuống xe, vừa bước vào nhà sách thì Ôn liền đi ra. Trên lưng Ôn là một cái ba lô nhỏ, bên trong có vài quyển sách và cái võng dù màu xanh. Tôi vội đỡ lấy ba lô và đưa Ôn lên xe. Ôn gầy ốm nhưng đôi mắt sáng quắc, nhanh nhẹn, bước đi thoăn thoắt.

Xe vừa lăn bánh, Ôn liền kể cho tôi và tài xế nghe chuyện vui của Ôn vừa mới xảy ra tại nhà sách. Chuyện là thế này, trước khi tôi đến đón Ôn, có một ông thầy tu mặc áo dài đà, cũng ốm cao như tôi, đi xe Honda dừng trước cửa nhà sách. Ôn tưởng là tôi đến đón, từ trong Ôn vội vã bước ra, hối hả nghiêng mình leo lên xe, khiến cho cái võng cuộn tròn trong ba lô rơi xuống đất. Ông thầy kia ngạc nhiên hỏi: "Ủa, sao Thầy lên xe tôi, Thầy đi đâu?" – Nhìn kỹ lại, Ôn biết mình nhầm, nên vội bước xuống, tủm tỉm cười bước vào lại nhà sách. Nghe xong, cả ba phá lên cười no say. Lúc đó, tôi nghĩ thương Ôn thật, bởi tâm Ôn nôn nóng muốn mau về chỗ an cư nên mới vội vã như vậy!

Xe bon bon hướng về phía Nha Trang, qua các khúc đường quanh co phố thị Đà Lạt. Ra khỏi thành phố không xa, xe tấp vào một cánh rừng thông để dùng cơm trưa, với ba hộp cơm mua từ quán Hương Sen và trái xoài cát chín thơm lựng tôi mang theo, vì biết Ôn thích xoài. Vốn là người ưa thích thiên nhiên, dùng cơm giữa rừng thông yên vắng, mát mẻ, Ôn ăn rất ngon, lòng tôi cảm thấy phơi phới, vô cùng hoan hỷ, như làm được một chút gì đó vừa ý Ôn. Dùng cơm xong, cả ba thầy trò vui vẻ lên xe tiếp tục hành trình đã định.

Tôi cho xe chạy chậm, nên về đến hòn Cộ Ghe, Diên Lâm, Diên Khánh thì mặt trời bắt đầu khuất núi, không gian yên lặng, không một bóng người. Khi đó, chỉ có thầy Huệ Đắc, con chó Sukha chạy ra vẫy đuôi và một vài chú chim ríu ra ríu rít trên các cây keo, cây rừng… mừng chúng tôi trở về.

Vì ở trong núi, cách xa làng xóm, không có điện, lúc đó chúng tôi chưa bắt điện năng lượng mặt trời, thiếu thốn mọi điều, nhưng Ôn ở rất vui. Ôn tạm cư trong một cái thất nhỏ mà tôi hay ở, rộng khoảng 4m vuông, phía trên lợp tôn, nên buổi trưa hè, trời nóng hừng hực, Ôn cầm quạt nan phe phẩy liên tục. Lại ở rừng núi âm u, gần suối nên bị muỗi thăm viếng thường xuyên, vậy mà Ôn vẫn vui, kham nhẫn chịu đựng, không một lời than trách. Ôn ngủ ngồi, vì sợ muỗi nhiều, tôi móc mùng cho Ôn, nhưng Ôn không chịu. Ôn nói: *"Ngủ vậy quen rồi, trong tù còn khổ hơn đây nhiều, khổ này có thấm gì đâu!"*. Vì không cho móc mùng, nên sáng nào cũng vậy, gần như trên mặt và hai bàn tay của Ôn đều nổi các chấm đỏ, do được mấy con muỗi chăm sóc kỹ lưỡng. Khi ấy trong đầu tôi nghĩ, có lẽ Ôn đang thầm tu Lục độ ba-la-mật, nhất là hạnh thí xả và kham nhẫn, nên không cho tôi móc mùng!

Sau tháng 5 của mùa An cư năm đó, chúng tôi đã làm xong một cái thất mới, nằm lưng chừng núi, gió thoáng mát. Thất có điện năng lượng, có đường đi kinh hành xung quanh, có cửa lưới chống muỗi, chia làm hai gian: một gian thờ Phật, gian kia Ôn ngủ và làm việc. Từ đó, tôi cảm thấy vui vì Ôn có chỗ làm việc và không còn bị muỗi viếng thăm nhiều nữa.

Ôn thì ngày nào cũng vậy, giờ nào việc đó, 2g30 sáng là thức dậy, tự nhúm củi, hâm lại nước sôi để pha trà, giữa không gian tịch mịch của núi rừng, Ôn rất thích. Sau đó, lễ Phật, tọa thiền cho đến khoảng gần 5g thì xả thiền, rồi tự học tiếng Tạng. Đến gần 6g, Ôn xuống núi, nơi thất của chúng tôi ở, uống cà phê, ăn sáng, đến 7g lên núi lại, nghỉ ngơi và làm việc đến 11g thì dùng cơm trưa, sau đó nghỉ ngơi một chút, rồi lại làm việc cho đến 17g thì nghỉ, đi dạo và dùng ly sữa buổi chiều. Khoảng 18g 30 thì các huynh đệ chúng tôi và một vài anh Phật tử lên thất Ôn, vừa uống trà vừa nghe Ôn kể chuyện xưa, chuyện nay, nhất là chuyện Ôn ở tù… cho đến 20g30, chúng tôi xuống núi, trả lại không gian yên bình cho Ôn.

Trong những tháng ngày an cư ở đây, thân tâm tĩnh lặng thư thái, Ôn đã cảm khái, ghi lại mấy chữ trên vách thất gỗ: 半间丈室静山河 "Bán gian trượng thất tĩnh sơn hà." [Nửa gian phương trượng làm yên tĩnh cả sơn hà]. Hoặc vào buổi chiều, nhìn thấy những cánh chim trời bay về núi, ngang qua con suối trước mặt thất, Ôn liền vẽ lại hình ảnh ấy lên cánh cửa thất bằng hai câu thơ chữ Nôm:

"Năm chầy đá ngủ lòng khe,
Lưng trời cánh hạc đi về hoàng hôn"

Gần mãn Hạ, chúng tôi thỉnh Ôn sang năm về đây an cư lần nữa, Ôn nói: *"Năm lẻ an cư chỗ mấy ông, năm chẵn an cư chùa thầy Thiện Dương cho vui!".* Cho nên, những năm 2014 và 2016, Ôn an cư tại chùa Linh Sơn, Vạn Giả. Ôn chia tình cảm ra như vậy!

Cả ba mùa Hạ: 2013, 2015 và 2017 sau này, sinh hoạt thường ngày của Ôn ở đây đều như vậy cả. Tĩnh lặng, an bình.

Những tháng ngày bình yên, an lạc âm thầm trôi qua, hết Hạ rồi lại đến Thu, mùa An cư năm 2013 đã mãn, chúng tôi đưa Ôn đi thăm Ôn Trụ Trì Thích Chí Tín và lên khu tháp chùa Long Sơn thắp hương cho Ôn Trí Nghiêm và Ôn Đỗng Minh. Sau đó, xuống chùa Linh Sơn ở Cầu Đá, Ôn thắp hương cho Sư Bà và thăm mấy cô. Sáng sớm hôm sau, chúng tôi đưa Ôn về lại Thị Ngạn Am. Trưa hôm đó, có cả Ôn Mạnh Thát, chờ đón Ôn tại Thị Ngạn. Sau một đêm các thầy trò hàn huyên vui vẻ, ăn sáng xong, chúng tôi về lại Nha Trang.

Hạ 2015

Áng mây lành lại phủ hòn Cộ Ghe lần nữa, thiện duyên đã đến, thầy trò cùng nhau an cư tại đây. Trong mùa An cư 2015 này, Ôn dạy chúng tôi dịch bốn sự phần (vastu): Xuất gia sự, Bao-sái-đà sự, Tùy ý sự, An cư sự, của luật Căn bản Thuyết nhất thiết hữu bộ. Trong đó, phần Bao-sái-đà của bản Hán không có, nên Ôn phải dịch từ bản Tạng. Cũng trong mùa An cư này, Ôn duyệt lại bản Du-già Bồ-tát giới, cho in cúng dường nhân ngày Đại tường Ôn Trụ Trì Thích Chí Tín, chùa Long Sơn.

Sau ngày mãn Hạ, chúng tôi đưa Ôn đi tắm biển, rồi về chùa Linh Sơn ở Cầu Đá dùng cơm. Qua hôm sau, đưa Ôn về lại Sài Gòn bằng tàu hỏa, để Ôn tiếp tục công việc.

Hạ 2017

Trước ngày Rằm tháng 4 năm 2017, hoa Cát tường lại trổ, tôi và thầy Tâm Nhãn vào Hương Tích thỉnh Ôn ra Nha Trang nhập Hạ tại hòn Cộ Ghe lần nữa. Trong mùa An cư này, Ôn dạy chúng tôi: Nguyên Thịnh, Tâm Nhãn, Nguyên An dịch Dược Sự, gồm 18 quyển bản Hán. Ngoài ra, Ôn còn bảo tôi dịch bộ *A-tì-đạt-ma Pháp uẩn túc luận*, Ôn hiệu chú. Như vậy, trong mùa An cư này, thầy trò cùng nhau làm được hai tác phẩm.

Đũa gãy duyên tan

Như thường lệ, mỗi buổi sáng, Ôn xuống chỗ chúng tôi ở, uống cà phê rồi dùng sáng. Hôm ấy, trong khi dùng sáng, Ôn xắn miếng bánh tét bằng đôi đũa, bỗng nhiên một chiếc bị gãy. Đứng hầu Ôn dùng bữa, thấy vậy, tôi vội vã đi lấy đôi khác cho Ôn, nhưng trong lòng nao nao như báo trước có điềm gì đó không hay sẽ xảy ra. Nhưng rồi tự trấn an: 'Thôi thì tùy duyên, điều gì đến sẽ đến!'.

Quả nhiên, sau mùa An cư năm 2017, từ đó về sau, Ôn không còn về hòn Cộ Ghe an cư nữa. Phải chăng đó chỉ là một sự trùng hợp!?

Đầu năm 2018, Ôn điện thoại dạy tôi: *"Ông dịch tiếp Tập dị môn túc luận, xong rồi tui xem lại, chú thích cho, năm nay tui đi an cư xa."* – Nghe vậy, tôi chỉ đáp: Dạ, dạ. Chứ chẳng dám hỏi thêm điều gì.

Sau này, khi đến bệnh viện Gia Định hầu thăm Ôn, tôi mới biết: Đầu năm nay, có một du sĩ Phật tử mời Ôn ra hòn đảo nhỏ ở tỉnh Kiên Giang để an cư. Vì muốn gieo duyên cho chúng sanh nơi đó, cộng với môi trường biển đảo thanh vắng, phù hợp cho việc an cư, nên Ôn nhận lời. Chính sau mùa an cư năm ấy, bệnh của Ôn phát nặng.

Qua thời gian điều trị tại bệnh viện Gia Định, bệnh Ôn có phần thuyên giảm chút ít, nên mùa Hạ 2019, Ôn quyết định về Thị Ngạn Am ở dưới chân đèo Bảo Lộc, huyện Đạ Huoai, an cư để lên xuống Sài Gòn tái khám cho tiện. Nhưng ngày càng về sau, bệnh Ôn vẫn không khỏi hẳn, nên cuối năm 2019, các Phật tử quyết định đưa Ôn đi Nhật để chữa trị. Trong chuyến đi này, Ôn đi với hai thầy thị giả: thầy Hạnh Viên và thầy Thọ Phước.

An cư tại xứ Mặt Trời mọc

Đầu Xuân 2020, âu cũng còn chút duyên lành sót lại, tôi theo hầu Ôn sang Nhật. Đầu tiên ở chùa Đức Lâm do một vị Hòa Thượng người Nhật trụ trì. Ngài rất tốt bụng, rất hoan hỷ giúp đỡ người khác, nhất là người Việt. Vì chùa này gần bệnh viện, nên Ôn ở đây thuận tiện cho việc đi trị bệnh. Trong cái may lại thêm cái hên, có một thầy Việt Nam đang tá túc ở chùa Đức Lâm để đi học, khi nghe Ôn ở đây để đi bệnh viện cho tiện, thầy ấy rất sẵn lòng giúp đỡ những gì tôi và Ôn cần. Thầy ấy tên là Thánh Duyên, hàng tháng chở Ôn đi tái khám, giúp tôi đi chợ, nấu ăn…

Khi dịch Covid-19 bùng phát nặng tại Nhật, để tránh tình trạng bị lây bệnh, tôi và Ôn về chùa Nam Hòa của Ni sư Thông Thắng. Ở đây Ni sư và quý Phật tử rất thương kính Ôn, chăm lo mọi việc. Nhưng vì chùa cách bệnh viện khoảng hơn 400

km, nên mỗi tháng đi tái khám thì cực cho Ôn, phải ngồi lâu trên xe. Hơn nữa, gần tới mùa An cư, ở chung chùa Ni, An cư như vậy thì không được hợp thức, cộng với dịch Covid 19 đã lan rộng ở thành phố này. Do vậy, tôi hỏi Thánh Duyên, còn có chùa nào khác xa dân chúng mà gần bệnh viện hơn ở đây không? – Thánh Duyên nói: Có. Chùa nằm ở thôn quê, yên bình, xa dân chúng, cách bệnh viện khoảng 100 km, của một nhóm Phật tử Việt Nam thành lập, con đang chăm sóc nơi đó. Nghe vậy, tôi mừng quá, liền hỏi an cư ở đó có được không? – Được, tốt quá đi chứ. Thế là tôi thưa với Ôn, Ôn đồng ý về đó an cư, cũng vừa tiện cho việc đi tái khám hàng tháng. Như vậy, mùa Hạ năm đó, hai thầy trò an cư tại chùa Tinh Tấn, do thầy Thánh Duyên lo liệu cùng với một nhóm Phật tử Việt Nam làm ngoại hộ thật tận tình, chu đáo.

Trong mùa An cư năm 2020 này, tuy thân mang bệnh như vậy, nhưng Ôn vẫn giữ lịch sinh hoạt bình thường, không thay đổi, 2g30 sáng là thức dậy, lễ Phật, tọa thiền, rồi tự học thêm tiếng Tạng hoặc tiếng Nhật. Mỗi tuần 2 buổi, Ôn dạy Phật pháp cho các Phật tử tu học, nhất là cho lớp các Sư cô đệ tử của Ni sư Trí Hải qua online. Còn tôi thì Ôn bảo dịch tác phẩm *Nhập Trung luận tự thích* của ngài Chandrakirti, do Pháp sư Pháp Tôn dịch từ Tạng sang Hán. Vâng lời Ôn, tôi cặm cụi làm cho đến ngày mãn Hạ, rồi chuyển giao cho Ôn hiệu chú. Sau này, khi về Việt Nam, trong thời gian Ôn hiệu chú cho bản luận này thì đột nhiên máy Ôn bị hư, file luận này cũng bị mất theo. Ôn gọi điện cho tôi biết và bảo tôi gửi lại file gốc cho Ôn. Nghe vậy, tôi vừa buồn vừa tiếc quá chừng!

Như thường lệ, khoảng 6g30 chiều là thầy trò uống trà, nói chuyện Đông chuyện Tây, hoặc Ôn dạy chúng tôi qua những bài kinh, câu kệ. Có lúc Ôn kể chuyện thuở nhỏ Ôn sống ở Lào, làm Điệu tại một ngôi chùa Việt, tự học kinh luật, đọc đâu nhớ đó, đi tắm sông, đánh lộn với mấy đứa nhỏ trong xóm... cho đến khi về Việt Nam vào năm 1960, Ôn lang thang ở các ngôi chùa dưới miền Tây, rồi lên Sài Gòn, xin tu học ở chùa Ấn Quang, Già Lam... Hoặc kể chuyện những năm gần đây (2011-2012), Ôn độc hành vân du qua vùng Long Khánh, Bảo Lộc, Đà Lạt, rồi từ đó đi dọc theo con đường đèo Hoa Biển quanh co Đà Lạt - Nha Trang, ngủ lại qua đêm trong các căn chòi của những người làm vườn bỏ trống, hoặc treo võng ngủ ở ven rừng, có lúc ngủ ở công viên, bến xe, hoặc qua đêm trước mái hiên nhà người dân, gặp người tốt bụng thì để cho ngủ, mời dùng trà, cơm nước; còn gặp phải người nghi ngờ, lo sợ, đuổi không cho ngủ, thì vui vẻ cuốn võng mà đi nơi khác... Nghe chuyện của Ôn mà lòng tôi cứ xôn xao, nhớ về lời nói của một Lão Tăng: '*Trong đôi mắt tinh minh của các bậc Đại Sỹ thì cuộc sống này, dù được hay mất, dù thuận hay nghịch, tất cả đều chỉ là duyên, rỗng không, như mộng, huyễn, bọt bóng... Cho nên, không nơi đâu trên thế gian này không là sân chơi của chư Bồ-tát. Vì lòng từ bi gieo duyên hóa độ hữu tình mà phải kham nhẫn, chấp nhận khổ thân*'.

Ôn kể cho nghe rất nhiều chuyện buồn vui, thăng trầm trong cuộc đời của mình, nhưng vì cái đầu tôi to như quả nho, ngu quá, nên chẳng nhớ được bao nhiêu.

Những tháng ngày ở xứ Hoa Anh Đào trị bệnh, thỉnh thoảng lại có giáo sư Bùi Chí Trung, một giáo sư người Việt dạy ở Đại học Aichi Shukutoku, làm người thông dịch giúp Ôn tại bệnh viện, đến chùa hầu thăm và đàm đạo với Ôn, có lúc lại đưa Ôn đi tham quan một vài ngôi Cổ tự, hai người nói chuyện với nhau rất tâm đắc. Nhờ duyên hội ngộ đặc biệt này mà cho ra hai tác phẩm: *Thiên lý độc hành* và *Ngục trung mị ngữ*.

Thấm thoát ngày ra Hạ 2020 cũng đã đến, chùa tổ chức một buổi lễ cúng dường cho chư Tăng Ni, Ôn ban đạo từ, dạy dỗ, khích lệ mọi người tu tập, ai

Từ trái: Thị giả Nguyên An, Ôn Tuệ Sỹ, Giáo sư Bùi Chí Trung, Nhật Bản.

nấy đều rất hoan hỷ.

Về lại quê hương

Sau những tháng ngày điều trị, bệnh vẫn không thuyên giảm gì mấy, Ôn quyết định về lại Việt Nam để tiếp tục điều trị. Sau buổi cơm chia tay thâm tình với các Phật tử, tại chùa Nam Hòa, qua sáng hôm sau, giữa khí trời Thu trong mát, Ôn và tôi bay trên một chuyến bay giải cứu, đó là chuyến bay của ngày 14-10-2020.

Về đến quê nhà, Ôn tiếp tục điều trị và làm việc. Mùa Hạ năm 2021, Ôn an cư tại Thị Ngạn Am, lần này tôi cũng còn chút phước theo hầu. Ôn dạy tôi duyệt lại bốn bộ *A-hàm* và bộ *Luật Tứ phần*, nhưng vì công việc nhiều, nên tôi chỉ làm được bộ *Tứ phần* và ba bộ *A-hàm*, còn bộ *Tạp-a-hàm* thì vị khác duyệt.

Xả bỏ gánh nặng

Trong khi đi về Sài Gòn để tái khám, dịch Covid 19 bùng phát mạnh khắp Việt Nam, nên việc di chuyển giữa các tỉnh thành lúc này rất khó, do đó Ôn phải ở lại nhà anh Quảng Diệu, một đệ tử thân tín của Ôn, để tiện cho việc điều trị. Vì bệnh tình ngày càng nặng, bác sĩ không cho đi xa, nên mùa Hạ 2022 và 2023, Ôn an cư tại chùa Phật Ân, để đi tái khám cho gần. Dù nằm trên giường bệnh, Ôn vẫn mải miết làm việc và hiệu chú các bản dịch, cho đến hơi thở cuối cùng, chỉ vì phụng sự nhân sinh.

Hôm nay, những dòng tư tưởng hoài niệm về Ôn trong tôi xuất hiện trên trang kỷ yếu này là nhờ động lực thúc đẩy của một vị đệ tử thân tín Ôn, vì biết tôi gần gũi Ôn nên mời tôi viết về một vài kỷ niệm nào đó giữa Ôn và chúng tôi, để cho các Phật tử, những người có duyên với Ôn được biết. Do vậy, mới có những dòng tư tưởng lăn tăn này nổi lên ở đây. Giữa Ôn và tôi, không chỉ có những kỷ niệm nho nhỏ này, mà còn nhiều điều không thể nói được. Chúng nằm lì trong A-lại-da.

Không quên bản thệ

Như ếch ngồi đáy giếng nhìn lên bầu trời thì vòm trời cũng chỉ bằng cái miệng giếng trong mắt con ếch, những gì tôi biết và viết về Ôn ở đây cũng giống như vậy. Hành trạng của chư vị Đại Sỹ thì không thể nghĩ bàn, đối với Ôn cũng vậy!

"Thường hành đại tinh tấn
Xả cả thân mạng này,
Cúng dường chư Thế Tôn
Vì cầu Đạo Vô Thượng"

■

Hư Không thất, Rằm Trung thu, 2024
Pháp tử Thích Nguyên An (bút hiệu Phù Vân).

Nguyên Minh Nguyễn Minh Tiến

Bóng Thầy

Bài Phát biểu trong Lễ Đại tường tưởng niệm Giác linh Cố Trưởng lão Hòa thượng Thích Tuệ Sỹ tại Tu viện Đại Bi, ngày 29 tháng 11 năm 2025.

(Kính thưa…)[1]

Trong không khí trang nghiêm nhưng vô cùng ấm cúng của Lễ Đại tường hôm nay, thấm đẫm đạo tình và đạo vị, con thật may mắn được Hòa thượng Trưởng ban, cũng như quý anh chị em trong Ban Tổ chức, cho phép được nói lên đôi lời cảm niệm trước Giác linh Cố Trưởng lão Hòa thượng, cũng là bày tỏ một phần nào những cảm xúc riêng để chia sẻ cùng đại chúng.

Trong phát biểu này, xin cho phép con được dùng duy nhất một tiếng THẦY để nhắc về Cố Trưởng lão Hòa Thượng, với tất cả những ý nghĩa sâu rộng, thành kính và thân thương nhất mà một người học Phật có thể dùng để nói về Thầy.

Kính thưa quý vị.

Chỉ cần nhắc đến Thầy, mỗi người trong chúng ta ở đây hôm nay hẳn đều nhớ đến rất nhiều kỷ niệm, nhiều ấn tượng khó quên. Bởi một đời hành đạo của Thầy, trong thực tế không chỉ giới hạn ở những không gian nơi Thầy hiện diện, ở những thời gian ta còn may mắn có thể đến bên Thầy. Vượt ra ngoài mọi không gian và thời gian đó, Thầy là cây cao bóng cả với tầm ảnh hưởng sâu rộng đến tứ chúng, đến khắp mọi tầng lớp Phật tử Việt Nam, ngay cả khi nhục thân của Thầy không còn nữa.

Điều này, mỗi chúng ta đều đã thấy rõ trong hơn nửa thế kỷ qua. Từ giảng đường Đại học Vạn Hạnh năm xưa, nơi ươm mầm tri thức và đạo hạnh cho nhiều thế hệ Phật tử, mà Thầy là một trong những bậc thầy gắn bó với trường; từ những ngục tù lao khổ thầy đã ung dung đi qua, hiển lộ đại hùng đại lực của bậc chân tu đạo hạnh, soi đường cho cả một thế hệ Phật giáo Việt Nam; và cho đến những giây phút cuối đời trên giường bệnh, Thầy vẫn gắn bó với công trình phiên dịch Đại tạng kinh và trọng trách điều hành Giáo hội. Thầy vẫn mỉm cười thong dong trước lúc ra đi, ngay cả khi xác thân hao gầy đớn đau vì bệnh tật.

Trong từng ấy tháng năm ngắn ngủi của một đời người, với biết bao thăng trầm lịch sử, những gì Thầy đã gieo vào lòng người, đã để lại cho hậu thế, cả về tinh thần cũng như vật thể, quả thật là không thể suy lường đo đếm hết.

Bóng Thầy che mát chúng con[2]

Thầy như bóng mây che mát, ai trong chúng con cũng đều cảm nhận được bóng mát ấy khi có Thầy. Trong kinh *Pháp Hoa*, phẩm *Thí dụ Cỏ thuốc* nói về một vầng mây lớn che bóng khắp thế gian. Trong tâm tưởng riêng con, Thầy chính là vầng mây đó. Chúng con mỗi người một nơi, cách xa nhau hàng vạn dặm, nhưng trong những ngày Thầy còn tại thế, ai cũng cảm nhận được sự an ổn đến từ Thầy. Công việc khó khăn, cuộc sống nhiều bận rộn, đường đời gập ghềnh sóng gió, nhưng chỉ cần nghĩ đến Thầy, nghe được lời khuyên từ Thầy, thậm chí là chỉ cần nhớ về những lần được gặp Thầy, dường như đã quá đủ để chúng con thấy vững thêm niềm tin, được tiếp thêm năng lượng và cảm nhận ngay được sự ấm áp, an ổn trong lòng. Vì sao vậy? Vì ngay khi ấy chúng con nhớ lại rằng, giữa thế sự nhiễu nhương này, ánh từ quang của Phật pháp vẫn không ngừng tỏa chiếu từ một bậc thầy chân tu đạo hạnh.

Con nhớ có lần, đó là lần đầu tiên con lưu hành bản dịch kinh *Đại Bát Niết-bàn*, khoảng giữa năm 2009, con đã được Thầy đưa tay nâng đỡ lúc con cần đến nhất. Sau gần mười năm kiên trì chuyển dịch, con rơi vào tâm trạng mừng lo lẫn lộn khi kinh *Đại Bát Niết-bàn* bắt đầu lưu hành. Là một cư sĩ với tri kiến cạn cợt, con chỉ vì sự thâm cảm với Giáo pháp mà dám bạo gan chuyển dịch bộ kinh đồ sộ này. Nhưng khi kinh bắt đầu lưu hành, lòng con lo lắng khôn nguôi, chỉ sợ mình không đủ khả năng diễn đạt Thánh ý, có thể làm sai lệch Giáo pháp.

1 Ban Biên Tập Viên Giác cắt bỏ những "Lời thưa" nghi thức

2 Các tiểu mục chỉ được dùng cho bản in để dễ theo dõi.

Ngay khi vừa xuất bản, con đã đến Già Lam kính dâng kinh lên Thầy. Chỉ một thời gian ngắn sau đó, khi con có dịp đến vấn an, Thầy bảo con: *"Tôi đọc phần Dẫn nhập rồi. Cách làm của anh như vậy là đúng, cứ như vậy là được."*

Hẳn Thầy không ngờ rằng câu nói ấy quan trọng biết bao đối với con khi ấy! Thầy đã nói ra một cách nhẹ tênh khi con đi bên Thầy, như thể chỉ là một trao đổi thân tình ngẫu nhiên. Nhưng con biết ngay điều đó không hề ngẫu nhiên. Thầy đã nói đúng vào điều cốt lõi mà con muốn trình bày trong phần Dẫn nhập, chính là phương thức mà con đã vận dụng xuyên suốt trong quá trình chuyển dịch. Và hơn thế nữa, Thầy tán thành với phương thức đó. Nhận xét khích lệ của Thầy đã cất đi gánh nặng ưu tư và thắp sáng niềm tin để con có thể vững tâm theo đuổi việc chuyển dịch kinh điển. Nhiều năm sau đó, con vẫn tiếp tục nhận được nhiều sự khích lệ từ Thầy, nhưng chính sự nâng đỡ ban đầu khi con đang cần đến nhất đã là động lực và niềm tin giúp con vững bước.

Con biết rằng nhiều anh chị em thân hữu khác cũng nhận được những lời khuyên, những bài học quý báu từ Thầy, trong những trường hợp riêng tư khác. Nhưng vượt trên tất cả, đời sống an nhiên và tấm gương đạo hạnh của Thầy chính là bóng mây che mát khắp mọi nơi, vì bất cứ ai trong chúng con cũng đều cảm nhận được.

Trong kinh *Pháp Hoa*, đức Phật ví Giáo pháp như cơn mưa đổ xuống từ vầng mây, tưới khắp thế gian, từ đại thụ cho đến những cây vừa, cây nhỏ… tùy theo nhu cầu đều được tươi tốt. Với riêng con, Thầy chính là vầng mây đổ xuống cơn mưa pháp. Những lời dạy trực tiếp từ Thầy, những kinh sách Thầy biên soạn, chuyển dịch, nhiều đến mức không ai trong chúng con có thể nghe qua, đọc qua tất cả. Thế nhưng mỗi người trong chúng con, bằng cách này hay cách khác, đều đã từng được tiếp nhận một phần, đều được nuôi dưỡng từ dòng sữa pháp ấy. Và không chỉ là những đại thụ, những cây vừa, cây nhỏ… được mưa pháp của Thầy tưới tẩm, thậm chí đến hạng cỏ dại ven suối như con cũng được thấm nhuần để xanh lá trổ hoa.

Bóng Thầy phía trước soi đường con đi

Thật vậy, khi bước chân vào khu rừng Phật học, con chỉ như khóm cỏ dại nằm ven suối. Bởi khi Thầy đứng trên bục giảng Đại học Vạn Hạnh thì con chỉ là cậu bé con đang học Trung học. Thế nhưng, đọc sách của Thầy, nghe các anh chị lớn kể về Thầy, con đã vô cùng ngưỡng mộ. Khi hình dung Thầy nhỏ nhắn như một chú tiểu nhưng đã đứng trên bục giảng Đại học, trí óc non nớt của con đã vẽ ra một bậc Thầy tuổi trẻ tài cao, siêu phàm xuất chúng mà con luôn ao ước được gặp. Rồi khi lớn lên, được tiếp xúc với những lời dạy của Thầy, qua các tác phẩm của Thầy, sự ngưỡng mộ của con càng tăng dần theo năm tháng. Từng bước học Phật của con về sau, dường như chưa bao giờ thiếu vắng sự soi chiếu từ hình tượng của Thầy.

Sau năm 1975, sách vở dần khan hiếm và Kinh sách Phật học cũng không ngoại lệ. Thế nhưng, thật kỳ diệu là những tác phẩm của thầy vẫn được nhiều người lưu giữ, những lời dạy của Thầy vẫn được âm thầm chia sẻ. Vì thế, không có gì đáng ngạc nhiên khi sau này con tiếp xúc với rất nhiều anh chị em trong giới học Phật, luôn thấy rằng các vị ấy đều ít nhiều chịu ảnh hưởng từ tư tưởng và hành trạng của Thầy. Với những lời dạy trung thực, thẳng thắn và giữ vững Chánh đạo trước thế quyền, Thầy quả thật là bậc Đạo sư (導師) theo đúng nghĩa dẫn dắt, soi đường. Trong suốt một thời gian dài khi xã hội suy vi tăm tối, chỉ riêng sự hiện hữu của Thầy đã như một ngọn đuốc soi đường dẫn lối trong đêm.

Trên con đường gập ghềnh nhiều lúc tưởng chừng như vô định bởi những biến chuyển thời cuộc, chúng con như luôn nhìn thấy hình bóng Thầy phía trước, giúp chúng con yên lòng đi tiếp. Nhiều người thuộc thế hệ chúng con còn giữ được niềm tin vào Đạo pháp, còn vững bước đi theo những lời dạy của đức Thế Tôn, chính là nhờ có sự soi chiếu dẫn dắt từ hình bóng Thầy. Thầy không chỉ dạy chúng con bằng lời nói, qua sách vở, mà còn bằng chính những biểu hiện thường nhật, ngay trong những việc làm tưởng như nhỏ nhặt của Thầy.

Mặc dù đã ngưỡng mộ và chịu ảnh hưởng của Thầy từ nhỏ, con còn nhớ phải đến khoảng cuối năm 1999 mới được trực tiếp gặp Thầy lần đầu tiên khi cùng đi với Đỗ Quốc Bảo. Hôm ấy, Thầy đã trò chuyện với chúng con suốt buổi sáng và con được dùng cơm trưa cùng Thầy trên căn gác nhỏ. Cuộc gặp gỡ ngắn ngủi nhưng để lại trong con nhiều ấn tượng mãi đến nay chưa phai mờ. Trong lúc chuyện trò, thầy đã nói khá nhiều về những kinh nghiệm dịch thuật, tra cứu. Phần lớn đều là những bài học, những chuẩn mực quan trọng mà đến nay con vẫn cố gắng hết sức để noi theo.

Con còn nhớ rất rõ, trong khi bàn luận về các vấn đề, Thầy đã thận trọng đi đến kệ sách, lấy ra đúng quyển sách đang đề cập và mở đúng đoạn cần trích dẫn để chỉ cho chúng con xem. Thầy làm tất cả những việc đó với sự chắc chắn và quen thuộc tự nhiên, như thể tất cả đều nằm sẵn trong trí nhớ siêu tuyệt của Thầy, nhưng Thầy vẫn tỉ mỉ đưa ra từng trang sách cho chúng con xem để chứng minh từng vấn đề.

Sự cẩn trọng thành nếp của Thầy đã ảnh hưởng rất nhiều đến phương thức tra cứu, dịch thuật của bản thân con cho đến tận bây giờ. Con thật may mắn, không chỉ được học ở những lời Thầy dạy, mà còn chính từ những thao tác nhỏ nhặt của Thầy. Có lẽ chính vì vậy mà cả một thế hệ trẻ đã chịu ảnh hưởng rất nhiều từ Thầy, không chỉ qua những lời dạy hay sách vở, mà còn là qua hình tượng của một bậc Thầy trí tuệ, nghiêm cẩn nhưng bao dung, gần gũi. Bất cứ ai đã từng biết đến Thầy đều dễ dàng cảm nhận được những phẩm tính này.

Bóng Thầy ấm áp quanh con

Sự bao dung, gần gũi của Thầy thể hiện rõ trong cung cách Thầy tiếp xúc với chúng con. Dù là một bậc Thầy lớn, ngay trong lần đầu tiên được gặp Thầy, con vẫn cảm nhận được Thầy đã dành cho con sự thân thương gần gũi, không hề cách biệt. Những năm sau đó, con được gặp Thầy nhiều hơn, có những lần Thầy còn bảo con nghỉ đêm lại Hương Tích để không phải chạy xe máy về vì đường quá xa. Nhờ vậy, con được chuyện trò, tiếp xúc nhiều hơn với Thầy. Lòng từ mẫn thầy dành cho con trước sau vẫn không thay đổi. Nhiều năm về sau khi đã đi xa, con luôn nhớ về những lần được gặp Thầy như những kỷ niệm êm đềm và ấm áp nhất trong cuộc đời mình.

Trong kinh *Pháp Hoa*, phẩm *Tin hiểu*, ngài Ca-diếp nêu ví dụ về ông trưởng giả sang quý, vì thương đứa con hèn kém, đã cởi bỏ những chuỗi ngọc và y phục tốt đẹp, mặc vào người y phục thô xấu để có thể đến gần dạy bảo con mình. Lòng từ mẫn của Thầy cũng không khác. Thầy đã từ bỏ hình thức uy nghiêm của một bậc đại tăng, gần gũi thân thiết cùng tất cả chúng con để có thể ân cần dạy bảo, khuyên nhủ. Mãi cho đến hôm nay, con vẫn còn chưa hết nỗi băn khoăn lạ lẫm mỗi khi nhớ lại những lần được gặp gỡ, thân cận bên Thầy. Con thật không dám nghĩ đến việc một bậc Thầy tôn nghiêm oai đức lớn như Thầy đã từ mẫn cho con cơ hội được ngồi cùng bàn, chia sẻ cùng một đĩa thức ăn, cho đến cùng ngủ nghỉ dưới một mái nhà. Sự thân thiết mà Thầy đã dành cho con đó thật vô cùng lớn lao. Thật trân quý biết bao, tâm từ mẫn của một bậc Thầy đối với hàng hậu học! Dù đã bao năm trôi qua con vẫn không quên. Mỗi khi nhớ đến Thầy, con vẫn như còn thấy được hình bóng ấm áp của Thầy luôn ở bên cạnh con trong những công trình con đang theo đuổi.

Kết từ

Kính bạch Giác linh Thầy!

Thầy xuất hiện trong thế gian này là một duyên lành lớn lao và hiếm có đối với tất cả chúng con. Tám mươi năm trụ thế của Thầy, tưởng chừng như thật ngắn ngủi, không đủ để thỏa lòng khát khao Pháp nhũ của phàm phu chúng con, nhưng đã quá đủ để thắp lên ngọn truyền đăng bất diệt cho nhiều thế hệ hôm nay và mai sau.

Kính bạch Giác linh Thầy!

Thầy như bóng mây che mát chúng con, như cơn mưa tưới tẩm đất khô cằn!

Thầy như ngọn đuốc soi đường trong đêm cho những ai đang lạc lối!

> Thầy như gió mát, như nắng ấm, như khí trời luôn hiện hữu quanh con. Vì cho dù Thầy đã đi xa, những lời dạy và hình bóng Thầy vẫn luôn ở lại cùng chúng con.

Như một dự cảm, trong Lời Giới thiệu cho sách *Tây Vực Ký* được Thầy viết không lâu trước khi viên tịch, Thầy đã để lại cho chúng con một di huấn mà mỗi khi đọc lại con vẫn còn chưa hết bùi ngùi. Hôm nay, trước Giác linh Thầy, con xin kính cẩn lặp lại di ngôn được ghi ở cuối *Lời giới thiệu* này. Chúng con nguyện vâng theo lời Thầy, sẽ luôn nỗ lực để *"tự mình tìm thấy con đường đi chân chính, vì an lạc cho chính mình, cho nhiều người, trong đời này và trong nhiều đời sau."*[3]

Thành kính tưởng niệm Giác linh Thầy! ■

---

3 Trích nguyên văn lời Thầy trong Lời giới thiệu sách Tây vực ký, trang 35, Nhà xuất bản Liên Phật Hội, California, 2022. Đây là lời giới thiệu sách cuối cùng được Thầy viết trước khi viên tịch.

Thích Nữ Khánh Năng

Đọc kinh Du Hành và Tưởng nhớ những tháng cuối đời của Ôn Tuệ Sỹ

Một ngày tuyết rơi bất thường vào tháng 5 dương lịch, sau thời hành thiền sáng, tôi lần giở bài *Kinh Du Hành*[1] để đọc. Đọc đến đoạn "*Về sau, trong lúc an cư, thân Phật nhuốm bệnh, khắp cả mình đau nhức. Phật tự nghĩ: 'Ta nay cả người đều đau nhức mà các đệ tử đều không ở đây. Nếu ta nhập Niết-bàn thì không thích hợp. Vậy Ta hãy tinh cần tự lực lưu lại thọ mạng.'*"[2] bỗng dưng dòng nước mắt tôi tự động chảy. Lời Kinh Ôn dịch mấy mươi năm trước, lúc này như cuộn phim quay chậm, từng chi tiết về những tháng cuối đời của Ôn hiện rõ mồn một trong tâm tôi. Trong Kinh, đó là mùa an cư cuối cùng của Đức Thế Tôn; Đức Thế Tôn bảo ngài A-nan nhóm hết các tỳ-kheo hiện có mặt chung quanh Hương tháp lại giảng đường để Ngài có di giáo tối hậu trước khi công bố quyết định nhập diệt. Rồi Ngài nói với các tỳ-kheo:

"Các ngươi nên biết, Ta do những pháp sau đây mà tự thân tác chứng, thành Đẳng Chánh Giác. Đó là bốn niệm xứ, bốn chánh cần, bốn thần túc, bốn thiền, năm căn, năm lực, bảy giác chi và tám chi Thánh đạo. Các ngươi hãy nên cùng nhau tu tập ở trong pháp đó, cùng nhau hòa đồng kính thuận, chớ sinh tranh tụng. Cùng đồng một thầy học hãy cùng đồng hòa hợp như nước với sữa. Ở trong pháp Ta, hãy tinh cần tu học, cùng soi sáng cho nhau, cùng nhau hoan hỷ."

"Này các tỳ-kheo, các ngươi nên biết, Ta tự thân chứng ngộ pháp này, rồi công bố ra nơi đây, tức là, Khế kinh, Kì-dạ kinh, Thọ ký kinh, Kệ kinh, Pháp cú kinh, Tương ưng kinh, Bản duyên kinh, Thiên bản kinh, Quảng kinh, Vị tằng hữu kinh, Chứng dụ kinh, Đại giáo kinh. Các ngươi hãy ghi nhớ, tuỳ khả năng mà phân tích, tuỳ sự mà tu hành. Vì sao vậy? Như Lai không bao lâu nữa, sau ba tháng sẽ vào Niết-bàn."[3]

Mùa hạ cuối cùng của Ôn cũng thế. Cơ thể Ôn lúc ấy bị thiếu máu trầm trọng, nhưng Ôn không chịu đi bệnh viện mặc cho mọi người thưa thỉnh.

Thời gian ấy Ôn hay bị sốt cao, cả người đều đau nhức. Thời gian ấy mỗi ngày sau khi ăn sáng, tôi mang theo máy tính qua thất Ôn ở chùa Phật Ân để làm việc và pha trà Ôn uống. Thói quen ấy hình thành kể từ giữa tháng 5 năm 2022, khi hai thầy trò tôi từ Mỹ trở về.

Thời gian ấy vì cơ thể quá suy nhược nên Ôn đồng ý dùng thêm chút rau xay, bông a-ti-sô, hoặc trái cây lúc 9 giờ sáng. Thời gian Ôn dùng bữa lỡ cũng là lúc tôi sửa soạn pha trà Ôn uống. Sau ba tuần trà thì Ôn quay trở lại công việc của mình. Khoảng 13 đến 14 giờ là cữ trà đầu giờ chiều trước khi Ôn tiếp tục làm việc. Khoảng 17 giờ Ôn nghỉ ngơi. Có hôm Ôn đánh đàn piano, có hôm thì Ôn ngồi xe lăn bằng điện đi dạo một vòng quanh khuôn viên chùa Phật Ân, rồi mấy Ôn con lại uống cữ trà chiều trước khi hai thầy trò tôi ra về. Những giờ trà ấy, ngoài hai thầy trò tôi thì luôn có mấy thầy thị giả bên cạnh. Trong mùa hạ cuối cùng này, lưng Ôn bị đau nhiều hơn. Mặc dù không ngồi được xuyên suốt như trước kia, nhưng Ôn vẫn tinh cần hiệu đính Kinh, dạy Kinh Lăng Già qua Zoom cho một nhóm học trò và giảng dạy cho chúng tôi trong những giờ trà trưa, trà chiều.

Dạo sau này tôi dành thời gian nghe lại các bài giảng trước đây của Ôn, cũng như lật từng trang Kinh trong Thanh Văn Tạng để đọc. Tôi đọc thật chậm từng dòng Kinh Du Hành. Để lời Kinh ngấm vào tâm. Để lời Kinh chuyển hóa thành mạch máu nuôi dưỡng thân tâm. Lời dạy của Đức Thế Tôn hơn hai ngàn năm trước bỗng trở nên sinh động lạ thường trong tôi. Tôi có cảm tưởng lời dạy ấy không chỉ dành riêng cho ngài A-nan và chư tỳ-kheo hiện diện. Tâm tôi tràn đầy lòng biết ơn. Tôi biết ơn chư Thánh Tăng, chư Tổ và những bậc Thầy đi trước vì công cuộc hoằng pháp đã không nề khó nhọc hoằng hóa, giảng dạy, miệt mài phiên dịch, và gần nhất là Ôn – mấy mươi năm thầm lặng dịch và chú giải Kinh – để Tam tạng Thánh điển được lưu truyền trong nhân gian; để ngày nay thế hệ chúng tôi được trì tụng những câu văn chân thật, chuẩn xác nhất từ kim khẩu Đức Thế Tôn:

"Này A-nan, những pháp Ta đã giảng thuyết, trong cũng như ngoài đều đã hoàn tất. Ta không bao giờ tự xưng có sở kiến thông đạt.[4] Ta nay đã già rồi, tuổi đã đến tám mươi rồi. Cũng như cỗ xe cũ kỹ, nhờ lực phương tiện tu sửa mà có thể đi đến nơi. Thân ta cũng vậy, nhờ sức phương tiện còn duy trì được một ít tuổi thọ, tự lực tinh tấn mà nhẫn chịu sự đau nhức này. Khi Ta không suy niệm tất cả tưởng, nhập vô tướng tâm định, thân an ổn, không có não hoạn. Vì vậy, A-nan, hãy tự thắp sáng mình; thắp sáng bởi pháp, chớ thắp sáng bởi cái khác. Hãy tự nương tựa mình, nương tựa nơi pháp, chớ nương tựa nơi khác. Thế nào là 'Hãy tự thắp sáng mình; thắp sáng bởi pháp, chớ thắp sáng bởi cái khác; hãy tự nương tựa mình, nương tựa nơi pháp, chớ nương tựa nơi khác'? Này A-nan, tỳ-kheo quán nội thân, tinh cần không biếng nhác, ghi nhớ không quên, trừ bỏ tham ưu ở đời. Quán ngoại thân; quán nội ngoại thân, tinh cần không biếng nhác, ghi nhớ không quên, trừ bỏ tham ưu ở đời. Quán thọ, quán tâm, quán pháp cũng vậy. Này A-nan, đó gọi là 'Hãy tự thắp sáng mình; thắp sáng bởi pháp, chớ thắp sáng bởi cái khác; hãy tự nương tựa mình, nương tựa nơi pháp, chớ nương tựa nơi khác…' Này A-nan, sau khi Ta diệt độ, nếu ai có thể tu hành pháp này, người đó là đệ tử chân thật của Ta, là bậc nhất hữu học."[5]

Thế Tôn một lần nữa xác nhận ai mới là đệ tử chân thật của Như Lai sau khi Ngài diệt độ. Đó là người nào tinh cần không biếng nhác; tu tập Tứ niệm xứ; tự thắp sáng mình, thắp sáng bởi pháp; tự nương tựa mình, nương tựa nơi pháp… Hơn hai ngàn năm sau, ánh sáng từ 'người con chân thật của Như Lai' vẫn được gìn giữ và tiếp nối. Ôn là hiện thân của ánh sáng ấy. Ôn là hiện thân của đấng vô uý, bậc trừ sạch các uế trược, Tuệ nhãn không hạn lượng. Ôn là dòng suối mát Đại Bi làm tươi nhuận những mảnh đất tâm cằn cỗi nhất. Ôn là hiện thân của Bồ-đề nguyện và Bồ-đề hành. Ôn không chỉ tự nương tựa mình, mà còn là chỗ nương tựa cho nhiều người; Ôn không chỉ tự thắp sáng mình, mà còn thắp sáng trăm ngàn ngọn đèn khác.

Nhớ lại có lần nhìn thấy Ôn bệnh, tôi không giấu được sự đau lòng trong ánh mắt. Ôn hỏi tôi, "*Thấy Thầy già tội quá hả?*" Tôi không biết trả lời sao. Một lần khác tôi hỏi Ôn, "*Bạch Ôn, những lúc sốt cao như vậy, Ôn có đau lắm không?*" Ôn ôn tồn nói, "*Nằm yên thì không đau.*" Đọc lại đoạn Kinh trên tôi hiểu hơn cái "nằm yên thì không đau" mà Ôn muốn nói. Xưa Đức Thế Tôn cũng đã nói, "*Khi Ta không suy niệm tất cả tưởng, nhập vô tướng tâm định, thân an ổn, không có não hoạn.*" Nếu xưa Đức Thế Tôn tự biết thời, đã bằng ý định tam muội, xả thọ hành và lưu mạng căn, chờ chúng tỳ-kheo, tỳ-kheo-ni, ưu-bà-tắc và ưu-bà-di của Ngài hội đủ, chờ cho bốn chúng đệ tử của Ngài "*lại có thể tự điều phục, dũng mãnh, không khiếp sợ, đã đến chỗ an ổn, đã đạt mục đích của mình, là hướng đạo của loài người, rao giảng kinh giáo, hiển bày cú nghĩa, nếu có dị luận thì có thể hàng phục bằng Chánh Pháp… quảng bố phạm hạnh, diễn rộng giác chi, khiến cho chư Thiên và loài người thảy đều thấy được sự thần diệu,*"[6] thì nay Ôn vì công việc của Hội Đồng Hoằng Pháp, của Hội Đồng Phiên Dịch và nhiều việc khác cần thu xếp ổn thoả trước khi thị tịch nên Ôn đã nhẫn chịu sự đau nhức của thân ngũ uẩn sắp đến thời kỳ hoại diệt, tan rã. Thời gian ấy là khoảng thời gian đau lòng nhất và cũng là khoảng thời gian tôi được trưởng dưỡng trong Pháp hơn lúc nào hết. Ôn đã dạy tôi bằng đời sống của Ôn. Ôn tinh cần phiên dịch chú giải Kinh không biết mệt mỏi. Ôn dạy tôi năng lực của Thiền Định trong khi khéo léo trấn an tôi: "*Một vị chứng Sơ thiền thì không ai có thể làm tổn hại được.*" Ôn dạy tôi sự im lặng của bậc Trí. Và bằng tâm Từ Bi vô lượng, Ôn đã nhiếp phục, đã hóa giải những điều tưởng chừng như bất khả.

Những giờ trà của mùa hạ cuối cùng ấy cứ thế qua dần đi. Trong một lần uống trà, Ôn biểu tôi liên hệ bên Đài Loan cho Diệu Nguyệt (cô đệ tử của tôi) thọ giới Thức-xoa-ma-na. Và sau đó cứ mấy hôm Ôn lại hỏi, "*Khi nào đi Đài Loan.*" Hơn ai hết, tôi biết Ôn chưa từng quên một điều gì. Ôn hỏi đi hỏi lại chỉ vì muốn cho tôi hiểu sự quan tâm mà Ôn dành cho tôi–người học trò luôn nhỏ dại trong mắt Ôn–cũng như người đệ tử cháu Diệu Nguyệt còn thơ dại trong Pháp mà thôi. Sau này tôi mới hiểu, khi Ôn tịch rồi, chính những ký ức như thế này đã tiếp thêm sức mạnh cho tôi, để tôi đứng dậy, đi tiếp.

Sau mùa an cư ấy, Ôn lên Sài Gòn để tái khám. Mấy hôm sau đó, hai thầy trò tôi từ Long Thành lên bệnh viện thăm Ôn trước khi đi Đài Loan. Sáng hôm ấy mấy Ôn con cùng uống trà thật vui. Lâu lâu Ôn lại nhìn đồng hồ treo tường nhắc, "*Coi chừng trễ giờ bay nghe không.*" Lúc này, ngồi viết những dòng này, tôi càng thương Ôn hơn, càng kính phục sức nhẫn chịu của Ôn. Thì ra Ôn sợ tôi lo, không chịu đi Đài Loan mà đã tỏ ra rất khoẻ khoắn, như không có chuyện gì xảy ra cả.

Sáng 18 tháng 9 năm 2023, hai thầy trò tôi vô bệnh viện thăm Ôn. Chỉ sau bảy ngày từ Đài Loan trở về, thế mà mọi việc khác hẳn đi. Tôi pha trà Ôn uống như thường lệ. Mấy Ôn con cùng ăn bánh trung thu Đài Loan tôi mang về. Trong phòng lúc ấy có thêm 4 thầy túc trực bên Ôn nữa. Ôn quay sang bảo tôi, "*Lát nữa Bác sĩ khám xong, Khánh Năng lại đây Thầy dặn một chút.*" Tôi dạ. Và khi tôi đến gần bên thì Ôn nói: "*Kể Thầy nghe đi Đài Loan có gì vui, rồi Thầy dặn công việc một chút.*" Ôn ngừng một lúc rồi lại nói: "*Thôi, để Thầy nói trước.*" Và Ôn nói, "*Giờ không giấu nữa, Bác sĩ nói ung thư đã vô tới phổi, bây giờ thời gian tính từng ngày từng giờ…*" Đó là lần đầu tiên Ôn hiện tướng cho biết ngày nhập diệt sắp gần kề. Trưa ấy thăm Ôn về, tôi xin chị Kim Liên cho hai thầy trò ở nhờ nhà chị để vô ra bệnh viện với Ôn; tôi quyết định ở lại Sài Gòn, chứ không về dưới thất ở Long Thành nữa.

Sáng hôm ấy tôi thỉnh Ôn chứng minh truyền lại y cho Diệu Nguyệt. Ôn nói, "*Chờ về chùa để nói được nhiều điều.*" Vậy mà chỉ ba hôm sau thì Ôn ngoắt tay gọi tôi lại bảo, "*Con mang y vô để Thầy truyền y cho Diệu Nguyệt kẻo tội.*" Tôi dạ và nhanh chóng nhìn đi hướng khác. Tôi tránh đối diện với ánh nhìn của Ôn, tôi không muốn để Ôn nhìn thấy sự yếu đuối trong tâm tôi lúc ấy. Vì tôi biết rõ, điều đó cũng có nghĩa Ôn sẽ không về lại thất ở chùa Phật Ân được nữa cho đến khi tịch.

Hai giờ chiều hôm ấy hai thầy trò tôi quay lại bệnh viện. Sau khi Bác sĩ đưa Ôn đi hút dịch tràn vô phổi lên, vừa thấy tôi Ôn liền bảo: "*Cho Thầy năm phút.*" Nhìn Ôn thở dốc, lòng tôi nghẹn lại. Tôi thưa, "*Dạ, Ôn nghỉ ngơi đã, khi nào cũng được mà Ôn.*" Ôn bảo, "*Thầy không còn nhiều thời gian nữa.*" Đúng năm phút sau thì Ôn bắt đầu dạy và truyền y cho Diệu Nguyệt. Ôi! Từ Bi tâm vô lượng của Ôn! Ôn là minh chứng của Pháp, vì Pháp. Ôn luôn vì lợi lạc của người khác mà không nề mệt nhọc để truyền dạy cho đến hơi thở cuối cùng. Thời gian ấy Ôn cứ thế mà giải quyết từng việc một; kêu riêng một số Thầy, Cô đến dặn dò. Thời gian ấy cũng là thời gian hai vợ chồng cô Hợi (em gái của Ôn) và chị Na (con gái của nhà văn Nhã Ca) từ Pháp và Thụy Điển về. Hai vợ chồng cô Hợi vì lớn tuổi nên thuê khách sạn gần bệnh viện để tiện đi bộ vô ra. Còn chị Na thì cùng với hai thầy trò tôi ở nhờ nhà chị Kim Liên ở quận Bình Thạnh, ngày ngày cùng đón xe Grab vô bệnh viện. Trong suốt thời gian Ôn nhập viện đó, chúng tôi chứng kiến có những ngày Ôn sốt cao nằm vùi, hơi thở yếu ớt; và cũng có những ngày nhìn Ôn khoẻ khoắn lạ thường, vô bệnh khi Ôn cần giải quyết việc gì đó cho xong. Tuy vậy, chúng tôi vẫn không tài nào hiểu được nghị lực và định lực phi thường ấy của Ôn.

Một tháng cũng nhanh chóng qua đi. Hai vợ chồng cô Hợi và hai vợ chồng chị Na phải trở về Pháp và Thụy Điển. Ngày chị Na chào Ôn đi, Ôn hỏi, "*Bên đó về Việt Nam xin visa có khó không?*" Khi nghe chị trả lời là không khó thì Ôn nói, "*Vậy ổn rồi. Đi về đi rồi tháng sau quay lại.*" Trên đường về, chúng tôi nói với nhau: Ôn mình thiệt là, từ Thụy Điển về mà Ôn làm như từ Long Thành lên vậy. Chúng tôi đâu biết được, Ôn tự biết thời khắc, có điều Ôn không tiện nói rõ cho chúng tôi ngày nào ra đi thôi. Sau khi mọi người đi hết, tôi không được vô bệnh viện nhiều nữa, mà chỉ hạn chế còn 2 tiếng mỗi ngày. Giai đoạn đó cô Đào cũng qua ở lại nhà chị Kim Liên để cùng chị nấu ăn cho Ôn và mấy thầy.

5 giờ 30 mỗi sáng, hai thầy trò tôi xách thức ăn, đón xe grab từ Bình Thạnh qua Bệnh viện Quốc tế Mỹ ở quận 2 để đúng 6 giờ Ôn dùng sáng. Mấy thầy túc trực bên Ôn cả đêm nên chia nhau ngủ. Khi vào, để mấy thầy được ngủ thêm, tôi dọn thức ăn và thỉnh Ôn dùng. Sau khi Ôn dùng xong thì chúng tôi cùng nhau ăn sáng. Thường khoảng 7 giờ là Ôn biểu "*pha trà uống*", 8 giờ hai thầy trò tôi ra về. Lần nào cũng vậy, mỗi khi tôi chào Ôn ra về Ôn đều nói, "*Ừ, mai vô nghe.*" Ngày ngày đi qua như vậy cho đến gần cuối tháng 10 dương lịch khi Ôn được đưa từ bệnh viện về nhà Quảng Diệu Trần Bảo Toàn. Từ lúc ấy hai thầy trò tôi không được đến mỗi ngày nữa. Tôi về lại thất ở Long Thành và chỉ được lên thăm Ôn hai bữa một tuần. Mỗi lần lên Sài Gòn thăm Ôn về, tôi đều gọi kể cho cô Hợi và chị Na tình hình sức khoẻ của Ôn để mọi người yên tâm. Linh cảm cho tôi biết Ôn sẽ về lại Long Thành dịp giỗ Ôn Trí Quang. Tôi nói với cô Hợi và chị Na ráng thu xếp để về lần cuối với Ôn. Đến bây giờ tôi vẫn không hiểu vì sao tâm tôi lúc ấy lại nghĩ Ôn sẽ về Long Thành dịp giỗ Ôn Trí Quang nữa. Tôi hối quý vị nhanh nhanh về để được ở gần Ôn thêm dăm hôm, vì cứ nghĩ là Ôn sẽ ra đi hôm 14 hoặc Rằm tháng 10 âm lịch. Tôi đoán sai 3 hôm. Cũng may là quý vị về đến Phật Ân sáng 12 âm lịch, kịp gặp Ôn lần cuối.

Đầu giờ chiều ngày 12 tháng 10 âm lịch, chúng tôi–hai vợ chồng cô Hợi, chị Na, hai vợ chồng chị Hoa, chị Kim Liên và hai thầy trò tôi–từ Phật Ân đi bộ qua thất tôi đang ở để hai vợ chồng cô Hợi nghỉ ngơi sau một chuyến bay dài. Mọi người uống trà nói chuyện một lúc. Sau đó hai vợ chồng cô Hợi qua phòng bên để nghỉ. Chị Kim Liên và hai vợ chồng chị Hoa lên lại Sài Gòn. Chị Na và tôi định rửa bộ ấm trà xong rồi qua lại với Ôn. Đang loay hoay với bộ ấm trà thì thầy Quảng Ngộ gọi điện bảo, "*Cô qua gấp nghe.*" Tôi nhìn chị Na, cả hai chúng tôi lúc đó như đã mơ hồ hiểu… Tôi qua gọi hai vợ chồng cô Hợi, và chúng tôi đi bộ thật nhanh qua thất Ôn. Lúc ấy là 16 giờ chiều. Quý thầy chùa Phật Ân đang quỳ ngoài hành lang phòng Ôn đồng thanh niệm Phật. Chúng tôi vô phòng Ôn. Ôn nằm bất động. Quý Thầy và Cô hiện diện lúc ấy đều y hậu chỉnh tề niệm Phật. Riêng tôi, tôi quỳ xuống một bên, để mặc những giọt nước mắt cứ thế rơi.

Một lúc sau thì Ôn Minh Tâm vào. Ôn bảo tất cả Ni và Phật tử nữ tạm ra phòng kế bên. Trong phòng lúc đó chỉ còn lại Ôn Minh Tâm và mấy thầy. Khoảng 15 phút sau thì chúng tôi được phép vô trở lại. Lúc này nhục thân Ôn trong áo hậu vàng. Một số các Thầy, Cô thay phiên nhau hầu bên nhục thân Ôn. Tôi lúc ấy không khóc, nhưng cảm thấy thân tâm mình như bị đóng băng. Tôi ngồi lặng bên nhục thân Ôn. Khoảng 21 giờ khi ngước nhìn lên, bỗng dưng tôi thấy nét mặt và khuôn miệng Ôn như mỉm cười nhẹ. Nhờ nụ cười nhẹ ấy mà tâm tôi đã nhẹ hẳn đi. Một thời gian sau thì nước chảy ra từ khoé miệng Ôn; thủy đại đã rã. Về khuya, các Thầy, Cô đều rút đi nghỉ ngơi. Căn phòng trở nên vắng lặng, u tĩnh. Chỉ còn lại hai thầy trò tôi và vài vị cư sĩ. Tôi đứng dậy đảnh lễ Ôn, trong tâm thầm phát nguyện những điều mà tôi chưa nói với Người lúc Người còn sống. Chúng tôi ngồi như vậy cho đến 6 giờ sáng hôm sau.

Mãi đến hôm nay khi đọc lại bài Kinh Du Hành, thì tôi mới thấy hình ảnh ngài A-nan vin thành giường than khóc khi Đức Thế Tôn nhập diệt thật thân thương và gần gũi biết bao: "*Như Lai diệt độ sao mà vội thế! Đại pháp chìm lặng làm sao nhanh quá! Con mắt thế gian diệt mất thì chúng sanh suy đoạ lâu dài! Ta nhờ ơn Phật xuất gia mà chỉ đạt được bậc học địa, nhưng sự nghiệp tu chưa thành mà Như Lai đã diệt độ.*"[7] Ngài A-nan là minh chứng bình dị mà thiêng liêng của tình thầy trò. Ngài là sự đồng cảm sâu sắc nhất cho những giọt nước mắt lặng thầm rơi của tôi từ khi Ôn tịch cho đến sau lễ trà tỳ và mãi đến sau này.

Mấy ngày liền tôi đọc đi đọc lại Kinh Du Hành. Mỗi lần đọc lại, hình ảnh Đức Thế Tôn và chư Thánh Tăng bao quanh lúc Ngài nhập Niết-bàn càng rõ nét trong tâm tôi. Mỗi lần đọc lại, tôi như được sống thêm một lần nữa những ngày tháng bên Ôn. Tôi cảm thấy Ôn như vẫn còn đây, bên tôi, trong tôi. Càng đọc, tôi càng cảm nhận rõ hơn tâm Đại Từ Bi và Tuệ nhãn không hạn lượng của Đức Thế Tôn.

Khép lại trang Kinh. Tôi nghe như văng vẳng bên tai mình lời di giáo tối hậu của Đức Thế Tôn:

"A-nan, Ta cũng biết trong chúng này dù một vị tỳ-kheo nhỏ nhất cũng thấy được dấu Đạo[8], không còn đoạ vào đường dữ, chỉ trải qua bảy lần sinh lại cõi Dục này để tu hành là dứt hết thống khổ." …

"Các ngươi hãy quan sát rằng, Như Lai mỗi khi xuất thế, như hoa ưu-đàm-bát lâu lắm mới hiện một lần."…

"Thế nên các tỳ-kheo chớ có buông lung. Ta chính nhờ không buông lung mà được thành Đẳng Chánh Giác. Vô lượng điều lành toàn nhờ không buông lung mà có được. Hết thảy vạn vật đều vô thường, đó là lời dạy cuối cùng của Như Lai."[9]

Tôi chợt nhớ ra lời nhắc nhở cuối cùng của Ôn: "*Thế gian hằng như mộng.*" Đó là câu đề tặng cuối cùng bằng chữ Hán Ôn viết cho tôi ở tập thơ *Dreaming the Mountain* trong mùa hạ cuối cùng ấy. Trước đó một năm, mùa hạ năm 2022, Ôn cũng đã cho tôi bức thư pháp với nội dung tương tự bằng chữ Nôm:

"*Thời gian vỗ cánh ngang đầu*
Sanh già bệnh chết tránh đâu vận cùng
Khổ đau là khối tình chung
Ai nâng cõi thế qua bùn tử sinh."

Hoặc gần hoặc xa, lúc trực tiếp lúc gián tiếp, Ôn đã từng bước chuẩn bị tâm cho tôi. Ấy vậy mà ngày Ôn tịch, tôi thấy mình như rơi xuống một khoảng không mênh mông, không một điểm tựa.

Mùa Phật Đản năm nay, lần giở trang Kinh xưa, tôi chỉ muốn cúng dường lên Đức Thế Tôn, cúng dường lên Ôn tâm ý lãnh thọ và nỗ lực thực hành Chánh Pháp của mình.

Kính lễ Đức Thế Tôn, đấng Đạo Sư Vô Thượng, Đại sa-môn tối cao, đấng Đại Hùng bậc nhất, đấng Thiện Thệ tối thượng, Chí Tôn giữa trời người.

Kính lễ đấng Vô cấu, trừ sạch các uế trược, Tuệ nhãn không hạn lượng.

Kính lễ đấng Vô đẳng, hy hữu khó nghĩ nghì.

Kính lễ Ôn, người Thầy đã cho con thêm một lần nữa được sinh ra trong Pháp. ■

Mùa Phật Đản tha phương 2569 –
Ất Tỵ 2025

[1] Tuệ Sỹ dịch & chú, *Thanh Văn Tạng, Tập 1: Kinh Bộ I, Trường A-Hàm, quyển 1* (Giáo Hội Phật Giáo Việt Nam Thống Nhất: Hội Đồng Hoằng Pháp, 2022), 95-191.

[2] Tuệ Sỹ dịch & chú, *Thanh Văn Tạng, Tập 1: Kinh Bộ I, Trường A-Hàm, quyển 1*, 114.

[3] Tuệ Sỹ dịch & chú, *Thanh Văn Tạng, Tập 1: Kinh Bộ I, Trường A-Hàm, quyển 1*, 121.

[4] Theo bản Pāli: "*Này A-nan, trong giáo pháp, Như Lai không bao giờ là vị thầy có bàn tay nắm chặt.*" Nghĩa là Như Lai không bao giờ giấu giếm, không chỉ dạy hết.

[5] Tuệ Sỹ dịch & chú, *Thanh Văn Tạng, Tập 1: Kinh Bộ I, Trường A-Hàm, quyển 1*, 115.

[6] Tuệ Sỹ dịch & chú, *Thanh Văn Tạng, Tập 1: Kinh Bộ I, Trường A-Hàm, quyển 1*, 116.

[7] Tuệ Sỹ dịch & chú, *Thanh Văn Tạng, Tập 1: Kinh Bộ I, Trường A-Hàm, quyển 1*, 155.

[8] Đã chứng quả Dự lưu

[9] Tuệ Sỹ dịch & chú, *Thanh Văn Tạng, Tập 1: Kinh Bộ I, Trường A-Hàm, quyển 1*, 159.

Hội Đồng Hoằng Pháp tổ chức Lễ Tưởng niệm Đại tường Cố Trưởng lão Hòa thượng Thích Tuệ Sỹ

**Tại Mỹ Châu:* Tu Viện Đại Bi, California Hoa Kỳ
Chủ nhật, ngày 30.11.2025 - nhằm 11 tháng 10 năm Ất Tỵ

**Tại Âu Châu:* Khánh Anh Đại Tự, Paris Pháp quốc.
Chủ nhật, ngày 30.11.2025 -nhằm 11 tháng 10 năm Ất Tỵ

Viện Tăng Thống GHPGVNTN tổ chức Lễ Tưởng niệm Đại Tường tại Tổ đình Phật Ân Đồng Nai: Chủ Nhật 30.11 và Thứ Hai 01.12.25 - nhằm 11 và 12 tháng 10 Ất Tỵ.

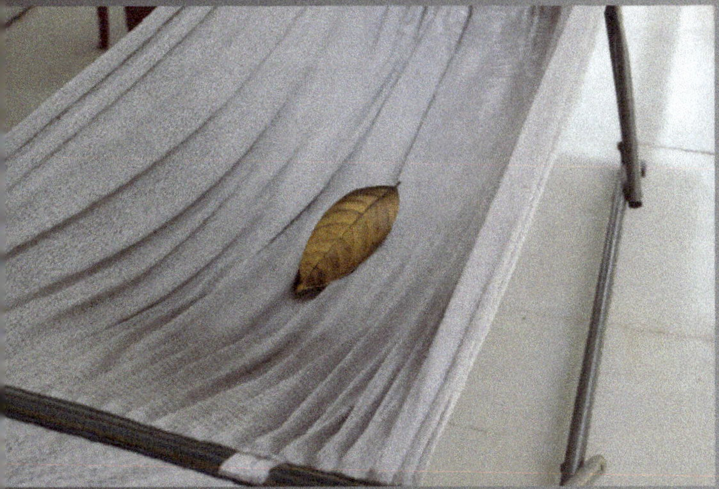

Chiếc võng trước mái hiên nơi HT Tuệ Sỹ thường nằm (Ảnh: Nguyên Đạo)

Trần Trung Đạo

CHIẾC VÕNG MÙA THU (trích)

(...)

Nhìn chiếc lá nằm yên trên võng chợt nghĩ đến Thầy Tuệ Sỹ. Ngày xưa ở Già Lam, Thầy cũng treo chiếc võng bên ngoài phòng ngủ trên lan can hẹp. Dọc lan can là những chậu lan.

Nhưng căn phòng ấm cúng không giữ được đôi chân hành giả. Rồi Thầy ra đi. Trên hành trình đó nhiều bài thơ mới được sáng tác, nhiều tư tưởng mới được ra đời. Hòa thượng Phước An, bạn thân thiết của HT Tuệ Sỹ, viết về những chuyến đi của HT Tuệ Sỹ: "Anh có cách đi riêng của anh, không phải đi đến chân trời góc bể xa xôi nào, mà chính là tại nơi đây, nơi mảnh đất đang quằn quại trong đau khổ này, anh đã lên đường tìm kiếm chân trời viễn mộng".

Im lặng là cách nói và đi là cách viết của Thầy. Thầy chưa hề thở than dù trong bóng tối của nhà tù, khi độc hành vô định hay trong cơn đau của bệnh ung thư giai đoạn cuối. Thầy không chỉ giảng dạy về Duy Thức, Tánh Không, Trung Quán Luận hay vai trò của trí thức trong thời đại mà chính những bước chân trong im lặng của Thầy là bài học sống, là tấm gương cho các bậc Tăng Ni, Cư sĩ, các thế hệ GĐPTVN và của những ai còn theo dõi dấu chân tư tưởng của Thầy.

Chuyến đi cuối cùng của Thầy trên thế gian là ngày 23 tháng 11, 2023. Thầy ra đi không mang theo gì cả nhưng để lại cho chúng ta rất nhiều. Công trình văn hóa của Thầy vẫn đang được Hội Đồng Hoằng Pháp sưu tập, tổng kết và sẽ lần lượt phổ biến. Chư tôn đức Tăng Ni và nhiều Cư sĩ thiện trí thức làm việc ngày đêm.

Thầy như chiếc lá nằm yên trên võng vào một ngày cuối thu khi duyên trần gian đã hết. Trong cuộc tuần hoàn trùng trùng sinh diệt, chiếc lá chết khô nhưng cùng lúc những mầm xanh lại được sinh ra, cho hôm nay, cho ngày mai và mãi mãi về sau. (...) ■

Nguyên Đạo
Văn Công Tuấn

BEETHOVEN & Eroica – Hợp âm của *biển và người*

DẪN TỪ: *Những buổi trưa Sài Gòn đầu thập niên 1970, có hôm nắng nóng đến mức tưởng như thời gian cũng lười chuyển động. Thành phố nằm yên lim dim giấc ngủ trưa. Trong Phòng Âm Nhạc của Đại học Vạn Hạnh – nơi tôi thường tìm đến để trốn nắng và nghe nhạc (căn phòng duy nhất có gắn máy lạnh để bảo quản nhạc cụ và dàn máy do anh Phạm Trung Cang quản lý; giờ nghỉ trưa cửa đóng kín chỉ một vài nhân viên được vào) – vang lên tiếng đàn dương cầm của Thầy. Những khúc Beethoven. Thầy tận dụng những giờ trưa vắng để tập đàn. Khi ấy, tôi còn rất trẻ – một sinh viên nghèo gốc miền Trung, chưa từng biết đến nhạc cổ điển Tây phương. Tôi không hiểu hết những hợp âm ấy nói gì, chỉ lặng nhìn đôi tay Thầy lướt trên phím đàn, và cảm nhận mơ hồ rằng có điều gì rất lớn đang khẽ chuyển mình trong từng nốt nhạc.*

Nhiều năm sau, khi đã sống ở châu Âu và trong sinh hoạt của gia đình có ít nhiều gắn bó với âm nhạc, tôi dần hiểu thêm về nhạc cổ điển Tây phương. Ngồi nghe Giao hưởng Eroica tại Elbphilharmonie Hamburg lần này, tôi chợt nhận ra những hợp âm ấy với tôi không chỉ thuộc về Beethoven, mà còn thuộc về Thầy – người đã gieo vào tôi niềm tin rằng âm thanh có thể mở ra những cánh cửa trong tâm hồn.

Hôm nay sắp đến Lễ Đại Tường của Thầy, tôi viết những dòng này như một khúc tưởng niệm – như thể

nhân đạo của nước Đức, từng cứu hàng vạn thuyền nhân Việt Nam trên biển Đông. Đó là tháng Chín năm 1986. Cùng mấy mươi người Việt khác tôi đã đứng ở bến cảng này để đón con tàu quay về cảng Hamburg sau chuyến cứu hộ cuối cùng, mang theo 357 thuyền nhân được nước Đức tiếp nhận. Trong ký ức tôi, buổi chiều hôm đó như một bản nhạc có mùi muối mặn của Thái Bình Dương và nước mắt. Có tiếng còi tàu trầm và dài, gió thổi tiếp qua cầu tàu Landungsbrücke mang theo hơi thở của những người đã được vớt lên từ ranh giới sinh tử. Cho nên - Hamburg là nơi hiểu rõ hơn ai hết ý nghĩa của "bờ bên kia."

trong tiếng nhạc ấy, tôi vẫn nghe thấy bước chân Thầy trở về, cùng Beethoven, giữa biển và người.

Đây cũng là một trong những kỷ niệm hiếm hoi tôi còn giữ được với Thầy – Thầy Tuệ Sỹ – trong những ngày đẹp sống gần Thầy ở Nội Xá Đại học Vạn Hạnh Sài Gòn.

Con đang nhớ Thầy lắm.

[1] Những Con tàu và Bờ bên kia

Có những chuyến đi không mang theo hành lý, chỉ mang theo một âm thanh. Nhà soạn nhạc đại tài Ludwig van Beethoven đã viết về một chuyến đi như thế – một hành trình không hướng về đích, mà hướng vào tận cùng sâu thẳm của con người. Ông đặt tên cho nó là *Eroica*.

Tối ấy, thành phố cảng Hamburg ướt và ẩm giống như có ai đó vừa rũ xuống một tấm mền mưa khổng lồ lên sông Elbe. Mùi rong rêu từ nước quyện với tiếng gió len qua những mái nhà gạch đỏ. Trên con đường vắng lát đá, ánh đèn vàng hắt xuống phản chiếu lấp lóa như hàng ngàn mảnh ký ức vụn. Tôi bước chậm lại vì muốn nghe rõ được tiếng giày mình gõ lên mặt đường – như nhịp mở đầu cho khúc nhạc sắp vang lên ở Elbphilharmonie.

Vâng, là buổi tối ấy – tối ngày 20 tháng Mười Một, năm 2024. Lần này tôi đến Elbphilharmonie Hamburg, không phải để giải trí suông, cũng không vì có người thân trong dàn nhạc. Âm nhạc của Beethoven làm tôi liên tưởng đến một vị Thầy đã gieo vào tôi những nốt nhạc cổ điển Tây phương đầu tiên trong đời. Và tôi tìm đến đây cũng vì một dòng chữ được in nghiêng và đậm trong chương trình buổi hòa nhạc: *"Âm nhạc không cứu người khỏi chết – nhưng không để họ bị lãng quên."*

Quay về thành phố cảng này, nơi tôi từng sinh sống trong suốt hơn hai mươi năm thời học đại học và bắt đầu đi làm, tôi bỗng nghĩ đến một con tàu từng cập bến ở đây: *Cap Anamur 2* - con tàu

Bên ngoài nhà hát Elbphilharmonie nước dòng sông Elbe vẫn lặng lẽ đổ ra Bắc Hải (Nordsee); bên trong *Dàn nhạc Giao hưởng Resonanz Hamburg** đang chuẩn bị trình diễn *Eroica*.

Giữa con tàu cứu nạn và bản giao hưởng ấy, tôi nhận biết có gì đó rất giống nhau. Cả hai đều không đứng yên. Cả hai chỉ có ý nghĩa khi đưa được ai đó đến một nơi khác – nơi an toàn hơn, hay đơn giản là yên tĩnh hơn trong chính tâm mình."

Tìm vào đúng hàng ghế sau khi đi qua một cầu thang cuốn dài và cao vút. Ngay khi đèn trong hội trường dần dịu xuống, hình ảnh một con tàu khác lại hiện ra: *Sea-Watch 3* — thân sơn màu bạc, mũi tróc lở, chở 53 con người lênh đênh suốt hai mươi mốt ngày trên Địa Trung Hải mùa hè năm 2019. Kém may mắn cho họ là lúc ấy không quốc gia nào cho họ cập bến. Khi bệnh tật và kiệt sức lan khắp boong, nữ thuyền trưởng Carola Rackete người Đức đã quyết định cho tàu cập bất hợp pháp vào cảng Lampedusa – và bị bắt ngay khi tàu vừa chạm bờ.

Trên bức ảnh, một hàng người ngồi sát nhau, áo phao đỏ quấn cổ, mắt nhìn chốn vô định. Biển quanh họ xanh sẫm hun hút đến mức gần như đen. Có người viết dòng chữ: "Chúng tôi đi tìm đất để sống." Có người viết tên mình lên áo phao – để nếu rơi xuống, thiên hạ còn biết mình là ai. Có người giữ khư khư một chiếc điện thoại đã hết pin – như giữ lấy một mảnh nối với một đời sống khác.

Những hành trình như thế thật ra không hề mới mẻ. Vì lịch sử loài người là lịch sử của những cuộc ra đi – từ rừng sâu tới đồng bằng, từ lửa đến ánh sáng. Nhưng trong câu chuyện 21 ngày lênh đênh của Sea-Watch 3, tôi nhận ra một điều khác: *đôi khi "bờ bên kia" không nằm ở phía trước, mà ở trong lòng người rời bến.*

[2] Một Hợp âm Nhân đạo

"Eroica" - Sinfonie Es-Dur op. 55 – tên gọi ấy trong tiếng Ý, nghĩa là *"Anh Hùng Ca"*. Nhưng đúng nghĩa đó không chỉ là bản nhạc cho một anh hùng, mà là cho những kẻ du hành, những kẻ lưu vong, những "diaspora" trong thế kỷ chúng ta. Hằng ngày những cảnh tượng tương tự như vậy vẫn tiếp tục diễn ra – không chỉ ở biển Đông như mấy thập kỷ trước; mà khi thì ở Địa Trung Hải, biên giới Mỹ – Mexico, hay vùng cận Sahara. Ở khắp mọi nơi, mọi lúc! Người ta không chỉ chạy trốn khỏi chiến tranh hay đói nghèo, mà còn chạy trốn khỏi sự phán xét, khỏi chính trị loại trừ, khỏi những định kiến mang tính hệ thống. Do vậy, chữ "tỵ nạn" bây giờ không chỉ là một tình trạng của người khác – mà là của tất cả, dưới nhiều hình thức khác nhau.

Khi đề cập đến âm nhạc Beethoven thông thường người ta hay nói đến *Giao hưởng số 5 – "Định mệnh"* – với bốn nốt nhạc huyền thoại như tiếng gõ cửa của số phận - Ta-ta-ta-TAA! Có khi người ta cũng nói đến *Giao hưởng số 9*, tức bản *"Ode to Joy – Khải Hoàn Ca"* khi được chọn làm bài ca chính thức của Liên minh châu Âu. Nhưng *Eroica*, giữa hai kiệt tác ấy, lại là một bước ngoặt thầm lặng – nơi Beethoven không chỉ phá vỡ khuôn mẫu của nhạc cổ điển, mà còn viết lại hành trình của chính thân phận con người: từ hỗn loạn đến thức tỉnh. Đích thực là như vậy!

Chương I – *Allegro con brio* – bắt đầu bằng hai hợp âm như hai nhát búa gõ vào yên lặng. Nó là tiếng cửa khép lại sau lưng người ra đi. Là khoảnh khắc của quyết định – rời bỏ cái cũ để tìm sự thật. Chương II – *Marcia funebre* – tang lễ trầm và sâu. Điểm đáng nói, đây không phải là tang lễ cho một người chết, nó chính là tang lễ cho những ảo tưởng – hay vọng tưởng trong ta. Chương III – *Scherzo* – là tiếng thở sau cơn dông, là nụ cười giữa hành trình. Và Chương IV – *Finale* – bừng sáng, không kết thúc bằng chiến thắng, mà bằng sự hòa giải giữa bi kịch và ánh sáng.

Sau một tràng pháo tay dài chào mừng dàn nhạc, khi nhạc trưởng Riccardo Minasi vung chiếc đũa lên cao và tiếng nhạc vang lên, tôi nghĩ ngay đến những con tàu – Cap Anamur, Sea-Watch, và cả con thuyền gỗ chỉ mười sáu mét chở hơn bảy mươi người của chúng tôi năm nào. Con thuyền ấy đã lênh đênh vô vọng sáu ngày đêm giữa Biển Đông, cái chết đã đến cận kề. Tất cả trước sau đều mang trong lòng cùng một hợp âm: *khát vọng được sang bờ bên kia.*

Trên sân khấu, nữ diễn viên Jasmin Tabatabai từ chỗ ngồi đứng lên di chuyển chầm chậm đến giữa sân khấu, rồi cất tiếng. Giọng cô vang lên giữa một khoảng lặng của hai lần hợp âm Es-Dur cộc lốc từ dàn nhạc giao hưởng:

"Könnt ihr mich hören? Ich bin Schauspielerin. Heute Abend leihe ich meine Stimme Menschen, die aufgebrochen sind, ins Ungewisse".

"Các bạn có nghe thấy tôi không? Tôi là một nữ diễn viên. Tối nay, tôi sẽ cho mượn giọng nói của mình để kể về những con người đã lên đường, bước vào khoảng không gian vô định".

Câu nói đó đã khiến cả khán phòng trên hai ngàn người hôm ấy trở nên hoang mang và nhỏ bé lại. Bởi tất cả đều hiểu rằng, âm nhạc đêm nay không chỉ là Bản Giao hưởng của Beethoven – mà là một *Nghi thức Nhân đạo.* Một lễ tưởng niệm cho những kẻ đã từng lên đường. Một lời nhắc rằng: *Âm nhạc, cũng như con tàu, chỉ có ý nghĩa khi nó đưa được ai đó đến bờ bên ấy.*

[3] Âm nhạc - Biển cả Cuộc đời

Ngồi nghe Eroica, tôi không chỉ nghe Beethoven. Tôi đã liên tưởng đến một ngón đàn ngày xưa ở Vạn Hạnh. Rồi qua hình ảnh ấy, tôi còn nghe thấy cả lời vang vọng từ một bậc vĩ nhân cách xa ông hàng ngàn năm, trên một lục địa khác – Tôi đang nghe đức Phật của tôi, đức Phật trong tôi.

Hành trình mà Beethoven viết ra trong bốn chương nhạc ấy cũng chính là hành trình của **một tâm thức đi qua bốn cõi:** *Khởi hành – Nhận diện – Tỉnh thức – Quay lại giữa cuộc đời.*

Chương I, Allegro con brio, là tiếng bước chân đầu tiên của Thái tử Tất-đạt-đa rời cung thành Ca-tỳ-la-vệ. Hai hợp âm đầu của Beethoven như tiếng hai cánh cửa thành đóng khép lại lúc con ngựa Kiền Trắc đưa Người trong đêm từ giã đi qua. Không còn vương miện, không còn yến tiệc – chỉ còn nhịp tim đập hòa cùng vũ trụ.

Chương II, Marcia funebre, là tang lễ cho những ảo tưởng. Ở đó, mọi vĩnh cửu mà ta từng tin đều tan như khói. Beethoven không than khóc một anh hùng đã chết, mà đang tiễn đưa phần *"chấp ngã "* trong chính mình. Hình ảnh khi Tất-đạt-đa lần đầu nhìn thấy bốn cảnh khổ: sanh – già – bệnh – chết; trong khoảnh khắc Ngài nhận ra: không ai thật sự mất đi, chỉ là thay hình đổi dạng trong dòng chảy của vô thường.

Rồi đến Scherzo, chương III – nhạc bỗng nhẹ, bừng sáng như tiếng suối giữa rừng. Trong đó người ta nghe ra có sự hồn nhiên, tinh nghịch, có cái vui bên cái khổ. Như khi đức Phật từ bỏ con đường khổ hạnh để bước vào thiền quán, khi Ngài cầm trên tay bát cháo của mục nữ Sujāta dâng. Khúc nhạc cũng bừng sáng như nụ cười của một hành giả khi đã ngộ ra rằng: nhờ có khổ đau mà ta mới nhận ra được hạnh phúc.

Và cuối cùng, chương IV Finale – chương biến tấu không dứt, nơi chủ đề cũ quay trở lại nhưng mỗi lần mỗi khác đi. Beethoven đã cho ta nghe thấy điều mà đức Phật dạy: "Không có gì mãi mãi tồn tại bất biến, mà cũng không có gì bị xóa mất hẳn đi". Tất cả đều chỉ là những biến tấu của một chủ đề duy nhất – *TÂM.*

Trong sảnh đường Elbphilharmonie Hamburg lúc này, giữa tiếng nhạc và với hai ngàn người yên lặng chung quanh, tôi chợt hiểu ra: Những điều Beethoven muốn nói và lời đức Phật dạy, tuy cách nhau mấy đại dương và đã cả ngàn năm mà thật ra không xa mấy. Mỗi hành giả bước đi trên con đường riêng, nhưng đều chạm đến cùng một âm hưởng: giải thoát khỏi bản ngã. Nhạc sĩ dùng âm thanh để chạm vào tâm con người. Bậc Đại Giác tỏa sáng bằng sự tĩnh lặng – không có thanh âm mà lòng người vẫn rung. Một người viết ra bằng hợp âm, một người bằng yên lặng của thiền quán và thân giáo. Nhưng đều chuyển tải một thông điệp.

Lắng nghe Eroica, tôi nhận ra chính điều đó: âm nhạc, như lòng từ – không chia ranh giới. Những người trên Sea-Watch 3 mùa hè năm 2019, những thuyền nhân trên Cap Anamur 2 năm 1986, hay hai ngàn người chúng tôi đang ngồi đây hôm nay – tất cả đều như đang ngồi trên những con tàu. Chỉ khác là mỗi người trôi dạt trong một đại dương khác nhau: biển nước, biển lòng hay biển âm thanh. Rồi lời Kinh *Hoa Nghiêm* hiện rõ lên trong tâm tưởng tôi - bản thể và hiện tượng "như nước với sóng". Sóng có thể cao thấp, cuộn xoáy hay lặng yên, xô nhau lớp trước lớp sau – nhưng nước thì vẫn là một.

Khổ, ở nơi nào và thời nào cũng cùng một vị; hễ còn thân, thì còn khổ, chỉ khác duyên mà hiện ra khác tướng.

[4] Hạt giống Âm nhạc

Âm nhạc của Beethoven không phải là thể loại thưởng thức nhắm mắt gật gù, ngón tay gõ nhịp – ít nhất là với *Giao hưởng Eroica* này. Nó vực dậy. Nó khiến người nghe phải đứng lên, bước qua bờ bên kia của chính mình. Từ những hợp âm khốc liệt của chương đầu, đến tiếng nghẹn ngào trong tang lễ, rồi niềm vui bất ngờ của Scherzo, và sự tái sinh ở Finale.

Nghe *Eroica,* trước mắt tôi đã hiện ra hình ảnh những con tàu bé nhỏ từng trôi dạt vô vọng giữa biển Đông năm xưa - trong đó chính mình và người thân từng tham dự. Rồi hình ảnh những ánh mắt, những bàn tay run run đón chiếc áo phao đầu tiên được thả xuống trong các bức ảnh của Sea-Watch.

Nhìn người con trai mình đang chăm chú và thích thú với nhạc cụ trên sân khấu, tôi chợt nhận ra rằng chẳng có hành trình nào là vô nghĩa; mỗi mất mát chỉ là một khoảng lặng, để đời sau đó có thể ngân vang. Rằng cái chết, suy cho cùng, chỉ là một sự biến tấu của sự sống – như hợp âm lúc chuyển sang giọng khác. Đó là vòng quay luân hồi! Và rằng, những đường biên giới kia, dù là trên mặt đất hay dưới nước thì cũng chỉ là một bến đậu của khổ đau và lòng từ - như những chặng đời con người trải qua.

Những cảm nhận về các âm điệu ấy đã được trao truyền, nuôi dưỡng trong tôi từ những lời ít ỏi mà Thầy Tuệ Sỹ từng nói với tôi về âm nhạc Tây phương ngày xưa, nói cho một chàng thanh niên quê mùa nhưng rất yêu nhạc. Những xúc cảm ấy đã được ấp ủ, không chỉ là những xúc cảm của những người chơi nhạc chuyên nghiệp như sau này tôi được tiếp xúc hay có quan hệ thân thiết. Đó còn là sự rung động, đồng cảm đích thực của một nghệ sĩ – lại là một ông thầy tu – với âm nhạc. Rất hiếm hoi.

Âm nhạc, từ ngày ở Vạn Hạnh với tôi đã trở thành thông điệp chở lòng từ bi, trao truyền trí tuệ. Bây giờ thì lại đậm nét hơn: Âm nhạc không cứu người, nhưng nó nhắc ta nhớ rằng mình là người. Khi nhân tính được đánh thức, bờ bên kia chẳng còn xa.

Và có lẽ, như thế cũng đã đủ. ■

(Kiel 11/2025)

* Những người thực hiện buổi hòa nhạc hôm ấy (20.11.2024) tại Đại Sảnh Đường Elbphilharmonie, gồm có:
Ensemble Resonanz Hamburg: Dirigent: Riccardo Minasi | Violine: Barbara Bultmann, Gregor Dierck, Skaist□ Dikšaityt□, Tom Glöckner, David-Maria Gramse, Corinna Guthmann, Juditha Haeberlin, Christine Krapp, Benjamin Spillner, Swantje Tessmann, Hyun-Jung Kim, Barbara Köbele, Katharina Licht | Viola: Neasa Ní Brain, David Schlage, Tim-Erik Winzer, Christian Marshall, Catharina Rauch | Violoncello: Saskia Ogilvie, Saerom Park, Moritz Benjamin Kolb, Lea Tessmann | Kontrabass: Sophie Lücke, Anne Hofmann, Benedict Ziervogel | Flöte: Christina Fassbender, Marcos Villalobos Ortiz | Oboe: Risa Soejima, Gonzalo Mejía | Klarinette: Marco Thomas, Regine Müller | Fagott: Volker Tessmann, Thomas Höniger | Horn: Tomás Guerra Figueiredo, Florian Cason, Víctor Cosío Lanza | Trompete: Nicolas Isabelle, Markus Schwind | Pauken: Bao-Tin Van Cong.
Diễn viên & thuyết trình Sea-Watch 3: Clemens K. Thomas & Jochen Voit: Bericht »21 Tage auf See – An Europas Grenzen« nach Tatsachenberichten von der Sea-Watch 3. Jasmin Tabatabai Sprecherin. Interaktives Forum mit Naika Foroutan, Max Czollek und Jana Puglierin.

Tưởng Niệm
Nhà Văn / Nhà Giáo

DOÃN QUỐC SỸ

Lời Tòa Soạn: Ngày 14.10.2025 cụ Doãn Quốc Sỹ, Pháp danh Hạnh Tuệ - là một nhà văn lão thành, nguyên Giáo sư Đại học Vạn Hạnh Sài Gòn, đã từ trần tại California Hoa Kỳ, thượng thọ 103 tuổi. Để tưởng nhớ Lão Cư Sĩ Phật tử Hạnh Tuệ, Tạp chí Viên Giác xin tuyển đăng một vài bài viết liên hệ nhằm giới thiệu đến độc giả sự nghiệp tư tưởng và văn học của ông. Ban Biên Tập Viên Giác.

Trần Kiêm Đoàn

DOÃN QUỐC SỸ
TỪ HIỆN SINH ĐẾN VÀO THIỀN

Nhà văn Doãn Quốc Sỹ mới qua đời tại Mỹ, hưởng Thọ 102 tuổi (theo lịch Âm là 103 tuổi). Ông là hàng nhà văn tiền bối cuối cùng trong thế hệ Chiến tranh Việt Nam vừa ra đi. Ông vừa là nhà văn, vừa là nhà giáo và cho rằng dạy học là nghề, viết văn là nghiệp. Như thế trong nhãn quan Phật giáo thì phải chăng văn chương là duyên và tác phẩm là "nợ" như khái niệm "duyên nợ trần ai" giữa đời thường.

Trong bối cảnh cuộc chiến Việt Nam, nhà giáo chỉ đứng trên bục giảng của một khung cảnh xã hội nhất định; nhưng là nhà văn thì phải đứng giữa hai lằn đạn của khuynh hướng chính trị và nhân sinh "bên này Pyrenees là chân lý bên kia là sai lầm" nên nhà văn phải cầm ngọn bút dựa trên liêm sỉ của tâm hồn mà đứng dậy. Đặc biệt Doãn Quốc Sỹ xuất thân từ miền Bắc, vào Nam, rồi qua Mỹ giữa trùng điệp Trường Sơn và Pyrenees – cả chân lý lẫn sai lầm – để tồn tại không phải là một sự xác định hiện sinh đơn thuần mà là một hành giả... vào thiền: Âm trầm, khí phách mà lặng lẽ bởi "kiến tánh" để về với chính mình, tiếp cận đạo lý nhân sinh và thong dong đi giữa cuộc đời lắm đê điều, be bờ chắn lối.

Văn chương như duyên:

Ông không chọn văn như một con đường chính để sống; ông chọn nó bằng mối xúc cảm, bằng tâm niệm, bằng những gắn kết nội tại với đời. Có thể nói, văn chương đến với ông như một duyên lớn: duyên với ngôn từ, duyên với thời cuộc, duyên với nỗi đau cá nhân và cộng đồng. Duyên ấy không dễ nhận biết, không dễ đếm được, nhưng một khi đã bám sâu trong tâm thức, nó dẫn lối để người ấy phải cầm bút, dõi nhìn.

Sự nghiệp là nợ:

Sự nghiệp – dạy học và những vai trò xã hội – là cái ông gánh vác trong đời. Người thầy có trách nhiệm, người nhà giáo chịu gánh nặng cho lớp trẻ, cho nền học thuật. Trong Phật học, "nợ" chẳng phải là cái xấu; nợ là trách nhiệm: nợ tổ tiên, nợ nhân sinh, nợ chữ nghĩa, nợ chúng sinh. Ông mang nợ ấy không hờ hững, không tầm thường; ông trả lời nó bằng tận tâm, bằng sự vững vàng, bằng lòng kiên nhẫn suốt nhiều thập niên.

Giao hòa duyên - nghiệp:

Với Doãn Quốc Sỹ, dạy học không tách rời văn chương. Dạy học là cách thắp lên ngọn đèn cho người khác; văn chương là cách ông đốt lên ánh lửa in lại vào tâm người đọc. Hai cái ấy giao nhau, không song hành riêng rẽ. Nếu văn chương chỉ là duyên, nó mong manh dễ trôi khi duyên hết. Nếu sự nghiệp chỉ là nợ, nó có thể biến thành oán than nếu không có ý thức hướng thiện. Ông đã vừa giữ duyên văn chương, vừa gánh nợ sự nghiệp; và phải chăng đó là cách người trí nên sống theo hướng nhìn Phật, vào thiền, lấy tinh thần "tự độ, độ tha" làm kim chỉ nam giữa dòng sống muôn vạn nẻo đường.

Nhà văn Doãn Quốc Sỹ là tác giả của hơn 15 tác phẩm văn chương, văn học và khảo luận mang tầm vóc quốc gia và quốc tế. Là nhà giáo, ông từng du học, tu nghiệp ở Hoa Kỳ và làm giáo sư tại các trường trung học Hà Nội, Sài Gòn và Đại học Sư Phạm, Văn Khoa Sài Gòn từ đầu những năm 1960. Khuynh hướng sáng tác văn chương của nhà văn Doãn Quốc Sỹ mang đậm tính nhân bản, tâm linh và hiện sinh, thể hiện qua ba tầm mức sau đây:

1. Khuynh hướng nhân bản: Bảo lưu phẩm giá con người

Doãn Quốc Sỹ luôn nhìn con người trong mối quan hệ giữa thiện và ác, giữa ánh sáng và bóng tối, giữa lý tưởng và sa ngã: Nhân vật trong các truyện như *Khu Rừng Lau, U Ám, Gió Trên Đảo Kinh, Chiếc Chiếu Hoa Cạp Điều...* thường là những con người nhỏ bé nhưng không buông xuôi, luôn hướng về cái đẹp, cái thiện dù phải chịu đau thương. Ông coi con người là trung tâm của mọi bi kịch và cứu rỗi. Đó là một khuynh hướng nhân bản tích cực đậm tính hiện sinh Việt Nam. Hiện sinh không mang dấu ấn của hoài nghi tuyệt vọng đầy lý tính phương Tây mà rất gần với tinh thần phá chấp Phật giáo và tự tại Thằng Bờm dân gian Việt Nam.

2. Khuynh hướng tâm linh: Phật học và hướng nội

Trong số 15 tác phẩm sáng giá của nhà văn Doãn Quốc Sỹ, cuốn *Vào Thiền* là tác phẩm mỏng nhất (dưới 100 trang) nhưng lại là tác phẩm tái bản nhiều lần nhất. *Vào Thiền* xuất bản năm 1970 với nội dung là những giai thoại và tùy bút về Thiền như: Lời Thiền, Đạo Thiền, Hư Vô và Thực Tại "Ai hay không có – có không là gì?"...

Tư tưởng Phật giáo của Doãn Quốc Sỹ được thể hiện qua những suy tư "vào thiền" trong tác phẩm không rao giảng giáo lý Thiền mà để sự tỉnh thức đến với Thiền; mời gọi độc giả cùng sống với các nhân vật tự chiêm nghiệm nỗi khổ, sự vô thường và con đường giải thoát bằng tâm an lạc, trí sáng soi, lòng từ ái. Nội dung mang nét tĩnh lặng, hướng nội, thẩm nhập chiều sâu thiền quán giữa khung cảnh chiến tranh cũng như hòa bình và ngay giữa vòng tao loạn. Phong vị văn chương

Từ trái sang phải: TS Bạch Xuân Khoẻ, TS Trần Kiêm Đoàn, Nhà văn, GS Doãn Quốc Sỹ, Thiền sư Thích Nhất Hạnh, Nhà văn Doãn Quốc Hưng (Photo VHPG)

trong *Vào Thiền* khác hẳn với dòng văn chương hiện sinh, hoài nghi, bất chấp, nổi loạn đầy tính chất đô thị ồn ào thời thượng đương thời.

3. Khuynh hướng hiện sinh: Căn bản đạo lý dân tộc

Sau 1954, trong bối cảnh chia cắt và khủng hoảng tinh thần, văn chương Doãn Quốc Sỹ đặt vấn đề "làm người giữa thời phi nhân". Nhưng khác với chủ nghĩa hiện sinh u ám, trầm tịch của Sartre hay Camus, Doãn Quốc Sỹ không tuyệt vọng, hướng tới hiện sinh cứu rỗi: Con người nhận diện bản ngã trong khổ đau và bằng tình thương vẫn có thể sống trọn đạo làm người Việt Nam giữa mọi hoàn cảnh, đem sự yên ắng trong chính mình để đối diện với bao nỗi lao đao ngoài xã hội.

Tính Thiền trong cõi Phật, tất cả đều là duyên trần. Cái gì do duyên sinh, cái ấy cũng do duyên diệt. Vì vậy, hợp hay tan đều chỉ là hai trạng thái tạm thời của dòng duyên sinh vô thường, không có gì cố định hay vĩnh cửu. Hiểu được vậy là bước đầu của trí tuệ buông xả. Còn duyên thì gặp, hết duyên thì chia nên sự nghiệp cho dù lớn lao đến mấy, cũng chỉ là khúc quanh trong dòng vô thường. Nên duyên nợ văn chương riêng một góc trời nghệ thuật như Doãn Quốc Sỹ, đem bút vào thiền không phải là cách nói ước lệ, mà là bản tâm, là nội quan soi chiếu cả đời.

Viết giữa chiến tranh, hậu chiến, hải ngoại, nhân vật cũng như hoàn cảnh sống giữa lịch sử nhiều biến động mà vẫn mang được nét như như tịnh không là bài toán khó. Đôi khi văn chương phải đối mặt với áp lực chính trị, kiểm duyệt, định kiến, cường quyền nên cần "tiến những bước lùi" để giữ cái nhân. Chất Thiền trong cuộc sống lắm lúc vô hình vô ảnh; cuộc hành trình cũng là hành hương trong thanh tịnh nhưng nhà văn đã trải nghiệm bao điều sinh diệt trong từng nháy mắt trên đường sáng tạo. Vị Thiền đầy ý nghĩa trong tác phẩm văn chương của Doãn Quốc Sỹ là không chạy đua với thời thịnh sự. Ông là một nhà văn thiên về chiều sâu, từ tốn, không bám theo xu hướng thị trường, không chạy theo cái danh, không đánh đổi tính chân thật để được nổi bật; ông giữ vững lập trường văn chương của mình, giữ cái chất đặc thù của người trải nghiệm nhiều tầng lớp biến động.

Khi nhà văn Doãn Quốc Sỹ phát hành *Vào Thiền* vào năm 1970 là thời điểm tôi tốt nghiệp Đại Học Sư Phạm Huế và đang sinh hoạt với nhóm Thiền học của Liên Gia Đình Phật Tử Thừa Thiên Huế, thường vẫn lấy tư tưởng *Thiền Luận* của Suzuki và sách báo Phật học của Đại học Vạn Hạnh với những tên tuổi của các tu sĩ và trí thức Phật giáo như quý thầy Thiên Ân, Minh Châu, Nhất Hạnh, Tuệ Sỹ, Trí Siêu, Nguyễn Đăng Thục, Phạm Công Thiện... Chúng tôi nắm bắt ngay cơ hội tác phẩm *Vào Thiền* vừa mới xuất bản để làm tài liệu tham khảo cho các đạo hữu trong nhóm. Nhưng mãi đến khi qua Mỹ, tôi mới có thiện duyên gặp được tác giả hai lần: Một lần tại Santa Ana với sự hiện diện của nhiều nhà văn, nhà báo và một lần tại Escondido trong khóa tu học Mở Cửa Trái Tim có Thầy Thích Nhất Hạnh chủ trì. Với Doãn Quốc Sỹ, con người và tác phẩm, nghệ thuật và nhân sinh, ngôn từ và tâm đạo là một; đọc tác phẩm cũng như đối diện với chính tác giả bằng xương bằng thịt: nét tài hoa, sự khiêm tốn và tinh thần trí tuệ, từ bi là chân dung của nhà văn vừa vĩnh biệt.

Với tuổi đời đại thượng thọ, nhà văn, nhà giáo Doãn Quốc Sỹ ra đi như lá rụng về cội, tâm đạo về thiền. Thế hệ kế thừa chỉ mong những tác phẩm tiêu biểu nhất của ông được sớm dịch ra tiếng Anh, không phải ở tầm mức "thông ngôn" của Google hay Trí tuệ Nhân tạo mà phải là ngôn ngữ chuyên đề của văn chương nghệ thuật. Ông ra đi giữa mùa Thu: lá rụng về cội và về thiền là hòa nhập thể tánh; không lại hoàn không. ■

Sacramento, Thu 2025

Tranh của họa sĩ Đỗ Duy Ngọc (cựu sinh viên Viện Đại Học Vạn Hạnh)

Đỗ Duy Ngọc

THẦY TÔI: NHÀ VĂN DOÃN QUỐC SỸ

Tôi được học với Giáo sư, Nhà văn Doãn Quốc Sỹ năm thứ hai và năm ba ở Đại học Vạn Hạnh, Sài Gòn. Thầy dạy môn "Phê bình văn học". Lúc đấy Thầy khoảng trên 40, người dong dỏng cao, gầy, khuôn mặt xương với cặp kính cận gọng đen. Thầy nói rặt giọng Bắc, giọng không lớn nhưng đầy nội lực. Thật ra lối nói của Thầy không hấp dẫn lắm nhưng lại cho đám sinh viên chúng tôi nhiều kiến thức nên sinh viên cũng rất ham. Tôi biết cuốn *Những giọt mực* của nhà văn Lê Tất Điều qua giới thiệu của Thầy trong giờ học. Thầy đọc cho chúng tôi nghe một vài trang ngắn trong đó và đưa ra ý kiến nhận định, phê bình. Biết Thầy là trụ cột của nhóm Sáng Tạo với nhiều nhà văn nổi tiếng từ miền Bắc di cư vào Nam nên sinh viên học ban văn chương rất kính nể Thầy. Văn của Thầy đọc thích hơn nghe Thầy nói, chúng tôi hình như ai cũng có đọc một vài tác phẩm của Thầy. Những tác phẩm thấm đẫm hương vị miền Bắc với những con người, những thân phận trong chiến tranh.

Tôi nhớ vào năm thứ hai, Thầy yêu cầu mỗi sinh viên viết một tiểu luận phê bình về văn học Việt Nam. Hồi đấy tôi ham chơi nên đến gần ngày nộp bài, tôi vẫn chưa viết được chữ nào. Cuối cùng tôi chọn viết về vụ Nhân văn Giai phẩm. Tư liệu thì chỉ cần vào thư viện của trường là có đủ. Thế mà khi trả bài, Thầy khen tôi là sinh viên lớn lên ở miền Nam mà lại viết và có nhận xét rất chính xác về vụ Nhân văn Giai phẩm ở miền Bắc sau bức màn sắt. Bài của tôi Thầy cho điểm A, tôi rất vui và hãnh diện về lời nhận xét của Thầy.

Một kỷ niệm nữa với Thầy Doãn Quốc Sỹ là lần tôi triển lãm tranh ở Đại học Vạn Hạnh nhân dịp lễ kỷ niệm của trường. Hôm khai mạc phòng tranh, Thầy đi cùng Thầy Thích Minh Châu, Viện trưởng và Thầy giới thiệu từng bức tranh của tôi với những lời nhận xét rất tinh tế và thú vị.

Tôi rời trường và một thời gian rất dài không gặp Thầy. Biết Thầy gặp nhiều hoạn nạn và mấy lượt đi tù sau năm 1975 rồi sau đó nghe tin Thầy đã định cư ở Mỹ. Năm 2013, tôi có dự án vẽ chân dung những văn nghệ sĩ Việt Nam và thế giới. Một trong những nhà văn Việt Nam tôi vẽ đầu tiên là Nhà văn Doãn Quốc Sỹ, người Thầy của tôi. Bức chân dung đó lại được một người bạn thời đại học của tôi là chị Phương Lan, giáo viên Văn trường Marie Curie, đang định cư ở California bạn với chị Doãn Liên là con gái Thầy mang gởi cho Thầy xem. Nghe nói Thầy rất ưng ý, tôi cũng vui trong bụng. Chị Phương Lan cũng gởi cho tôi tấm hình Thầy ngồi bên bức chân dung đó, thấy Thầy vẫn mạnh khoẻ, quắc thước, tôi và những người học trò năm xưa của Thầy rất mừng.

Năm 2019, nhân dịp đến Nam California, tôi tìm đến thăm Thầy, lúc đấy Thầy đã 96 tuổi. Dù hơi bị lẫn và lãng tai nhưng Thầy vẫn khoẻ, dáng đi vẫn còn vững chãi trong khi tôi là học trò của Thầy mới tuổi 70 mà đã khập khiễng rồi. Mấy chục năm Thầy trò gặp lại, dù không nói được chi nhiều vì Thầy khó nghe nhưng cuộc trùng phùng cũng có nhiều cảm xúc. Mong Thầy luôn khỏe và thọ thêm đôi chục năm nữa. Chúng con vẫn luôn nhớ đến Thầy, vẫn khắc ghi những bài giảng của Thầy của hơn nửa thế kỷ trước trên con đường tìm đến với văn chương, nghệ thuật. ■

(Sài Gòn 5.6.2021)

THƠ ▪ Doãn Quốc Vinh[1]

Khóc Bố Sỹ

à ơi...
trời vẫn xanh...
mây vẫn trắng...
và nắng vẫn hồng...
thu về đậu nhánh ngô đồng chiều nay

à ơi... thẳng thốt heo may
tiếng chuông, câu kệ vơi đầy xa xa
giàn hoa rụng trắng hiên nhà
liêu xiêu bóng đổ chiều tà... à ơi
nhớ ai chim hót không lời
nhớ ai cá lội chơi vơi giữa giòng
à ơi... con gió mênh mông
đưa con hạc trắng thong dong về trời

Khóc Bố Sỹ
Mùa Thu Ất Tỵ, 2025

1 Thi sĩ Doãn Quốc Vinh là thứ nam của nhà văn Doãn Quốc Sỹ

BỐ

Doãn Kim Khánh

Hình: Gs Doãn Quốc Sỹ và vợ - bà Hồ Thị Thảo (con gái của nhà văn trào phúng Tú Mỡ - Hồ Trọng Hiếu)

Ngày Bố ra đi, những bài viết về Bố bùng nổ trên mạng. Thứ nữ của Bố [tôi], đọc nhanh qua từng bài viết, và lượm được hai điều nổi bật mà người ngoài nào cũng nhận xét và không ai chối từ: *chữ nghĩa và đức độ* của Bố.

Riêng tám đứa con ông ở nhà thì dường như coi nhẹ mọi thứ mà người ngoài cho là "lớn chuyện". Đứa nào cũng nói về Bố, gọi Bố bằng một giọng tương đương với chữ B hoa trong văn viết. Tuy nhiên chẳng đứa nào phân tích xem Bố mình có gì đặc biệt hơn Bố (hay Ba) của tụi bạn mình. Có lẽ tại vì Bố có thói quen sống thực với con người và lý tưởng của mình mà không cần phân tích hay khen người này chê người nọ. Sự đời tới đâu Bố lo tới đó. Hai đứa con gái đầu bắt đầu đi học lúc tiền bạc gia đình rủng rỉnh thì ông cho học trường Tây. Đến đứa thứ ba, Bố cảm thấy không kham nổi tiền học kiểu đó bèn lùa nó vào một trường Việt nơi cô ruột của nó dạy. Năm đứa còn lại đều đầu quân vào trường Sư Phạm Thực Hành, nơi các giáo sinh học trò Bố dạy thực tập rồi sau đó thi vào một trường trung học ngang sức học của từng đứa. Bố coi sự học là quan trọng nhưng không gây áp lực, đòi các con phải đứng nhất lớp. Bố biết đồng tiền cần thiết trong cuộc sống nhưng không chờ đợi các con phải giàu có. Về hai mặt này, các con đều nghe lời Bố, học hạng khá là vui rồi và chẳng có đứa nào giàu.

Thuở còn nhỏ, gia đình tôi chơi thân với gia đình ông chú cùng họ Doãn. Chú là giám đốc uy quyền trong một hãng sửa xe hơi, về nhà chú cũng uy quyền y như vậy. Các con của chú thấy chú về thì lấm lét, tìm cách lẩn tránh. Đứa nào cũng mong ba mình được như Bác (Bố Sỹ của các anh chị). Bố xuề xòa, khi ngồi vào bàn ăn chẳng đòi tí nề nếp nào. Nhiều khi Bố vào ngồi bàn thì các con đã bắt đầu ăn rồi. Món nào bị các con chê thì Bố gắp hào hứng nhất. Thuở ấy có vài thanh niên là các em của một người bạn của cô tôi hay đến chơi. Chúng tôi gọi các vị ấy là "chú". Gia đình chúng tôi có lệ mời bất kỳ ai đến chơi vào giờ cơm cùng ăn. Mẹ tôi nói "thêm bát thêm đũa ấy mà." Những lúc ấy Bố khai mạc bữa ăn bằng câu "Nhậu đi các chú!" Có một chú cứ cười hoài "Chẳng có tí rượu nào mà ông cứ giục "Nhậu đi!" Vậy mà hôm nay Bố ra đi, bao nhiêu người vẫn cứ ca tụng "chữ nghĩa" của ông. Đã thế, một trong những "chú" ấy đã trở thành anh rể lớn thân thương của chúng tôi.

Thuở nhỏ, ở bậc trung học và đại học, tôi đi đâu cũng được giới thiệu là "con gái ông Sỹ". Những lúc ấy tôi ngượng lắm vì sợ mình "con nhà tông" mà chẳng giống lông, cũng chẳng giống cánh! Ngượng nhất là không ít lần người được giới thiệu ngơ ngác hỏi "Ông Sỹ là ai?" Lúc còn bé xíu thì quả là tôi không biết ông Sỹ là ai, chỉ biết chữ "Bố" quen thuộc và bây giờ già rồi vẫn nhớ những buổi sáng sớm được Bố ôm vào lòng và hỏi "Sáng nay con ăn gì? Ăn bánh sữa nhé?" Khoảng thời gian đó cũng là lúc Bố hay ôm các con nhỏ và "tán" mẹ một cách kín đáo bằng câu nói "Bố *phược* con, Bố *phược* mẹ". Kín đáo vì *phục* phải nói trại thành *phược* và con được nhắc trước mẹ.

Lớn chút nữa, tôi quen thuộc với dáng cao nghễu nghện của Bố, tương phản với Mẹ thấp người. Trong các hình xưa lúc nào Mẹ cũng khép nép bên Bố. Tám con của Bố Mẹ phát triển thể chất theo hai hướng trái nghịch như vậy. Trưởng nữ và một thứ nam cao vượt các bạn cùng lớp. Hai thứ nữ (chị Ba và Út Gái) thì tụt dốc, ngắn đòn thảm hại. Bốn đứa còn lại làng nhàng bậc trung. Gia đình chúng tôi là một khu vườn nhiều hình dạng lố nhố, vậy mà các con vẫn được Bố gọi là "8 bồ tát" của Bố. Khi các "bồ tát" ở tuổi chướng ngược thì Bố thiên vị mấy đứa con gái ra mặt và chỉ "trừng mắt" mấy thằng con trai. Hậu quả là có những lần Bố bị Mẹ "cáo buộc" mà không cãi được tội "không biết dạy con, lúc nào cũng đợi chúng tự giác". Nhớ nhất là lần Bố quá giang thằng trưởng nam trên chiếc xe *mobilette* của nó. Về nhà, Bố nghiêm mặt nói "Bố ngồi sau mới thấy mày tóc dài quá!" Vài ngày sau, tôi thấy tóc nó vẫn dài và Mẹ vẫn làu bàu bài ca "không biết dạy con" vì rõ ràng là nó không "tự giác".

Tuy nhiên không ai chối cãi điều Bố là người của gia đình. Bố mua thẻ hội viên cho cả nhà ở *Cercle Sportif Saigonais* (gọi nôm na là "Xẹc") và thường xuyên chất toàn ban lau nhau lên chiếc Daihatsu để chúng nó vào bơi trong khi ông chơi tennis một mình trong phòng tennis đơn). Tám con tám thẻ, với Ông nữa là chín. Thỉnh thoảng có đứa em họ của chúng tôi ham vui xin đi theo, ông cho liền. Khi lái xe qua chỗ kiểm soát, ông hiên ngang trình chín thẻ cho mười hành khách. Đứa em họ lúc ấy kín đáo ngồi sụp xuống sàn xe. Sau khi đi "thoát", con bé vui mừng khoái trá. Nó vào hồ bơi vẫy vùng với đôi giò đã bắt đầu dài thậm thượt, còn tôi thì quên không để ý xem ông Bố rất đàng hoàng của mình có áy náy vì một việc làm không đàng hoàng lắm hay không.

Ở nhà Bố nhiều "khuyết điểm" là thế đấy, nhưng ra đường Bố có vẻ phong độ hơn vì ăn mặc lúc nào cũng chỉnh tề và đặc biệt chịu khó dấp eau de cologne lên tóc. Các chị học trò của Bố đến nhà chơi kể rằng ở ngoài sân trường các chị hay lén đi đằng sau ông thày để hít mùi nước hoa. Trong những năm hoạt động hăng say nhất với tay phấn tay bút, Bố giao thiệp rộng với giới nhà giáo và nhà văn. Mẹ ở nhà đóng vai người nội trợ đảm đang. Tôi đặc biệt nhớ một bác đồng nghiệp thân thiết của Bố mà chúng tôi gọi là Bác Côn, vốn là vợ của luật sư Trần Văn Tuyên, thuộc đẳng cấp có "máu mặt" ở Sài Gòn thời đó. Nhà của bác là một biệt thự nguy nga có vườn rộng nằm ngay trên đường Hồng Thập Tự. Bác Côn dáng người phương phi, nét đẹp đài các và quần áo lúc nào cũng lụa là. Thỉnh thoảng bác qua nhà bạn Sỹ chơi, một căn nhà tầm thường trong một hẻm của người lao động. Gặp vợ bạn (mẹ tôi) thì bác thẳng thắn góp ý "Chị bỏ ngay cái quần đen với cái áo lụp xụp này đi." Câu đề nghị có lẽ hợp ý mẹ vì mẹ cũng gốc gác "con nhà", chỉ vì hoàn cảnh đông con mà phải lam lũ. Thế là mẹ tự may cho mình một số đồ bộ mặc nhà. Tôi không quen thuộc lắm hình ảnh mới này của mẹ, nhưng được cái mẹ cương quyết "cách tân" và bây giờ nghĩ lại tôi phục cá tính mạnh mẽ của Mẹ. Nhưng tôi vẫn thắc mắc không biết Bố thích hình ảnh nào của mẹ hơn. Có lẽ Bố không quan tâm vì Bố biết rất rõ rằng giá trị của Mẹ nằm ở chỗ khác. Bố đã từng tuyên bố với bạn bè: "Đáng lẽ tôi phải ký tên bà xã vào tất cả những tác phẩm của mình vì nếu không có bà ấy lo việc nhà thì làm sao tôi có được sự nghiệp văn chương này!"

Bao nhiêu năm trời tôi lớn lên trong một gia đình có bố đôn hậu, mẹ đảm đang và một bầy chị em lao nhao khi ầm ĩ, khi vui vẻ. Tất cả cứ tưởng như hạnh phúc này là chuyện tự nhiên mà có. Cho đến một ngày nọ, là con ông Sỹ bỗng trở thành chuyện đáng nói. Lần ấy tôi quen qua thư từ một anh ở Mỹ, bây giờ là "Bồ Tèo Hưng" hơn 20 năm trời của tôi. Thuở đó máy computer chưa có dấu tiếng Việt. Tôi viết thư vẫn ký tên là "Doan Khanh". Khi anh gửi tôi một món quà qua bưu điện, đề tên người nhận "Đoàn Khánh" thì ông đưa thư không cho nhận vì không đúng tên. Tôi phải ra phường xin được xác nhận là ở địa chỉ đó chỉ có người tên Doãn Khánh chứ không có Đoàn Khánh nào hết. Khi biết chuyện, anh Hưng ngạc nhiên hỏi "Ủa, em họ Doãn thì có họ với ông Doãn Quốc Sỹ không?" Tôi giở giọng bỡn cợt mà chị em tôi hay dùng trong hoàn cảnh này: "Có họ sơ sơ, gọi Bố xưng con." Lúc ấy anh Hưng thiếu điều nhảy tưng tưng vì anh là độc giả của Ông đã lâu và vẫn thường nói nhờ đọc sách ông anh mới biết thế nào là thực chất Cộng Sản.

Nhưng lại có một thuở ở quê nhà, quen biết với ông Sỹ trở thành họa nhiều hơn vinh. Đó là những ngày sau 1975, khi tôi bắt buộc phải ngồi trong giảng đường trường Đại Học Sư Phạm, nghe từ trên bục "các chú" chửi các "bồi bút" miền Nam, trong đó tên Bố được nhắc hàng đầu. Bôi xấu các "bồi bút" thì "các chú" làm tương đối nhuyễn nhừ, nhưng bôi xấu Bố Sỹ thì họ sẽ phải loay hoay hơn. Tôi ngồi trong hội trường cố tình lắng nghe họ "kể tội" Ông thì được bảo rằng Ông Sỹ có tội biện minh cho một chế độ xấu xa bằng nếp sống đàng hoàng của mình. Thế đấy! Lúc ấy chưa có chiến dịch bố ráp các nhà văn nên Bố còn ở nhà. Tôi về kể lại lập luận ấy thì Bố thản nhiên xúi "Con cứ coi như mình đang xem một vở hài kịch."

Thế rồi đến một ngày hài biến thành bi! Công an đến bắt Ông đi vào giờ ăn trưa. Khi ấy có một bạn văn nghệ - nhà thơ Thế Viên - tình cờ đến chơi được Ông mời ở lại ăn trưa. Thế là "các chú" tiện thể bắt cả hai: một con cá bự và một con nhạn là đà. Hàng xóm chứng kiến "Ông Giáo" bị Công An bắt đi với tội danh "phản quốc" và "âm mưu lật đổ chính quyền" mà nước mắt lưng tròng. Trong khi đó, chúng tôi phải đối phó với kho tàng sách khổng lồ Bố để lại. Đa số đều là sách tặng có chữ ký của tác giả. Có những người bạn ham đọc sách, mỗi lần qua nhà tôi là say sưa lục tủ sách bày ngay ngoài phòng khách để mượn về đọc. Vậy mà sau khi Bố bị bắt đi, tôi soạn một số sách quý, định đem gửi tại nhà một bạn học thân nhất thì bị anh của bạn từ chối thẳng thừng. Anh xua những quyển sách như xua tà!

Lần đó Bố bị bắt đi biệt tích, không có một tin tức gì về cho gia đình. Ở nhà mẹ con hoang mang, không dám tưởng tượng gì hết, cho đến một ngày nọ có một anh bộ đội tìm đến nhà, nhận là người làng và hứa sẽ mang vào cho Bố được ít đồ dùng cá nhân và thực phẩm thăm nuôi. Thuở ấy cả nước là một nhà tù lớn đói khát, trong khi Bố ở trong nhà tù nhỏ còn đói khát hơn nữa. Mẹ con vội vã vét vội lương thực trong nhà để tiếp tế cho Bố. Nhìn anh bộ đội "người làng" cầm gói lương thực đi, mẹ con khấp khởi nghĩ đã tạm cứu đói được Bố. Nhiều tháng sau, cả nhà nhận được giấy chính thức từ trại giam báo được thăm nuôi. Mẹ chuẩn bị kỹ càng nào là bánh mì khô, muối vừng mặn, đường thẻ, mắm ruốc thịt băm … đích thân mang đi cho Bố. Khi mẹ trở về kể chuyện thì các con vỡ lẽ là những lần thăm nuôi theo đơn đặt hàng của anh bộ đội "người làng" đều là bịp bợm, không có thực. Hỏi tới đâu, Bố ngơ ngác tới đó. Cái thực duy nhất là Mẹ và các con ngày đó được an tâm là đã tạm thời cứu đói Bố.

Đó chỉ là khởi điểm. Sau đó là những năm tháng tù đày từ Chí Hòa ở Sài Gòn đến trại lao động ở đồi núi Pleiku, đến trại tù ở Long Khánh. Ngục tù tối đen chỉ làm ông thêm tỏa sáng. Theo nhà phê bình Nguyễn Quốc Bảo thì "người ta tưởng bắt được Doãn Quốc Sỹ, nào ngờ chỉ bắt được một thân xác, còn linh hồn ông thì đã ung dung tự tại từ lâu". Vì Ông đã hóa giải nhà tù bằng tâm thiền.

Thực ra, lần ấy Bố không bị bắt một mình mà với "đồng bọn"; tất cả cùng chia sẻ danh hiệu khá lẫy lừng mà báo chí Cộng Sản đã "ưu ái" tặng: "những tên Biệt Kích Cầm Bút". "Các chú" cuối cùng xoay xở đưa được toàn ban "Biệt Kích" ra cho Tòa Án Nhân Dân xử. Trong phiên tòa ấy, Bố được "cất nhắc" lên vị trí "lãnh đạo", nhưng bác Hoàng Hải Thủy đã khẳng khái bác bỏ điều này vì "văn nghệ sĩ chúng tôi không hoạt động theo chỉ đạo của ai hết!" Lần ấy "hiệp sĩ" cứu Bố và "đồng bọn" là Hội Ân Xá Quốc Tế. Trước đó thầy Thích Nhất Hạnh và cô Cao Ngọc Phượng đã đích thân sang Sydney, gặp trưởng nữ và Út trai của Bố để chỉ dẫn cách biểu tình bất bạo động. Thuở ấy người bên trong kẻ bên ngoài liên lạc nhau bằng điện thoại của Bưu Điện trung ương, và toàn dùng mật hiệu bí hiểm, đầy không khí Z 28! Mãi sau chúng tôi mới nhận được hình đoàn biểu tình ở Sydney ngồi bất bạo động trước Tòa Đại Sứ Việt Nam, trong đó có hình con gái của anh chị Hai (cháu ngoại của Bố) ngồi với biểu ngữ "I want to hold my grandpa." Biện pháp này hữu hiệu. Một ngày đẹp trời, chúng tôi nhận được thư của một ông chú đảng viên làm trong ngành Ngoại Giao (chú là chồng của cô em kế Bố, ở lại ngoài Bắc sau 1954). Chú báo tin vui "Bố các cháu sắp về" nhưng kèm lời dặn hóm hỉnh "Đừng leo lên mái nhà mà reo ầm ĩ!"

Không đứa cháu nào bảo đảm chuyện không "ầm ĩ". Chúng tôi đã "ầm ĩ" từ những ngày đói ăn, đói tự do sau năm 75 và suốt thập niên 80. Thời thế đưa đẩy khiến chúng tôi có dịp "đầu quân" dưới trướng của một "tên" dân vận "ác ôn" tên Trần Đại Lộc mà cả bọn tôn vinh làm "Anh Hai". Tám đứa con của "Biệt Kích" Sỹ còn lại sáu vì trưởng nữ và anh rể Cả cùng thằng Út Giai đã cao chạy xa bay trên một chiếc tàu vượt biên. Thực ra, nhóm này còn có sứ mạng cao cả là cứu đói cả nhà ở lại bằng những thùng quà từ Sydney. Anh Hai Lộc thuở ấy còn độc thân nên cũng tung trời y như đàn em lêu lổng dưới mái trường xã hội chủ nghĩa. Ngoài ra còn có những đứa trong nhóm trẻ tuổi bắt buộc phải lăn lộn vào thị trường chợ đen để sinh tồn. Tất cả đều phát triển kiểu con ve của La Fontaine, tức là "kêu ve ve", không phải suốt mùa hè mà là suốt mọi năm tháng. Thương nhớ Bố, nhưng chúng tôi không khóc thầm mà kêu ve ve. Trong nhóm có những con ve hát to và hát hay, nhỏ nhất là cục cưng Út của ông Sỹ và lớn nhất là anh Cả, bác sĩ Trương Minh Cường. Ban ngày ông bác sĩ đi "sờ voi" (tức là khám bệnh), ban tối sống kiếp con ve vì ông bác sĩ hát giọng rất trầm ấm. Có hai đứa bạn của thằng trưởng nam, nhập bọn đầu tiên bằng giọng hát hay và tấm lòng yêu văn nghệ, sau đó đoạt luôn danh hiệu "con nuôi" của Bố và "cạnh tranh" kịch liệt với tám con ruột. Ngoài ra còn có anh Hai lãnh đạo, biết truyền cho bầy em nuôi tinh thần hát cho qua ngày tháng và còn biết sáng tác nhạc nữa. Mỗi năm có biết bao dịp để toàn ban ngứa miệng hát chơi: Tết, Giáng Sinh, Trung Thu, sinh nhật của từng đứa, đầy tháng và đầy năm của những em bé mới ra đời. Có những lúc ve ve vui quá, chúng tôi lại chạnh lòng nhớ đến ông Bố điềm đạm nghiêm trang của mình. Tuy nhiên, thay vì bảo nhau vào nề nếp hơn, cả bọn lại quyết tâm "cho Bố vào nề nếp" khi Bố về.

Bố quả nhiên vào nề nếp khi về mái nhà xưa, tức là Bố hiền hòa ngoan ngoãn tham dự những buổi văn nghệ mà Bố đánh giá là "bỏ túi". Anh Hai (ngoài luồng vì Bố có đẻ ra anh đâu) "đút lót" Bố bằng một bài hát mà anh đặt tên là Sáng Nay Mùa Xuân, và các con đã gọi nôm na là bài "Bố về". Ngày đầu tiên "gánh hát" của anh Hai ra mắt Bố, Út Hương hát bài Bố Về, có cô của chúng tôi ngồi nghe, khóc thút thít. Cô là người được Bố dắt vào Nam, gả chồng để gia đình chúng tôi lại có một chi nhánh với nhiều con "ve" khác, chất lượng đều cao. Tuy nhiên, Bố dù có lịch sự vào nề nếp nhưng đồng thời cũng nâng cấp nề nếp. Bố đưa sáng kiến thành lập "đại học bỏ túi", khuyến khích tất cả con cháu thuyết trình về bất kỳ đề tài nào mình quan tâm. Giá trị nhất là anh Hai Lộc mở lớp dạy sáng tác nhạc. Các em tham gia đều phải nhận *assignment* là ít nhất một sáng tác của riêng mình. Nhờ đó mà đứa nào cũng là tác giả của ít nhất một bài hát. Nếu hên quá, bài ấy hay thì coi đó là *masterpiece* của mình. Có đứa được đà, sáng tác tiếp, ra sản phẩm không hay thì dở. Bố nghe cười xòa, còn tôi thì lúc nào cũng có một lập trường: ra được sản phẩm là hay rồi.

Chuyện về Bố tới đó đã ly kỳ nhưng vẫn còn hồi sau. Trong hồi sau, Bố thu thập thêm kinh nghiệm tù tội của hồi trước, lại tiếp tục bị ngòi bút thôi thúc. Theo dõi Bố miệt mài đánh máy những dòng tư tưởng tuôn trào, tôi thường nhớ đến hai câu thơ của Hàn Mạc Tử:

"Thơ chưa ra khỏi bút, giọt mực đã rụng rời;
Lòng tôi chưa kịp nói, giấy đã toát mồ hôi."

Hai câu thơ đầy kịch tính này mô tả đúng tính chất tuôn trào của lần phản kháng thứ hai của Bố. Lần đó công an gõ cửa vào giữa đêm bằng tiếng gõ thô bạo, thiếu nhân tính rất đặc thù của công an. Vẫn cảnh căn nhà bị lục tung, đồ đạc sách vở ngổn ngang khắp sàn, thêm cảnh thằng em trốn bộ đội núp dưới mái nhà phía sau, trong khi một tên công an xục xạo trần nhà phía trước. Công an vừa bỏ căn gác xuống nhà là thằng em rời chỗ trốn, leo qua lan can nhà hàng xóm và lỉnh ra khỏi xóm. Sau đó nó được một người bạn của Bố cho nhập vào một nhóm vượt biên, lấy chỗ mà họ đã để dành cho Bố. Mãi về sau nó là đứa được bạn bè Bố yểm trợ, bảo lãnh những người còn lại trong gia đình qua Mỹ.

Nói về Bố thì vô tận. Điều này đúng với cả người ngoài lẫn người trong gia đình. Ngày đám tang Bố, số người đến dự rất đông. Nhiều khách đến hỏi tôi "Chị Thanh đâu?" Tôi tìm không ra chị. Chị Thanh kể có người hỏi chị "Khánh đâu?" Chị cũng không tìm ra tôi. Có bạn văn của Bố, có học trò Bố, có bà con xa gần, có người đến tự giới thiệu đơn giản "Tôi chỉ là độc giả". Có một bạn học đến bảo "Khánh ra phía bên trái cửa vào, tụi bạn mình đợi Khánh ở đó". Có những học trò biết cô chú có biết Bố của cô là ai, vậy mà cũng đến. Hôm ấy tôi mới thực sự cảm nhận được sự yêu mến của mọi người đối với Bố và hiểu thấu đáo câu "tang gia bối rối."

Không hiểu sao vị thầy đọc điếu văn trước lễ nhập quan Bố lại nhiều lần thốt lên hai chữ "Bố ơi". Hai chữ ấy như một nhát dao vào tim tôi và lập tức làm tôi nước mắt tuôn trào.

Chữ "Bố" đặc biệt với tất cả tám con cùng các dâu rể của Bố. Chữ Bố gợi bao hình ảnh êm ái và sóng gió trong quãng đời phong phú của Bố. Một người bạn thân gọi điện thoại cho tôi ngay tối hôm tang lễ. Chị nói "Sẽ lâu lắm mới có một người như ông Sỹ trên cõi đời này." Tôi nhận ngay câu khen ngợi, không tìm cách khiêm cung.

Riêng các con, từ khi còn quây quần bên Bố, đều đã tự chê mình không "lượm" được cây bút của Bố. Tuy nhiên, trưởng nữ có lượm được lòng yêu chữ nghĩa nên vẫn miệt mài làm việc với sách vở trong thư viện Sydney. Trưởng nam lượm lòng yêu âm nhạc nên nhanh nhẹn làm một bài hát cuối cùng cho Bố. Còn Út trai thì được cả nhà khen là thừa hưởng khả năng phân tích âm nhạc của Bố mà không qua trường lớp nào. Thứ nữ kế tôi thì yên tâm là đã làm caregiver lo cơm nước cho Bố đằng đẵng bao năm trời và Út gái thì cũng yên tâm vì đã cương quyết "*spoil*" Bố bằng cách rủ Bố "đi chơi" triền miên, đúng theo nhu cầu di chuyển bền bỉ của Bố. Hai thứ nam có đứa làm thơ (một việc mà Bố chỉ "dọa" chứ chưa bao giờ làm), đứa làm báo, cũng là bầu bạn với chữ nghĩa, theo đúng ý nguyện của Bố.

Riêng tôi thì đã xin viên phấn của Bố từ lâu để hành nghề "gõ đầu trẻ" từ Việt Nam qua Mỹ. Hôm nay tôi xin mượn cây bút của Bố để viết những dòng này, trong khi thầm gọi "Bố ơi!" Tôi biết mình sẽ gọi "Bố ơi" cho đến cuối đời mình. ■

(Nov. 4, 2025)

Hà Bạch Trúc

NHỚ MỘT VÒNG TAY

Cô gái đứng trên thềm ga vắng, gió thốc lạnh từng cơn. Sân ga dài mút mắt, ba vòm mái cong cao tít nên gió từ hai phía Nam, Bắc mặc sức lùa vào. Giờ này không phải là giờ cao điểm buổi sáng sớm hay buổi xế chiều nên trên thềm ga chỉ lác đác ít người. Cô gái đợi chuyến xe lửa tốc hành đến từ Paris. Từ khi có xe lửa tốc hành TGV Thalys, thời gian để vượt lộ trình sáu trăm cây số từ Paris đến Amsterdam được rút xuống chỉ còn khoảng bốn giờ đồng hồ.

Ga xe lửa này khá quen thuộc với cô gái vì cô vẫn thường ghé qua đây. Nhưng hôm nay cô đứng đây với một tâm trạng hoàn toàn khác lạ. Gió lạnh nhưng cô gái đứng yên không di động, không biết có phải vì bồn chồn nôn nóng trong lòng hay vì niềm vui và nỗi lo đã làm tê các tứ chi. Chỉ có đôi mắt là linh hoạt đảo nhìn hai phía, không biết tàu sẽ vào ga từ hướng nào, Nam hay Bắc. Đôi mắt cũng thố lộ nội tâm của cô gái đang suy nghĩ miên man không biết người mình đón có còn như xưa, có thay đổi nhiều, có nhận ra mình hay chăng? Gần 30 năm rồi còn gì... Cô gái chỉ muốn tập trung vào hiện tại lúc này, nhưng không ngăn được ý tưởng của mình lan man tìm về quá khứ. Quãng đời trước, căn nhà xưa, ngôi trường cũ, làng xóm thân quen, những kỷ niệm vui buồn, những người thân, những gương mặt bạn…

Chợt có tiếng bánh sắt rít lên từ hướng Bắc, rồi con tàu hiện ra càng lúc càng gần, sầm sập tiến vào ga. Cô gái sững người, hồi hộp đứng yên đưa mắt nhìn theo từng toa tàu chầm chậm lướt qua, rồi từ từ dừng lại. Hành khách bắt đầu bước ra khỏi tàu. Cô gái gắn mắt vào nơi cửa từng toa tàu, và cố gắng nhìn thật nhanh, nếu không thấy người mình đón thì mắt cô di chuyển ngay qua toa tiếp. Hành khách rời tàu như kiến rời tổ, vừa bước xuống là tỏa ra mọi phía. Vậy mà cô gái cũng nhìn thấy người mình đi đón.

Cô vẹt đám đông, rảo chân… rồi cô bắt đầu chạy nhanh tới khi nhìn thấy người khách đang dang tay chờ mình. Chỉ non đôi chục thước mà cô thấy mình chạy. Người khách bước thật chậm, gần như đứng yên, hai tay đưa cao dang rộng, miệng tươi cười chờ cô gái chạy tới. Rồi vòng tay khép lại ôm cô gái vào lòng. Vòng tay ấm áp, vững chãi, che chở, vòng tay lần đầu tiên ôm cô nhưng cô gái nghe sao thân quen, an toàn quá đỗi. Và lòng cô chùng xuống khi nghe tiếng người khách ôn tồn, nhẹ nhàng, trìu mến reo lên: "Trúc đây rồi!" Cô gái cảm động nằm im trong vòng tay người khách, mắt chớp liên hồi. Cô cố gắng để không khóc, và cô không khóc thật, nhưng cũng chẳng nói được gì ngoài tiếng kêu "Bác!".

Khách trông không già lắm, dù cô gái nhớ tuổi ông đã trên 80. Nhìn ông vững chắc, linh hoạt và vòng tay của ông còn chặt. Giọng ông vẫn còn mạnh và rõ và vẫn còn mang nhiều âm hưởng ngày xưa, giọng nói của 30, 40 năm về trước những lần cô đến nhà ông, "Trúc đấy à", giọng nói hiền từ, thân ái đó.

Ngồi trên xe lửa quá lâu nên khách tỏ vẻ thích thú được bước đi thoải mái bên cạnh cô gái. Vừa chầm chậm bước trên thềm ga, ông vừa đảo mắt nhìn quanh quan sát khắp nơi một cách hứng khởi. Cô gái giải thích đây là Nhà ga Trung tâm của thành phố Amsterdam, mỗi ngày đón 200.000 hành khách. Ga này xây dựng vào cuối thế kỷ thứ 19 theo lối kiến trúc gothic cổ điển, đặc biệt có Phòng Chờ Hoàng Gia ngày xưa dành cho cỗ xe ngựa và hoàng tộc Hòa Lan. Vừa rồi tàu của ông khách cập thềm số 2 là thềm ga của hoàng tộc ngày trước. Bây giờ không còn phòng chờ và thềm ga riêng biệt đó nữa nhưng vẫn còn nhà hàng "1ste Klas" (Thượng Hạng) nơi thềm số 2.

Khi xúc động và mừng rỡ đã qua, cô gái đưa ông khách đi thăm thú thành phố Amsterdam. Phố sá đông người và nhộn nhịp, không khác chi thường lệ đối với cô gái, nhưng có lẽ lạ đối với ông nên ông buột miệng thốt lên: "Ngựa xe như nước, áo quần như nêm". Amsterdam, một trong số hai mươi lăm thành phố đáng thăm nhất thế giới, nổi tiếng vì những đặc thù văn hóa như cung điện hoàng gia, nhiều bảo tàng viện, những căn nhà xưa bốn năm thế kỷ san sát nhau bên bờ rạch và thật nhiều những con rạch chằng chịt khắp nơi xen kẽ với đường phố chật hẹp lúc nào cũng đầy sinh khí. Và cũng nổi tiếng vì nét đặc thù "văn hóa đồi trụy" tức "Khu Đèn Đỏ" (Red Light district) công khai giữa lòng thành phố. Cô gái để ông chọn giữa hai loại văn hóa. Ông trả lời ngay, không do dự: "Đi thăm bảo tàng viện chứ". Hai người lên xe điện; ngồi trên xe điện cao, ông bảo càng thấy phố sá tưng bừng, náo nhiệt. Vào bên trong Bảo tàng viện Quốc gia (Rijksmuseum), đứng trước hai lối rẽ Nghệ thuật Cổ Điển (Classic Art) hay Nghệ thuật Đương Đại (Contemporary Art), ông cũng không chút ngần ngại chọn ngay Cổ Điển, vì "phải xem Rembrandt chứ".

Ngô Thụy Chương & Trúc đón bác Doãn Quốc Sỹ tại gare Amsterdam 10-2-2003

Nhìn ông thong thả dạo chân qua các gian phòng triển lãm, thích thú nhìn ngắm những bức tranh, cô gái nhớ lại hình ảnh của ông hơn 30 năm về trước trên bục giảng trường đại học. Sự thật, cô biết ông từ hồi cô còn nhỏ xíu học tiểu học cùng với con ông, từ rất lâu trước khi biết ông là nhà giáo và nhà văn. Nhưng chỉ mơ hồ nghe nói thôi chứ cô chưa bao giờ lưu tâm hay có nhận thức cụ thể về điều đó. Cô chỉ thực sự nhận thức được ông là nhà giáo khi cô đã lớn, khi cô nghe ông thuyết giảng môn Các Vấn Đề Ngôn Ngữ tại Đại Học Văn Khoa Sài Gòn. Trên bục giảng, ông khác hẳn ở nhà. Giọng ông hùng hồn, rổn rảng, mắt thật sáng, tay đưa lên đưa xuống gọn gàng, cương quyết, chứ không mỉm cười hiền lành nói "Trúc đấy à" rồi cặm cụi làm việc tiếp, hay giới thiệu "Cháu Trúc, cô bạn lành nhất của cháu Khánh nhà tôi" mỗi khi cô đến chơi nhà vào lúc ông đang tiếp khách. Cô gái còn nhớ cảm giác "sợ sợ, khớp khớp" khi lần đầu nhìn thấy ông đứng trên bục giảng cao của trường đại học, có lẽ vì sợ ông nhìn thấu tim đen - cúp cua, lười học - của mình. Cũng như cô chỉ nhận thức được ông là một nhà văn khi ông bị bắt đi tù "cải tạo" hai lần, tổng cộng mười ba năm trời, chỉ vì tội là nhà văn dám viết những điều sự thật.

Bây giờ gần 30 năm sau, gặp lại ông khi hai người lưu lạc xứ người, nhưng cô gái không có cảm giác lạ về ông và về mình. Vẫn là bậc lão thành, người thầy đáng kính; vẫn là con cháu, là học trò ngày nào của ông. Vẫn đôi mắt sáng cương trực, nét mặt hiền từ, lời nói sáng suốt, vẫn giọng nói dõng dạc, cử chỉ đường hoàng, từ tốn. Nhìn ông khó ai biết ông đã trải qua bao thử thách và nghiệt ngã của cuộc đời. Cô gái thấy hình như ông không già đi, không yếu đi, mà ngược lại cô thấy giá trị của con người ông càng tăng thêm. Nhìn ông, cô gái bỗng cảm thấy giá trị của chính mình cũng được tăng lên, không vì vật chất bên ngoài mà vì giá trị bên trong, vì sự phấn đấu đơn độc của cô nơi xứ người suốt nhiều thập kỷ, cũng giống như ông đã kiên cường đứng vững trong lao tù. Cũng như ông, cô gái bỗng thấy mình hơn cả mình.

Cô gái bỗng nhớ lại lời ông dặn dò các con: "Trước khi đi ngủ chải đầu; để trong giấc mộng gặp nhau đàng hoàng". Cô gái rất thích câu này, bởi vì cô có tật chải đầu trước khi đi ngủ. Nhiều lần bị người cắt cớ hỏi tại sao, cô chưa bao giờ trả lời được suông, cho tới khi nghe được câu nói của ông. Cô nghĩ "Người nói câu đó hẳn phải có lòng tự trọng rất cao, đến trong giấc ngủ vẫn không muốn đánh mất. Vậy mà bấy lâu nay mình vô tình làm điều hay phải mà không biết."

Rồi ông khách nói Hòa Lan nổi tiếng về những công trình đê điều ngăn lấp biển và về đất bồi. Thế là cô gái đưa ông đi thăm Afsluitdijk, con đê nhân tạo dài 32 cây số chẻ đôi biển Bắc để biến vùng biển phía Nam cũ thành hồ (Ijssel) và thành những vùng đất bồi diện tích lên đến mấy ngàn cây số. Những vùng đất bồi này đã trở thành những thành phố lớn. Trên mặt đê, rộng 90 thước, là đường xa lộ hai chiều nối liền hai tỉnh phía Bắc Hòa Lan. Trên đê, gió thổi lộng. Trên chiếc cầu cao bắc ngang qua xa lộ, gió càng thổi lộng hơn. Cô gái cùng ông bước lên cầu để qua bên kia con đê xa lộ. Đứng trên cầu, nhìn những chiếc xe hơi tới tấp vù vù bên dưới, không khỏi chóng mặt. Cô gái và bạn mình kè hai bên ông, sợ ông chóng mặt, sợ ông té. Nhưng ông chẳng sợ gì, còn thích thú cười to: "Tôi phải giữ kẻo hai người bay mất". Cô gái ngạc nhiên thấy óc khôi hài và tinh thần lạc quan của ông vẫn còn nguyên vẹn sau mười ba năm trong tù.

Ông khách làm cho cô gái nhớ đến câu *Trăng bao nhiêu tuổi trăng già; Núi bao nhiêu tuổi gọi là núi non.* Ông bao nhiêu tuổi ông già, cô chợt nghĩ, vì cô thấy tâm hồn và tấm lòng của ông vẫn còn nguyên vẹn, trong sáng, chân tình, nhiệt thành dù tuổi ông đã hơn 80. Và ông cũng khiến cô nhớ đến nhân vật Thiệu trong *Dòng Sông Định Mệnh.* Cũng như Thiệu mê trăng mười sáu, cô gái có tật mê trăng. Kê giường nằm nhìn ra cửa sổ để ngắm trăng rằm mỗi tháng, mùa hè nấu chè ra vườn ngồi ăn để ngắm trăng, đi du lịch chọn ngày rằm để ngắm trăng trên biển hay trong rừng. Mỗi lần nhìn trăng, cô gái đều nhớ tới trăng mười sáu của Thiệu và nghĩ đến *Dòng Sông Định Mệnh* (Doãn Quốc Sỹ). Phải chăng nhân vật Thiệu chính là ông, là

Bác sĩ Đỗ Hồng Ngọc

Một ngày kia... đến bờ

Tùy bút gồm 26 tiểu mục *"Một Ngày Kia... Đến Bờ"* là những bài Pháp thoại giá trị dễ hiểu & lý luận khoa học [NXB Đà Nẵng, 2023]. Tất cả sẽ được dịch sang tiếng Đức và lần lượt trích đăng song ngữ ở Báo Viên Giác, với sự đồng ý của tác giả - BBT VG.

➢ **Phật nhập Niết-bàn**

Đức Phật bảo Thuần-Đà: "Đã phải giờ... Như-Lai sẽ nhập Niết-bàn".

Thuần-Đà nghe Đức Phật dạy như vậy, bất giác nghẹn ngào khóc than nức nở:

" Khổ thay! Khổ thay! Thế gian sẽ trống rỗng". "Chúng ta phải đồng tha thiết đảnh lễ cầu Đức Phật đừng nhập Niết-bàn".

Đức Thế-Tôn lại bảo Thuần-Đà: "Ông chớ nên khóc than tiều-tụy như vậy. Ông phải quán sát thân này như cây chuối, như ánh nắng, như bọt nước, như huyễn hóa, như thành Càn-thát-bà, như đồ gốm chưa hầm, như làn chớp, như hình vẽ trên nước. Như tù sắp hành hình, như trái muồi, như cục thịt, như bức dệt đã hết khổ, như chày giã lên xuống. Phải quán sát các hành-pháp như món ăn lẫn chất độc".

Thuần-Đà bạch Phật: "Thật đúng như lời Thế

con sông dài thăm thẳm chảy qua bao khúc quành trước khi ra tới biển, là dòng sông một lòng một dạ với trăng mười sáu, là con thuyền trong đêm trăng luôn trở về bến cũ.

Cuối ngày, cô gái đón ông khách về nhà dùng cơm. Cô đã nấu sẵn nồi phở, món ăn cô cho là "truyền thống" của nhà ông. Tổ trác nên món phở hôm đó không được ngon lắm, cô gái xuýt xoa xin lỗi. Và khi nghe ông bảo "Cũng ngon" thì cô biết chắc chắn là món phở của mình hôm nay không ngon, bởi vì ông chỉ có "Ngon" và "Cũng ngon" chứ ông không bao giờ chê.

Cô gái thật hạnh phúc được ông khách ghé thăm trong chuyến du lịch Âu Châu đầu tiên của ông. Cô tưởng mình "đón tiếp" ông nơi quê hương mới của mình nhưng thực ra chính ông đã đón cô bằng vòng tay của ông. Vòng tay của người cha, người thầy, vòng tay của tình thương, của bao dung che chở, của kỷ niệm, của quá khứ và hiện tại. Cô đã bất ngờ và cảm động bởi vòng tay đó.

"Trúc đây rồi". Câu nói đó và vòng tay đó chứa cả một trời kỷ niệm, một tình cảm đầm ấm, tự nhiên, một tình thương yêu chân thật mà chỉ bậc cha mẹ mới dành cho con cháu. Một vòng tay mà như sông dài ôm vào lòng bao khúc quành kỷ niệm, một vòng tay mà như tình thương xóa bỏ cô đơn hờn tủi của kẻ xa xứ, một vòng tay như biển cả bao dung, như quê hương tìm lại. Có phải ông là quê hương, là cha mẹ, là cây đa, là ngọn cỏ, là nắng ấm, là dòng sông, là bến đò, là làng xưa xóm cũ, là tuổi thơ sáo diều, là thời mộng mơ thanh khiết. Có phải ông là quá khứ, là trường học trường đời, là văn chương sách vở, là lương tri, là nhân bản con người. Có phải ông là hiện tại, là dân tộc đọa đầy, là ngục tù vượt thoát. Hay ông là tương lai, dù trăm tuổi vẫn một lòng một dạ, luôn đứng thẳng, không cúi đầu.

Cô gái nhớ đến những lời ông viết: *"Ở thế giới Thực Dân Tư Bản, người ta tung vật chất ra để giam lỏng linh hồn. Ở thế giới Cộng sản, người ta phong tỏa vật chất để mua rẻ linh hồn. Cả hai cùng thất bại! Linh hồn nhân loại chỉ có thể mua được bằng Tình Thương Yêu rộng rãi và chân thành".* (Gìn Vàng Giữ Ngọc, Doãn Quốc Sỹ). Ông đã sống như lời ông đã viết, lấy Thương Yêu làm lẽ sống đời đời.

Có lúc cô gái nhìn ông khách thật lâu mà ông không biết, trong viện bảo tàng khi ông mải mê xem tranh và trên đê ngăn biển khi ông ngắm nhìn trời nước bao quanh. Ông lão trên 80 tuổi đó, dáng còn thẳng tắp, cử chỉ ung dung từ tốn, nét mặt hiền hòa, tự tại, thoát trần, khiến cô nhớ lại lời cha cô giải thích về cái tên đặt cho cô. Một loài cây mảnh mai nhưng có sức sống mãnh liệt, một loài cây mềm mại, linh hoạt nhưng có sức phục hồi mạnh mẽ, không dễ khuất phục, luôn luôn đứng thẳng. Từ trước đến nay, cô gái vẫn ghi nhớ lời cha và luôn sống cho xứng đáng với tên cha đặt, nhưng nay cô biết mình có thêm một tấm gương để sống. Vâng, cô sẽ sống như ông khách đã sống, trong mọi hoàn cảnh vẫn giữ phẩm giá thanh cao và lương tri của người quân tử, và đến trăm tuổi vẫn còn đứng thẳng trên đời.

Bác ơi, cháu nhớ hoài vòng tay của bác. ■

(11-2021 Viết mừng sinh nhật bách niên của bác Doãn Quốc Sỹ tổ chức ngày 2-2-2022 tại CA, USA)

Tôn dạy. Mặc dầu con vốn biết Đức Như-Lai phương tiện thị-hiện nhập Niết-bàn, nhưng con không làm sao ngăn sự buồn thảm được. Giờ đây tự suy xét, con lại sanh lòng vui mừng".

Phật khen Thuần-Đa: "Lành thay! Lành thay! Ông có thể rõ biết Như-Lai thị-hiện đồng với chúng sanh mà phương tiện nhập Niết-bàn. (Đại Bát Niết-Bàn, Thích Trí Tịnh dịch).

Rõ rồi đó nhé. Phật chỉ "phương tiện thị hiện" để qua đó, giáo dục chúng sanh biết thế nào cũng... chết mà lo thay đổi hành vi lối sống, giảm tham giảm sân đi cho an nhàn. Phật mà còn chết huống chi ta! Nhưng nhớ, thân Như Lai của Phật thì trường tồn bất diệt vì từ Như Lai tạng, từ Pháp thân mà có. Ta cũng có Phật tánh, có pháp thân, cũng từ Như Lai tạng đó thôi thì ta việc gì phải lo sợ khổ đau vì cái "sanh, bệnh, lão, tử" cơ chứ?

➢ **Thường, Lạc, Ngã, Tịnh**

Lâu nay, ta đã quen sống trong, sống với Vô Thường, Khổ, Vô Ngã, Bất tịnh rồi... đột nhiên nghe Phật nói lúc sắp nhập diệt trong kinh Đại Bát Niết Bàn rằng không có chuyện Vô thường, Khổ, Vô ngã, Bất tịnh gì cả mà là Thường Lạc Ngã Tịnh... đó thôi, chẳng qua vì con người sống trong "điên đảo" như người say rượu mới thấy trời đất lăn quay mà tưởng tượng ra. Vô thường, Khổ, Vô ngã, Bất tịnh là những hiện tượng của đời sống thường ngày ở "cõi người ta" mà ai cũng thấy biết và đã vất vả tìm đường "tu tập" để vượt qua, để được thanh tịnh, an vui. Nhưng thực ra đó chỉ là cái "thấy biết" trước mắt của phàm phu ta thôi, chớ Phật thấy khác. Có điều, ngay lúc ban đầu vừa giác ngộ mà Phật nói toạc ra thì cũng chẳng ai tin, chẳng ai hiểu, nên phải tiếp cận bằng con đường vòng dễ chấp nhận, từ đó mà chịu khó tu tập. Cho đến khi tình thế đã chín muồi, trong kinh Pháp Hoa, Phật mới phải "khai thị" cho chúng sanh mở to con mắt mà thấy biết cái "tri kiến" Phật, để từ đó mà "ngộ nhập" vào chốn an vui, tịch tĩnh. Thấy biết cái gì? Cái Như Lai, cái Như Lai tạng, vô tướng thực tướng. Chúng sanh cũng có đủ Phật tánh thì cũng phải thấy biết như Phật chớ. Vậy mà cái hôm dưới chân núi Linh Thứu, trước ngàn vạn đại Thanh Văn, đại Bồ- tát, Phật "khui" ra cái bí mật bấy lâu giấu giếm này, đã có năm ngàn đệ tử bỏ đi, cho rằng Phật nói lúc này lúc khác. Phật phải đính chánh nhiều lần: Lúc đầu, lúc giữa, lúc cuối ta chỉ nói một lời đó thôi. Thì cũng như thầy thuốc, chẩn đoán bệnh xong thì cho bệnh nhân thuốc chữa triệu chứng cho đỡ đau đỡ khổ trước, rồi sau mới chữa trị nguyên nhân gần xa. Thuốc chữa được bệnh cũng là thuốc độc, nhiều *side-effects* phải hết sức thận trọng thôi.

Còn nhớ Thầy Phước Hậu (1862-1949) khi ngộ ra được Như Lai đã viết:

"Kinh điển lưu truyền tám vạn tư
Học hành không thiếu cũng không dư
Đến nay nghĩ lại chừng quên hết
Chỉ nhớ trên đầu một chữ NHƯ"

được coi là "Tam pháp ấn", pháp nào không có tam pháp ấn là sai, là không phải Phật. Trong Đại Bát Niết Bàn, trước giờ nhập Niết bàn, Phật bảo đó chỉ là các "danh tự" chưa phải là "thật nghĩa", chỉ vì chúng sanh khởi tâm điên đảo mà nghĩ tưởng như vậy thôi! *"Như người say rượu thấy nhà cửa núi sông vốn thiệt không xoay lộn, mà tưởng cho là xoay lộn. Cũng vậy, bị những phiền não vô minh trùm đậy nên chúng sanh khởi tâm điên đảo: ngã cho là vô ngã, thường cho là vô thường, tịnh cho là bất tịnh, lạc cho là khổ. Nghĩ tưởng như vậy mà không thấu rõ thật nghĩa...".* (Phẩm Tánh Như Lai, kinh Đại Bát Niết Bàn).

Thế nhưng, ta vốn lâu nay đã quen với Vô thường, khoái vô thường... của cõi đời thú vị biết bao sao lại tìm đến cái Thường của Như Lai làm chi? Cũng vậy, ta vốn quen với Khổ, thấy khổ cũng... vui, vì tưởng khổ hóa vui, tưởng vui hóa khổ... Vậy thì khi nhập vào tạng Như Lai là "bị" nhập chớ ta đâu có muốn phải không?

Rồi Phật nói:

Nay ta sẽ giảng rõ sự thể nhập vào tạng Như Lai:

" Ngã" chính là thật nghĩa của "Phật"; "Thường" chính là thật nghĩa của "Pháp thân", (của Phật tánh, của Như Lai tạng). "Lạc" là thật nghĩa của "Niết-bàn", "Tịnh" là thật nghĩa của "Pháp". Vì để độ tất cả chúng sanh nên dạy tu pháp vô ngã. Nhờ tu pháp đó dứt hẳn tâm chấp ngã, được nhập cõi thanh tịnh, an lạc (trước mắt).

Nếu ngã là có, thời là pháp chẳng rời nơi khổ.

Nếu không có ngã, thời tu hạnh thanh tịnh không được lợi ích gì.

Do nghĩ này, nên người tu các pháp khổ đều gọi là chẳng lành, người tu các pháp lạc, thời gọi là lành. Người tu các pháp vô ngã, thời thuộc về phiền não, người tu các pháp thường, thời gọi là tạng Như-Lai. (Đại Bát Niết Bàn).

Nghĩa là nếu có Ngã thì chẳng thể tu dứt hẳn tâm chấp ngã để mà lìa sự khổ, sẽ vẫn phải khổ dài dài! Còn nếu không có Ngã thì tu hành cực khổ mong thanh tịnh chẳng được lợi ích gì! Phải hiểu Ngã đây là thật nghĩa của Phật (chân Ngã), không

phải thứ Ngã của phàm phu ta.

Trong thân chúng sanh vốn có Phật tánh, tức Như Lai tạng, cũng đã thấy biết Thường, Lạc, Ngã, Tịnh. Hãy tự quy y chỗ "tam quy chân thật" này, chẳng cần tìm kiếm đâu xa.

Phật bảo Ca Diếp (một vị Bồ-tát trẻ, thắc mắc tại sao Phật mà cũng chết): "*Này Ca Diếp! Thân Như Lai là thân thường trụ, thân bất hoại, thân kim cang chẳng phải là thân tạp thực. Chính là pháp thân*". "*Ông nên biết thân của Như Lai chẳng phải thân mà là thân, chẳng sanh chẳng diệt, chẳng tập chẳng tu, vô lượng vô biên, không có dấu vết, vô tri vô hình, rốt ráo thanh tịnh, không có lay động, không phải thọ hành, chẳng phải hữu vi, chẳng phải nghiệp, chẳng phải quả, chẳng phải dời, chẳng phải diệt, chẳng phải tâm vương tâm sở, chẳng thể nghĩ bàn... Nếu nói vô minh làm nhơn duyên mà có các hành, người phàm phu liền phân biệt tưởng rằng có hai pháp: "minh" và "vô minh". Người trí rõ biết tánh đó vốn không có hai. Tánh không hai (bất nhị) đó tức là thật tánh*".

Cho nên Tâm Kinh viết: "Vô vô minh diệc vô vô minh tận". Không có vô minh mà cũng chẳng bao giờ hết... vô minh! Khoái thật!

Trong kinh Duy Ma Cật, khi các vị Bồ tát có mặt đều nói về "Bất nhị" theo sự hiểu biết của mình, thì cuối cùng Văn Thù xin Duy Ma Cật cho ý kiến riêng ông, Duy Ma Cật làm thinh, chẳng nói chẳng rằng. Trong lúc mọi người đang ngơ ngác, tưởng Duy Ma Cật bí, thì Văn Thù vỗ tay khen: "Đó mới thật đúng là Bất Nhị!". Bởi, Bất Nhị thì "ngôn ngữ đạo đoạn, tâm hành xứ diệt", còn nói năng suy nghĩ gì nữa! ■

(còn tiếp số tới)

Eines Tages... das andere Ufer erreichen

Übersetzt ins Deutsche von Nguyên Đạo & Prof. Beuchling

Diese 26 Essays in „Eines Tages... das andere Ufer erreichen" *sind wertvolle, leicht verständliche und wissenschaftlich fundierte Dharma-Vorträge. Sie werden mit Zustimmung des Autors alle ins Deutsche übersetzt und zweisprachig in der Zeitschrift Viên Giác veröffentlicht – Die Redaktion.*

➢ Buddha tritt ins Nirvana ein - [Phật nhập Niết-bàn].

Buddha sagte zu Ananda: „Es ist Zeit... Tathagata wird ins Nirvana eintreten." Als Ananda dies von Buddha hörte, brach er unwillkürlich in Schluchzen aus und weinte bitterlich: „Wie schmerzhaft! Wie schmerzhaft! Die Welt wird leer sein." „Wir müssen gemeinsam inständig beten und Buddha bitten, nicht ins Nirvana einzutreten." Der Welt-Erhörte sagte erneut zu Ananda: „Du solltest nicht so kläglich weinen. Du musst diesen Körper betrachten wie eine Bananenstaude, wie Sonnenlicht, wie Wasserschaum, wie eine Illusion, wie eine Zaubershow, wie ungebrannte Töpferware, wie einen Blitz, wie ein Bild auf dem Wasser. Wie ein zum Tode Verurteilter, wie ein fauler Baum, wie ein Stück Fleisch, wie ein fertig gewebtes Tuch, wie ein Mörser, der auf und ab bewegt wird. Man muss alle Phänomene betrachten, als wären sie Essen vermengt mit Gift." Ananda antwortete Buddha: „Genau wie der Welt-Erhörte gelehrt hat. Obwohl ich ursprünglich wusste, dass der Tathagata mittels geschickter Mittel ins Nirvana eintreten würde, konnte ich meine Trauer nicht unterdrücken. Jetzt, nachdem ich darüber nachgedacht habe, empfinde ich wieder Freude." Buddha lobte Ananda: „Gut, gut! Sie können klar erkennen, dass Tathagata gemeinsam mit den Wesen erscheint und mittels geschickter Mittel ins Nirvana eintritt." (Mahaparinirvana-Sutra, übersetzt von Thich Tri Tinh).

Verstanden. Buddha hat nur mittels „geschickter Mittel erschienen", um dadurch die Lebewesen zu lehren, dass man trotz allem sterben wird und man sollte sein Verhalten und seinen Lebensstil ändern, Gier und Hass verringern, um Ruhe zu finden. Selbst Buddha muss sterben, wie viel mehr wir! Aber denkt daran, der Körper des Tathagata von Buddha ist ewig und unvergänglich, weil er aus dem Tathagatagarbha, aus dem Dharma-Körper kommt. Wir haben auch die Buddha-Natur, haben einen Dharma-Körper, der auch aus dem Tathagatagarbha kommt, warum sollten wir also Angst vor Leiden wegen „Geburt, Krankheit, Alter, Tod“ haben?

➢ **Beständigkeit, Freude, Selbst, Reinheit - [Thường, Lạc, Ngã, Tịnh].**

Lange Zeit haben wir uns daran gewöhnt, im Wandelbaren, im Leid, im Nicht-Selbst, in der Unreinheit zu leben... Plötzlich hören wir Buddha, kurz bevor er ins Nirvana eingeht, im Mahaparinirvana-Sutra sagen, dass es nichts Wandelbares, Leidvolles, Nicht-Selbsthaftes, Unreines gibt, sondern Dauerhaftigkeit, Glück, Selbst, Reinheit... das ist alles, nichts weiter als dass Menschen in ihrer „Verwirrung“, wie Betrunkene, die Welt sich drehen sehen und dies einbilden. Wandelbarkeit, Leid, Nicht-Selbst, Unreinheit sind Phänomene des alltäglichen Lebens in „unserer Welt“, die jeder kennt und für die viele hart arbeiten, um durch Praxis darüber hinauszugehen, um Reinheit und Freude zu erreichen. Aber in Wirklichkeit ist das nur die unmittelbare „Erkenntnis“ von uns gewöhnlichen Menschen, Buddha sieht es anders. Allerdings, gleich nach der Erleuchtung, wenn Buddha dies direkt ausspricht, würde niemand glauben, niemand verstehen, also nähert er sich auf einem leichter akzeptablen Umweg und ermutigt so zur mühsamen Praxis. Erst als die Zeit reif war, im Lotus-Sutra, musste Buddha den Lebewesen die Augen öffnen, damit sie das „Buddha-Wissen“ sehen, um daraus in einen Zustand der Freude, Stille einzutreten. Was sehen? Das Tathagata, das Tathagatagarbha, die Formlosigkeit und wahre Natur. Lebewesen haben auch die Buddha-Natur, also müssen sie es wie Buddha sehen. Aber an dem Tag, am Fuße des Berges Gridhrakuta, vor Tausenden von großen Shravakas und Bodhisattvas, als Buddha dieses lange verborgene Geheimnis „enthüllte“, verließen fünftausend Schüler, denkend, Buddha würde widersprüchlich sprechen. Buddha musste mehrmals klarstellen: Am Anfang, in der Mitte, am Ende habe ich nur eine Wahrheit gesprochen. Wie ein Arzt, der nach der Diagnose dem Patienten zunächst Medikamente zur Linderung der Symptome gibt, um Leid und Schmerzen zu mildern, und dann später die tiefer liegenden Ursachen behandelt. Medizin, die heilt, ist auch Gift, viele Nebenwirkungen müssen sehr vorsichtig behandelt werden.

Icherinneremichan Meister Phuoc Hau (1862-1949), der bei der Erleuchtung über das Tathagata schrieb:

Kanons bleiben in den achtundvierzigtausend Arten

weder Überfluss noch Defizit beim Studieren.

Nun reflektiere, vergesse alles,

auf dem Kopf bleibt das Wort „So“ (Như)

Vergänglichkeit, Leiden, Nicht-Selbst wurden immer als die „Drei Dharma-Siegel“ betrachtet, jede Lehre ohne diese Siegel ist falsch, ist nicht die des Buddha. Im Mahaparinirvana-Sutra, kurz bevor er ins Nirvana eintrat, sagte Buddha, dass dies nur „Bezeichnungen“ seien, noch nicht die „wahre Bedeutung“, nur weil die Lebewesen in verwirrtem Geist solche Vorstellungen haben!

Wie ein Betrunkener, der Häuser, Berge und Flüsse, die tatsächlich nicht wirbeln, als wirbelnd wahrnimmt. So sind die Lebewesen, bedeckt von den Störungen der Unwissenheit, in ihrem Geist verwirrt: sie nehmen das Selbst als nicht-selbst wahr, das Beständige als unbeständig, das Reine als unrein, das Glückliche als leidvoll. Solche Vorstellungen hegend, ohne die wahre Bedeutung zu durchdringen... (Abschnitt über die Natur des Tathagata, Mahaparinirvana-Sutra).

Doch, warum sollten wir, die wir uns so lange an die Vergänglichkeit gewöhnt haben und die Vergänglichkeit... dieses interessanten Lebens so genießen, nach der Beständigkeit des Tathagata streben? Ebenso sind wir an Leid gewöhnt, sehen im Leid auch Freude, weil wir denken, Leid verwandelt sich in Freude, Freude in Leid... Also, wenn wir in das Tathagatagarbha eintreten, ist es nicht so, dass wir „gezwungen“ sind, eher als dass wir es wirklich wollen, nicht wahr? Dann sprach Buddha:

Nun werde ich klar über das Wesen des Eintretens in das Tathagatagarbha sprechen:

„Selbst“ ist die wahre Bedeutung von „Buddha“; „Beständigkeit“ ist die wahre Bedeutung von „Dharmakaya“ (der Buddha-Natur, des Tathagatagarbha). „Freude“ ist die wahre Bedeutung von „Nirvana“, „Reinheit“ ist die wahre Bedeutung von „Dharma“. Um alle Lebewesen zu erlösen, lehrte er die Praxis des Nicht-Selbst. Durch diese Praxis wird das Festhalten am Selbst vollständig aufgelöst, und man tritt in das Reich der Reinheit, des Friedens (vorläufig) ein.

Wenn das Selbst existiert, dann ist das Leiden unvermeidlich.

Wenn kein Selbst existiert, dann bringt die Praxis der Reinheit keinen Nutzen.

Aufgrund dieses Gedankens werden diejenigen, die Praktiken des Leidens üben, als unheilvoll betrachtet, während diejenigen, die Praktiken der Freude üben, als heilvoll gelten. Diejenigen, die Praktiken des Nicht-Selbst üben, gehören zu den Leidenschaften, diejenigen, die Praktiken der

Beständigkeit üben, werden als Tathagatagarbha bezeichnet. (Mahaparinirvana-Sutra).

Das bedeutet, wenn es ein Selbst gibt, kann man nicht vollständig das Anhaften an das Selbst beenden, um dem Leiden zu entkommen, man wird weiterhin leiden! Wenn es kein Selbst gibt, bringt die harte Praxis in der Hoffnung auf Reinheit keinen Nutzen! Es muss verstanden werden, dass dieses Selbst hier die wahre Bedeutung von Buddha (das wahre Selbst) ist, nicht das gewöhnliche Selbst von uns normalen Menschen.

In den Wesen existiert bereits die Buddha-Natur, das Tathagatagarbha, und hat die Beständigkeit, Freude, das Selbst, die Reinheit erkannt. Man sollte sich dieser „drei wahren Zufluchten" selbst annehmen, ohne weiter zu suchen.

Buddha sagte zu Kashyapa (ein junger Bodhisattva, der fragte, warum auch Buddha sterben müsse): *„O Kashyapa! Der Körper des Tathagata ist ein ewig verweilender Körper, ein unzerstörbarer Körper, ein Vajra-Körper, nicht ein aus Nahrung entstandener Körper. Das ist der Dharma-Körper". „Du solltest wissen, der Körper des Tathagata ist kein Körper und ist doch ein Körper, nicht entstehend, nicht vergehend, nicht akkumulierend, nicht praktizierend, unermesslich, unbegrenzt, ohne Spuren, unbewusst, formlos, völlig rein, unerschütterlich, nicht erleidend, nicht handelnd, nicht karma-bedingt, nicht fruchttragend, nicht entstehend, nicht vergehend, nicht des Geistes, nicht des Geistigen, unvorstellbar... Wenn man sagt, Unwissenheit sei die bedingende Ursache für die Handlungen, denkt der gewöhnliche Mensch sofort, es gäbe zwei Dinge: ‚Erleuchtung' und ‚Unwissenheit'. Der Weise weiß, dass diese Natur ursprünglich nicht zweigeteilt ist. Diese nicht-zweigeteilte Natur ist die wahre Natur".*

Deshalb schreibt das Herz-Sutra: „Keine Unwissenheit und kein Ende der Unwissenheit". Es gibt keine Unwissenheit, aber auch nie ein Ende der Unwissenheit! Wie erfrischend!

Im Lankavatara-Sutra, als alle Bodhisattvas ihre Verständnisse von „Nicht-Zweiheit" darlegten, bat Manjushri schließlich Lankavatara um seine persönliche Meinung. Lankavatara schwieg, sagte nichts. Während alle verwirrt waren, dachten sie, Lankavatara wäre sprachlos, lobte Manjushri mit einem Klatschen: „Das ist wahrhaft Nicht-Zweiheit!". Denn bei Nicht-Zweiheit „endet die Sprache, das Geistige findet sein Ende", was gibt es noch zu sagen oder zu denken! ■

(fortsetzen in der nächsten Ausgabe)

TRUYỆN CỔ PHẬT GIÁO
SONG NGỮ VIỆT – ĐỨC

Tịnh Ý Giới thiệu

NGƯỜI TU KHÔNG NÊN PHÓNG DẬT

(Phỏng theo " Tích truyện Pháp Cú - Tu viện Thường Chiếu dịch)

Vào sáng sớm, một vị Trưởng lão và một Tỳ-kheo trẻ đi đến nhà bà *Visàkhà*[1] để nhận phần cúng dường tại đấy, bà luôn luôn cúng bánh và cháo. Vị Trưởng lão sau khi ăn cháo, bèn đi sang nhà khác, để thầy Tỳ-kheo ở lại. Lúc đó, cô cháu gái của bà *Visàkhà* đang giúp bà ngoại cúng dường các sư. Khi nàng rót nước vào bát cho thầy Tỳ-kheo, thấy gương mặt mình phản chiếu trong nước, nàng mỉm cười; thầy Tỳ-kheo nhìn vào và cũng cười.

Cô bé thấy thầy cười, bèn nói:

- Một chiếc đầu trọc cười.

Thầy nổi xung, mắng lại cô:

- Cô là kẻ trọc đầu, má cô, ba cô cũng trọc đầu.

Cô bé òa khóc lên, vào bếp mách bà.

Bà *Visàkhà* hỏi:

- Chuyện gì thế, cháu cưng?

Cô bé kể lại câu chuyện. Bà *Visàkhà* lập tức đi đến chỗ thầy Tỳ-kheo và thưa:

- Bạch Đại Đức, xin Ngài đừng phiền. Ngài hiểu lầm chỗ này. Đó chỉ là biểu hiện sự tôn trọng sâu xa đối với một vị tu sĩ râu tóc cạo sạch, tay cầm bình bát nứt bể đi khất thực trong mảnh y vá víu.

1 Visàkhà: Một Nữ đại thí chủ thời Đức Phật.

Thầy Tỳ-kheo đáp nữ thí chủ:

- Đúng thế, bà hiểu theo luật, râu tóc của tôi đều phải cắt sạch. Nhưng cô bé này có được quyền hỗn láo gọi tôi là „đầu trọc“ không?

Bà *Visàkhà* không thể nào khuyên can cả thầy lẫn cháu.

Lúc ấy, Trưởng lão trở về và hỏi:

- Chuyện gì thế, nữ thí chủ?

Sau khi nghe qua câu chuyện, Trưởng lão rầy vị Tỳ-kheo:

- Thôi đi! Chú phải bình tĩnh. Không có gì sỉ nhục cho một sư tóc tai cắt sạch, mặc áo vá đi khất thực.

- Bạch Ngài, đúng vậy. Nhưng tại sao thay vì khiển trách nữ thí chủ, Ngài lại khiển trách con? Ngài nghĩ xem có thích đáng không, khi chế giễu một nhà sư bằng câu nói: „Thầy trọc đầu“?.

Vào lúc đó, Đức Thế Tôn đi đến, Ngài hỏi:

- Chuyện gì vậy?

Bà *Visàkhà* kể lại đầu đuôi câu chuyện.

Đức Thế Tôn nhận biết thầy Tỳ-kheo có khả năng chứng quả Tu-đà-hoàn[2], Ngài nghĩ thầm „Ta phải tiếp tay thêm để giúp thầy Tỳ-kheo này“. Ngài bảo bà *Visàkhà*:

- Nhưng này, *Visàkhà*! Có thích đáng cho cháu gái bà không, khi chỉ vì đệ tử ta đi khất thực với râu tóc nhẵn nhụi, đã chế nhạo và gọi các thầy là đầu trọc?

Thầy Tỳ-kheo trẻ lập tức nhảy lên, chắp tay hướng về Thế Tôn với tất cả lòng thành khẩn, nói:

- Bạch Thế Tôn! Chỉ có Ngài hiểu đúng vấn đề, mà ngay cả thầy con hay bà thí chủ giàu có này cũng không hiểu.

Đức Phật biết thầy đã hòa dịu, bèn nói:

- Thái độ chế giễu, nhạo báng lấy đó làm vui là thái độ thấp hèn không nên có, cũng như không nên sống buông thả phóng dật.

Ngài đọc Pháp Cú:

(167) *Chớ theo pháp hạ liệt*[3]*,*
Chớ sống mặc, buông lung,
Chớ tin theo tà kiến,
Chớ tăng trưởng tục trần[4]*.*

Lời Bàn:

1. Người xuất gia luôn lấy giới luật và uy nghi làm đầu. Thầy tỳ kheo trẻ cùng vị Trưởng lão đến nhà nữ thí chủ *Viakha* khất thực xong; vị Trưởng lão đã rời đi mà sao thầy còn ở lại? Cô bé thấy bóng của mình trong nước rót dâng thầy, cô cười, thầy lại *chụm đầu vào cười với cô trong bát nước.* Uy nghi của thầy bị sứt mẻ từ đó, nên cô bé mới dám *“cợt nhả”* gọi thầy là *“đầu trọc”.*

2. Vị Trưởng lão đã nhắc: *Không có gì sỉ nhục cho một sư tóc tai cắt sạch, mặc áo vá đi khất thực.* Lời dạy đó cũng đã rõ ràng, nhưng thầy chưa nhận ra. Phải đợi đến đức Thế Tôn đến, rầy cô bé một chút vì tội nói năng “sỗ sàng”, bất kính, rồi quay sang dạy thầy Tỳ-kheo giúp thầy giác ngộ:

Chớ theo pháp hạ liệt[3]*,*
Chớ sống mặc, buông lung,
Chớ tin theo tà kiến,
Chớ tăng trưởng tục trần[4]*.*

Tu tập trước hết là thực tập các uy nghi:” *Đi đứng nằm ngồi trong chánh niệm. Vào ra, cười nói tướng trang nghiêm”.* ■

Alte buddhistische Geschichten
Tịnh Ý stellt vor – Mỹ Đình überträgt ins Deutsche

Ein Praktizierender sollte nicht nachlässig sein.

(nach „Geschichten aus dem Dhammapada“ – übersetzt vom Thường-Chiếu-Kloster).

Eines frühen Morgens gingen ein ehrwürdiger Ältester und ein junger Mönch zum Haus der Spenderin Visākhā[5], um dort die Almosen entgegenzunehmen. Visākhā pflegte regelmäßig Kuchen und Reisbrei darzubringen. Nachdem der Älteste gegessen hatte, ging er weiter zu einem anderen Haus und ließ den jungen Mönch zurück.

Zu dieser Zeit half Visākhās Enkelin ihrer Großmutter bei der Darbringung der Speisen. Als sie dem jungen Mönch Wasser in seine Almosenschale goss, sah sie ihr eigenes Spiegelbild im Wasser und lächelte. Der Mönch blickte ebenfalls hinein und lächelte zurück.

Das Mädchen bemerkte dies und sagte:

– „Ein Glatzkopf lächelt!“

Der Mönch wurde ärgerlich und erwiderte:

– „Du bist die Glatzköpfige! Deine Mutter und dein Vater sind auch glatzköpfig!“

Das Mädchen begann zu weinen und lief in die Küche zu ihrer Großmutter.

Visākhā fragte sie:

– „Was ist geschehen, mein Kind?“

Das Mädchen erzählte ihr alles. Da ging Visākhā sofort zum Mönch und sprach:

---

2 Tu-đà-hoàn: Quả vị đầu trong bốn thánh quả: Tu-đà-hoàn; Tư-đà-hàm; A-na-hàm; A-la-hán.

3 Hạ liệt: thấp hèn

4 Tục trần: những tầm thường ngoài xã hội.

5 **Visākhā**: Eine bekannte große Spenderin (Laienanhängerin) zur Zeit des Buddha, sehr verehrt für ihre Großzügigkeit und Weisheit.

– „Ehrwürdiger, bitte nehmt es euch nicht zu Herzen. Ihr habt sie missverstanden. Das war lediglich ein Ausdruck kindlichen Respekts gegenüber einem Ordensmann, der sein Haar und seinen Bart geschoren hat, mit einer einfachen Almosenschale umhergeht und ein geflicktes Gewand trägt."

Der Mönch erwiderte:

– „Ja, es stimmt, dass unsere Ordensregel vorschreibt, Haar und Bart zu scheren. Aber hat dieses Mädchen das Recht, mich frech einen ‚Glatzkopf' zu nennen?"

Visākhā konnte weder den Mönch noch das Mädchen beruhigen.

In diesem Moment kehrte der Älteste zurück und fragte:

– „Was ist geschehen, Spenderin?"

Als er die Geschichte gehört hatte, ermahnte er den jungen Mönch:

– „Genug! Du musst dich sammeln. Es ist keine Schande für einen Mönch, geschorenes Haar zu haben, ein Flickengewand zu tragen und Almosen zu sammeln."

Der junge Mönch sagte:

– „Gewiss, Ehrwürdiger. Aber warum tadelt Ihr mich statt das Mädchen? Ist es denn richtig, einen Mönch mit den Worten ‚Glatzkopf' zu verspotten?"

In diesem Augenblick kam der Erhabene hinzu und fragte:

– „Was ist hier vorgefallen?"

Visākhā berichtete Ihm alles.

Der Buddha erkannte, dass der junge Mönch das Potenzial hatte, den Stromeintritt (Tu-đà-hoàn) zu verwirklichen. Er dachte:

„Ich werde ihm helfen, Fortschritt zu machen."

Der Buddha sprach zu Visākhā:

– „Visākhā, ist es angemessen, dass deine Enkelin meine Schüler verspottet, nur weil sie mit geschorenem Kopf Almosen sammeln, und sie ‚Glatzkopf' nennt?"

Der junge Mönch trat sofort ehrerbietig vor und sagte:

– „Ehrwürdiger, nur Ihr habt die Situation richtig verstanden. Nicht einmal mein Lehrer oder diese reiche Spenderin haben es erkannt."

Der Buddha sah, dass sich sein Geist beruhigt hatte, und sprach:

– „Spott, Hohn und Freude am Lächerlichmachen sind verächtliche Verhaltensweisen. Ebenso darf man nicht in Nachlässigkeit und Zügellosigkeit leben."

Dann rezitierte er folgende Dhammapada-Lehrverse:

(Pháp Cú 167)

Folge nicht den niederen Wegen.
Lebe nicht sorglos und zügellos.
Hänge nicht falschen Ansichten an.
Lasse die weltlichen Begierden nicht wachsen.

Kommentar:

Ein Ausgetretener stellt die Ordensregeln und die Würde des Verhaltens immer an erste Stelle.

Der junge Mönch ging zusammen mit dem Ältesten zum Haus der Spenderin Visākhā, um Almosen zu empfangen. Nachdem der Älteste gegangen war, blieb der junge Mönch jedoch noch dort.

Als das Mädchen beim Einschenken ihr Spiegelbild im Wasser sah, lächelte sie. Der Mönch beugte sich ebenfalls über die Schale und lächelte zurück.

Von diesem Augenblick an war die äußere Würde und Haltung des Mönchs nicht mehr klar erkennbar, und so traute sich das Mädchen, ihn scherzhaft und respektlos „Glatzkopf" zu nennen.

Der Älteste hatte deutlich ermahnt:

„Es ist keine Schande für einen Mönch, Haar und Bart abzuschneiden, ein Flickengewand zu tragen und Almosen zu sammeln."

Diese Lehre war klar, aber der junge Mönch hatte ihren Sinn noch nicht erfasst.

Erst als der Erhabene kam, tadelte Er das Mädchen ein wenig wegen ihrer respektlosen Worte. Danach wandte Er sich dem jungen Mönch zu, um ihm Einsicht zu vermitteln:

Folge nicht den niederen Wegen.
Lebe nicht sorglos und zügellos.
Hänge nicht falschen Ansichten an.
Lasse die weltlichen Begierden nicht wachsen.

Wahre Übung beginnt damit, die Würde und Achtsamkeit im täglichen Verhalten zu pflegen:

„Beim Gehen, Stehen, Sitzen und Liegen achtsam verweilen;

beim Eintreten, Herausgehen, Sprechen und Lächeln stets würdevoll und gesammelt sein." ■

TRUYỆN NGẮN
THIẾU NHI

Thi Thi Hồng Ngọc

GIA ĐÌNH MÌNH LÀ CON PHẬT

Tranh: Cát Đơn Sa

NGÀY GIỖ

Vừa đi học về, Thảo An đã buông cặp sách chạy ào vào nhà bếp tíu tít trò chuyện với mẹ:

-Mẹ ơi! Mẹ biết không? Hôm nay con đã "thuyết trình" cho các bạn một đề tài bất ngờ và rất lạ đấy!

Mẹ tắt nồi canh vừa chín, rửa tay rồi quay sang cô con gái cưng dịu dàng hỏi:

-À dạo này con đã có khả năng thuyết trình rồi cơ à! Mẹ rất vui, thế con nói về vấn đề gì vậy?

Thảo An mỉm cười nhìn mẹ chậm rãi kể:

-Hôm nay Celin mời con và các bạn đến dự sinh nhật vào thứ bảy tuần sau, bạn ấy khoe sẽ có nhiều tiết mục vui nhộn và ăn uống rất ngon vì ba mẹ của bạn ấy đã đặt bàn trong một nhà hàng Việt chuyên bán Buffet. Ai nghe cũng hào hứng nhưng con từ chối không tham dự. Mọi người xôn xao hỏi lý do, con nói rằng hôm đó nhà mình có đám giỗ bà nội, bà mất vừa được một năm. Đám bạn của con cảm thấy thật kỳ lạ rằng tại sao lại quan trọng ngày chết của một người đến thế, sinh nhật của người sống mới đáng quan tâm chứ?

Thấy vẻ chăm chú lắng nghe đầy vẻ tôn trọng của mẹ, Thảo An hài lòng vui vẻ kể tiếp:

-Con hỏi các bạn ngày ngày đi học có nhìn thấy bức tượng ông thị trưởng có công xây dựng thành phố và ngôi trường này không? Tuần trước được cô giáo dẫn vào tham quan lâu đài các bạn có nhìn thấy hình ảnh treo trên tường của các vị chủ nhân nhiều đời của lâu đài ấy không? Còn nữa, hàng năm ở nước Đức đều có ngày đi thăm mộ. Tất cả những điều này đều gọi là "giỗ", có nghĩa là chúng ta có mặt ở đây được hưởng mọi sự tốt đẹp là nhờ công ơn của người "hồi xưa". Ngày giỗ là ngày nhắc nhở thế hệ sau sống với lòng thương nhớ, biết ơn và học hỏi những cái hay của ông bà. Có ông bà mới có ba mẹ và có mình.

Mẹ ôm Thảo An vào lòng xúc động không nói nên lời. Cô bé cũng thì thầm giọng đầy cảm xúc:

-Mẹ biết không? Lúc con nói xong, có bạn đã khóc đó!

TẾT VIỆT NAM

** Ở NHÀ*

Mỗi năm ba mẹ đều tổ chức Tết Việt Nam rất trang trọng. Các con học mở lịch ra xem ngày ta từ 23/12 âm lịch cúng ông Táo, 24 và 25 dọn dẹp nhà cửa, 26 mua sắm các thứ cần thiết để gói bánh chưng, làm dưa chua, làm mứt. Ba bảo người Tây phương họ cũng có lịch Giáng sinh tính từng ngày cho đến ngày 24/12 dương lịch thì tại sao mình lại thờ ơ với chính văn hóa hay đẹp của nước mình. Ngày 28 Tết mẹ dắt ba cô con gái đi sắm quần áo mới. Giao thừa luôn luôn đúng ngày dù bên Đức có lệch giờ hay là không vào cuối tuần, cả nhà vẫn tụ họp điện thoại về Việt Nam chúc Tết ông bà, các cháu đều đã chuẩn bị sẵn bài thơ, bài hát vui vui gì đó để tặng ông bà đầu năm mới. Sau đó là mục ba mẹ "lì xì" cho các con chút tiền may mắn đựng trong bao giấy nhỏ màu đỏ với những hình vẽ vui vui, cả nhà quây quần trò chuyện về năm cũ đã qua và những dự định cho năm mới. Mùng một, hai, ba Tết ngày nào rơi vào cuối tuần thì cả nhà đi chùa. Chị em Thảo An, Thảo Mai và Thảo Hiền đều thích ngày Tết Việt Nam, cả ba đều hứa với ba mẹ sau này lớn lên dù ở đâu cũng sẽ cố gắng "làm Tết" như ở nhà mình.

** Ở CHÙA*

Năm nào ba chị em cũng được ba mẹ chở đến chùa lễ vào dịp Tết. Chùa không gần nhà nhưng cũng không xa lắm. Chẳng nơi nào có không khí Tết Việt Nam như ở chùa. Chánh điện trang nghiêm, rực rỡ treo đèn kết hoa. Hai cây mai vàng hai bên được gắn hoa giấy rất khéo nhìn qua cứ tưởng như thật, trên cây treo vô số những bao giấy đỏ có đồng tiền kèm theo tờ giấy nhỏ ghi những lời dạy của Phật hoặc những câu chuyện viết cho trẻ em bằng hai thứ tiếng Đức và Việt. Thức ăn chay ngày Tết ở chùa thì phong phú và ngon tuyệt vời. Năm nay các bạn trong lớp của Thảo An và Thảo Mai cũng rủ nhau đến rất đông. Các cô thích lấy bao lì-xì để đọc những câu chuyện thiếu nhi vui vui bằng tiếng Đức. Chưa hết, năm nào mà thấy đông các cô cậu người Đức đến chùa, thầy trụ trì ưu ái nhờ nhà bếp chiêu đãi thêm món mì xào, pizza, khoai tây chiên, Thầy lại chịu khó tổ chức "thuyết pháp" bằng tiếng Đức và tận tình trả lời mọi thắc mắc, tò mò của bọn trẻ nên mỗi năm lượng người Đức đến chùa lại tăng lên. Tết năm nay Thảo An vui nhất vì có ba cô bạn trong lớp nhờ giới thiệu để thầy quy y Tam Bảo cho. Năm ngoái Thiện Tín, bạn cùng trường của Thảo An cũng dẫn hai người bạn đến chùa quy y, anh chàng còn nói đùa:

-Biết đâu chùa mình sau này có người Đức đi tu, biết đâu được!!! ■

Thi Thi Hồng Ngọc
UNSERE FAMILIE SIND BUDDHISTEN
Kinderkurzgeschichten
Mỹ Đình überträgt ins Deutsche

GEDENKTAG (AHNEN-GEDENKTAG)

Kaum war Thảo An von der Schule nach Hause gekommen, ließ sie ihre Schultasche fallen und rannte aufgeregt in die Küche, um mit ihrer Mutter zu plaudern:

– Mama! Weißt du was? Heute habe ich vor der ganzen Klasse ein „Referat" gehalten – über ein ganz unerwartetes und ungewöhnliches Thema!

Die Mutter stellte den gerade fertigen Suppentopf vom Herd, wusch sich die Hände und fragte ihre geliebte Tochter sanft:

– Ach ja? Du kannst jetzt also schon Vorträge halten! Das freut mich sehr. Und worüber hast du gesprochen?

Thảo An lächelte und erzählte langsam:

– Heute hat Celin mich und die anderen eingeladen, am nächsten Samstag zu ihrer Geburtstagsfeier zu kommen. Sie prahlte damit, dass es viele lustige Programmpunkte und sehr leckeres Essen geben würde, weil ihre Eltern in einem vietnamesischen Buffet-Restaurant einen Tisch reserviert haben. Alle waren begeistert – aber ich habe abgelehnt, teilzunehmen.

Alle fragten erstaunt nach dem Grund, und ich sagte, dass wir an diesem Tag die Gedenkfeier für meine verstorbene Großmutter väterlicherseits haben – sie ist genau vor einem Jahr gestorben. Meine Freunde fanden das ganz seltsam: Warum sollte der Todestag eines Menschen so wichtig sein? Der Geburtstag der Lebenden sei doch viel bedeutender, sagten sie.

Als Thảo An sah, wie aufmerksam und respektvoll ihre Mutter zuhörte, erzählte sie zufrieden weiter:

– Da habe ich meine Freunde gefragt: „Seht ihr auf dem Schulweg nicht die Statue des Bürgermeisters, der unsere Stadt und unsere Schule gegründet hat? Und erinnert ihr euch an die Porträts der vielen früheren Besitzer, die wir letzte Woche im Schloss gesehen haben? Außerdem gibt es in Deutschland doch jedes Jahr den Totensonntag, an dem man die Gräber besucht!"

– All das, sagte ich, ist im Grunde auch eine Art „Gedenktag" (giỗ) – es bedeutet, dass wir dankbar an diejenigen denken, denen wir all das Gute in unserem Leben verdanken. Der Todestag erinnert die Nachkommen daran, mit Liebe, Dankbarkeit und Respekt zu leben – und von den Tugenden unserer Vorfahren zu lernen. Ohne Großeltern gäbe es keine Eltern, und ohne Eltern gäbe es uns nicht.

Die Mutter nahm Thảo An gerührt in die Arme, unfähig, etwas zu sagen. Das Mädchen flüsterte leise, mit bewegter Stimme:

– Weißt du, Mama? Als ich fertig war, sind manchen meiner Freunde sogar die Tränen gekommen.

DAS VIETNAMESISCHE NEUJAHRSFEST

** Zuhause*

Jedes Jahr feiern Mama und Papa das vietnamesische Neujahrsfest Tết auf sehr feierliche Weise.

Wir Kinder lernen dabei, im Mondkalender nachzuschauen:

Am 23. Dezember nach dem Mondkalender opfert man den Küchengöttern (Ông Táo), am 24. und 25. wird das Haus gründlich geputzt, und am 26. kauft man alle notwendigen Dinge ein, um Bánh chưng (Klebreiskuchen), eingelegtes Gemüse und süßes Konfekt (Mứt) herzustellen.

Papa sagt immer: „Die Menschen im Westen zählen im Advent doch auch die Tage bis Weihnachten – warum sollten wir dann gleichgültig gegenüber unseren eigenen schönen Traditionen sein?" Am 28. Tết-Tag nimmt Mama uns drei Töchter mit, um neue Kleidung zu kaufen.

Zum Jahreswechsel (Giao thừa), ganz gleich, ob die Zeitverschiebung zu Deutschland passt oder ob es auf ein Wochenende fällt, versammelt sich die ganze Familie. Wir telefonieren nach Vietnam, um unseren Großeltern ein gutes neues Jahr zu wünschen. Wir Kinder haben immer ein Gedicht oder ein lustiges Lied vorbereitet, um es Oma und Opa als Neujahrsgruß zu schenken. Danach kommt der Moment, auf den wir uns besonders freuen: Mama und Papa geben uns die „Lì xì" – kleine rote Umschläge mit Glücksgeld, geschmückt mit fröhlichen Mustern.

Anschließend sitzt die ganze Familie beisammen, redet über das vergangene Jahr und schmiedet Pläne für das neue. Wenn der erste, zweite oder dritte Tết-Tag auf ein Wochenende fällt, gehen wir gemeinsam in den Tempel, um zu beten.

Die Schwestern Thảo An, Thảo Mai und Thảo Hiền lieben das vietnamesische Neujahrsfest. Alle

drei haben ihren Eltern versprochen, dass sie – ganz gleich, wo sie später leben werden – immer versuchen werden, Tết so zu feiern, wie es in unserer Familie gefeiert wird.

** IM TEMPEL (IN DER PAGODE)*

Jedes Jahr fahren Mama und Papa mit uns drei Schwestern zum Tempel, um dort während des Tết-Fests zu beten. Der Tempel liegt nicht ganz in der Nähe, aber auch nicht allzu weit entfernt. Nirgends spürt man die vietnamesische Tết-Stimmung so sehr wie im Tempel. Die Haupthalle ist feierlich geschmückt – überall hängen bunte Lampions und Blumengirlanden. Auf beiden Seiten stehen zwei gelbe Mai-Bäume (gelbe Aprikosenblüte - Ochna integerrima), an denen geschickt Papierblüten befestigt sind – sie sehen so echt aus, dass man sie leicht für natürliche Blüten halten könnte.

Zwischen den Zweigen hängen unzählige rote Umschläge, in denen eine Münze und ein kleiner Zettel stecken – darauf stehen Lehren des Buddha oder kurze Geschichten für Kinder, jeweils zweisprachig – auf Vietnamesisch und Deutsch. Das vegetarische Neujahrsessen im Tempel ist immer reichhaltig und köstlich. Dieses Jahr kamen besonders viele Klassenkameradinnen von Thảo An und Thảo Mai mit. Die Mädchen freuten sich, rote Glücksumschläge (Lì-xì) zu bekommen und darin lustige Kindergeschichten auf Deutsch zu lesen.

Und das ist noch nicht alles: Wenn besonders viele deutsche Besucherinnen und Besucher in den Tempel kommen, bittet der Abt die Küche, zusätzlich gebratene Nudeln, Pizza oder Pommes frites zuzubereiten. Er hält dann eine Predigt auf Deutsch, erklärt geduldig buddhistische Begriffe und beantwortet alle neugierigen Fragen der Kinder. So kommen von Jahr zu Jahr mehr Deutsche in der Pagode.

Dieses Jahr war Thảo An besonders glücklich, weil drei Mitschülerinnen sie gebeten hatten, sie dem Abt vorzustellen, um Zuflucht zu den „Drei Juwelen" (Tam Bảo) zu nehmen – also offiziell Buddhisten zu werden. Schon im letzten Jahr hatte Thiện Tín, ein Schüler aus derselben Schule, zwei deutsche Freunde in den Tempel mitgebracht, die sich ebenfalls zum Buddhismus bekannten. Er hatte damals lachend gesagt: „Wer weiß – vielleicht haben wir irgendwann Deutsche, die hier im Tempel Mönche werden! Wer weiß, nicht wahr?" ■

Nguyên Trí - Hồ Thanh Trước

Bính Ngọ 2026 Mã Đáo Thành Công

Ngựa (Ngọ) là một con vật trong Thập Nhị Chi (12 con giáp) trong Âm Lịch Việt Nam, năm 2026 là năm Bính Ngọ. Thập Nhị Chi còn được dùng để tính giờ trong một ngày, giờ Ngọ (ngựa) là từ 11 giờ đến 13 giờ và đúng ngọ là 12 giờ.

Ngựa là con vật yêu thích cuộc sống tự do, hoang dã để được hòa mình vào thiên nhiên. Những người tuổi Ngọ vì thế mà rất năng động, nhiệt tình, thích những nơi đông người và đam mê khám phá những điều mới mẻ trong cuộc sống. Tuy nhiên tất cả đều tùy thuộc vào nghiệp duyên của mỗi người.

Trong tất cả loài động vật, chó thường được xem là con vật trung thành và gần gũi với người nhất. Tuy nhiên có thể ngựa là loài động vật «bạn» của người thậm chí là «đầy tớ» trung thành của loài người từ ngàn xưa. Chúng ta thử tìm hiểu con vật mang đầy huyền thoại và rất gần với chúng ta.

Theo Britannica Dictionary, ngựa được định nghĩa như sau:

«Ngựa, (Equus caballus), một loài động vật có vú ăn cỏ có móng đơn (one-toed hoof) thuộc họ Equidae. Nó bao gồm một loài duy nhất, Equus caballus, có nhiều biến thể được gọi là giống. Trước khi có xe cơ giới, ngựa được sử dụng rộng rãi như một loài động vật kéo, và cưỡi ngựa là một trong những phương tiện vận chuyển chính».

Đặc tính chung của loài ngựa

Vào thời tiền sử, ngựa hoang có lẽ đã được săn bắt để làm thức ăn. Nhiều tài liệu nghiên cứu cho thấy sự thuần hóa đã diễn ra cách đây khoảng 6.000 năm. Người ta cho rằng ngựa lần đầu tiên được sử dụng bởi một bộ tộc có nguồn gốc Indo-European sống ở thảo nguyên phía bắc dãy núi giáp với biển Đen (Black Sea) và biển Caspian. Dưới ảnh hưởng của khí hậu, thức ăn và loài người, ngựa nhanh chóng có được hình dạng hiện tại.

Sự quan hệ giữa ngựa và loài người rất mật thiết và gần như là duy nhất trong tất cả mối quan hệ giữa loài động vật và loài người. Ngựa là bạn đồng hành và đầy tớ trung thành của loài người trong mọi tình huống.

Trước khi việc cơ khí hóa dựa vào động lực hơi nước (steam – vapeur) được phát triển vào thế kỷ 19 tại Âu châu, trong thời bình, ngựa đã cày ruộng và mang về mùa màng, kéo hàng hóa và chở khách, mang người chủ nó đi săn thú và theo dõi gia súc. Đưa những nhà thám hiểm đến những vùng đất chưa biết.

Ở Âu, Mỹ có loài ngựa dùng để kéo xe, kéo hàng nặng, thân to lớn, khỏe mạnh gọi là ngựa *'thồ'* (cheval de trait – Draft horse). Loài ngựa này to lớn và khỏe mạnh hơn ngựa thường, nó có trọng lượng bản thân trung bình khoảng 750kg nhưng có sức kéo được vật nặng bằng 1,5 lần trọng lượng bản thân.

Ngựa trong Phật giáo

Nhắc đến loài ngựa thì hẳn nhiên tất cả hàng Phật tử chúng ta không thể nào không nhắc đến tuấn mã Kiền Trắc (Kaṇṭhaka) trong kinh điển Phật giáo. Năm Thái tử Siddhartha 29 tuổi, chính ngựa Kiền Trắc đã đưa tiễn Thái tử cùng với người hầu trung tín Xa Nặc (Channa) trốn khỏi kinh thành Ca Tỳ La Vệ (Kapilavatthu) trong đêm rằm tháng 6. Trong đêm ấy, ngựa Kiền Trắc đã vượt một chặng đường dài, vượt qua khỏi dòng Anomā để đưa Thái tử xuất gia tầm đạo. Theo kinh điển Phật giáo, Kiền Trắc (Kanthaka) tái sinh làm một người Bà la môn và sau đó tham dự các buổi thuyết pháp của Đức Phật Thích Ca Mâu Ni và đạt được giác ngộ. (Malalasekera, G. P. (1996). *Encyclopaedia of Buddhism*).

Trong bộ kinh *Aṅguttara Nikāya (Tăng Chi Bộ)* qua phẩm AN.4.113. Patodasutta («The Goad – Stick» – Cây gậy đầu nhọn dùng để thúc ngựa) Đức Phật giảng cho các tỳ kheo ẩn dụ về bốn loại ngựa được huấn luyện tốt được so sánh với bốn hạng người xuất sắc, được phân loại theo khả năng phản ứng trước mối đe dọa của roi vọt hoặc trước những đau khổ của cuộc sống.

Ngựa trong thời bình

Trước khi máy móc nông nghiệp như máy kéo ra đời, ngựa được sử dụng rộng rãi trong canh nông. Một số nhà máy nông nghiệp, máy bơm và các loại máy tương tự cũng hoạt động bằng sức ngựa. Ngựa còn được sử dụng để kéo các loại tàu chở hàng (còn gọi là xà lan) trên các con kinh đào ở các quốc gia Âu châu, dọc các con kinh này có con đường dành cho ngựa kéo xà lan. Trước đây, việc vận chuyển thư từ, thư khẩn cấp và chở người thường được thực hiện bằng ngựa. American Pony Express là một trong những công ty sắp xếp vận chuyển hàng bằng ngựa đầu tiên là ở Hoa Kỳ thành lập năm 1860.

Ngựa kéo xà lan trên kinh

Trong nhiều thế kỷ, ngựa đã được sử dụng làm động vật kéo xe trượt tuyết, xe đẩy và xe ngựa. Ở Hòa Lan, Bỉ xe buýt và xe tramway kéo bằng ngựa là tiền thân của phương tiện giao thông công cộng ngày nay.

Chevaline 7 – Bruxelles 1869
Paardentram – Amsterdam 1890

Tượng Thánh Gióng – Phù Đổng Thiên Vương

Cưỡi ngựa luôn là trò tiêu khiển phổ biến trong giới quý tộc. Những chú ngựa kéo uy nghi và những chiếc xe ngựa sang trọng cũng là một phần của phong cách thời trang thanh lịch. Ở những thành phố như Amsterdam, Antwerp, Bruges, Brussels, Ghent, Ostend, Rome và Vienna, xe ngựa vẫn được sử dụng (hoặc đã từng sử dụng), nhưng hiện nay chỉ để chở khách du lịch tham quan thành phố.

Ở những vùng xa xôi có ít đường sá hiện đại, việc chăn gia súc vẫn được thực hiện bằng ngựa, ở Bắc Mỹ là những Cowboys và ở Nam Mỹ là những Gauchos hoặc với những Guardians trên lưng ngựa Camargue thuộc một vùng mang cùng tên Camargue ở Provence Pháp quốc. Người ta vẫn sử dụng ngựa cho mục đích này trên các thảo nguyên ở Siberia và Trung Á.

Ngày nay, ngựa kéo vẫn được sử dụng để kéo gỗ trong lâm nghiệp vì ngựa ít làm lún, ít làm hư hại đất hơn máy móc hạng nặng.

Tuy rằng ngựa không còn được sử dụng nhiều trong công nghiệp nhưng «dư âm» của ngựa vẫn hiện hữu qua đơn vị đo lường công xuất cơ khí, xe hơi, máy móc công nghiệp, động cơ điện, v.v... được gọi là Mã Lực (HP – CV – PK), 1 mã lực (1cv) = 0,76kW.

Ngựa trong quân sự

Trong thời chiến, trước thời kỳ cơ khí hóa, từ ngàn xưa, từ Á sang Âu, từ Đông sang Tây, ngựa đưa chiến binh vào trận chiến, kéo những vũ khí nặng, kéo hàng tiếp vận cho chiến trường, vận chuyển thương binh, v.v... Số lượng ngựa tử vong trên chiến trường có thể gần bằng số lượng binh lính tử vong. Thành ngữ *«Da Ngựa Bọc Thây»* trong Việt ngữ đã nói lên được điều này theo nghĩa đen.

Việc sử dụng ngựa cho mục đích quân sự có từ khoảng năm 5000 Trước Công Nguyên (TCN), khi các cung thủ Mông Cổ bắt đầu sử dụng ngựa. Vào khoảng năm 1200 TCN, ý tưởng về kỵ binh cũng bắt đầu xuất hiện ở nhiều vùng phía tây như Ai Cập và Ba Tư.

Trong lịch sử Việt Nam Phù Đổng Thiên Vương đã cưỡi ngựa sắt dẹp tan giặc Ân.

Những tác phẩm có ảnh hưởng của chuyên gia về ngựa Xenophon, một sĩ quan quân đội đến từ thành phố Sparta của Hy Lạp, vẫn còn tồn tại cho đến ngày nay.

Vào thế kỷ 15, những người Tây Ban Nha đã đưa ngựa trở lại châu Mỹ, nơi chúng đã tuyệt chủng từ lâu. Sau đó, chúng được người da đỏ ở đó sử dụng rộng rãi.

Trong Thế chiến II, người Nga vẫn sử dụng kỵ binh để chống lại quân Đức. Quân đội Đức cũng sử dụng ngựa để vận chuyển. Trong Thế chiến II, khoảng 6 triệu con ngựa đã chết vì đạn, bom hoặc chết đói. Ngày nay, ngựa trong quân đội vẫn thường được dùng trong các nghi lễ. Kỵ Binh Cảnh sát vẫn sử dụng ngựa.

Trong thần thoại Hy Lạp, con ngựa gỗ thành Troy được sử dụng trong Chiến tranh thành Troy để lén đưa một đội quân vào thành Troy một cách vô hình.

Trường dạy cưỡi ngựa Tây Ban Nha nổi tiếng ở Vienna, Áo quốc (*Spanish Riding School - Spanische Hofreitschule*) được thành lập hơn 460 năm. Ban đầu là một học viện quân sự nơi đào tạo kỵ sĩ và ngựa cho quân đội, ngày nay trở thành trường huấn luyện chuyên bảo tồn nghệ thuật cưỡi ngựa biểu diễn cổ điển và huấn luyện ngựa Lipizzaner, những màn trình diễn của chúng tại Hofburg cũng là một điểm thu hút khách du lịch. Những chú ngựa và kỵ sĩ hàng đầu của trường cũng thường xuyên lưu diễn và biểu diễn trên toàn thế giới.

Ngoài ra còn có các trường kỵ binh: Trường Nghệ thuật Kỵ Mã Bồ Đào Nha ở Lisboa (Escola Portuguesa de Arte Equestre) và Trường Nghệ thuật Kỵ Mã Hoàng Gia Andalusia ở Jerez De La Frontera (Real Escuela Andaluza del Arte Ecuestre) cũng trở thành các trường nghệ thuật kỵ mã. Riêng trường Cadre Noir là một trường kỵ binh ưu tú của Pháp, hoạt động gần thành phố Saumur, Maine-et-Loire Pháp quốc, được thành lập vào cuối thế kỷ 16 và được vua Louis XIV khuếch trương vào năm 1763, ngày nay là trường huấn luyện nghệ thuật kỵ mã và cạnh bên là trường «Thiết kỵ (thiết giáp)» École d'application de l'arme blindée cavalerie (EAABC) của quân đội Pháp.

Ngựa trong văn học, thành ngữ, tục ngữ

Ngựa đã cung cấp sự giải trí dưới hình thức đấu thương, giải đấu, trò chơi ngựa gỗ và môn thể thao cưỡi ngựa.

Ảnh hưởng của ngựa được thể hiện trong tiếng Anh qua danh từ «Hiệp Sĩ – Knight», biểu thị danh dự, sự tôn trọng, trao cho một người vì những thành tích đặc biệt của người đó (Cambridge Dictionary).

Cheval de guerre, một tiểu thuyết chiến tranh được dịch sang Pháp ngữ theo nguyên tác *War Horse* của nhà văn người Anh Michael Morpurgo. Tác giả nhân cách hóa chú ngựa Joey để chú ngựa này kể lại cuộc đời của chính mình.

- Mùa hè năm 1914. Tại trang trại của cha ở Anh, cậu bé Albert lớn lên cùng chú ngựa Joey. Joey, chú ngựa nông trại, trở thành chiến mã vào năm 1914, kể lại câu chuyện của mình một cách giản dị. Là một nhân chứng của Thế chiến thứ nhất, chú đã trải qua nỗi kinh hoàng của chiến tranh cùng với quân Anh, quân Đức và quân Pháp. Đối với Joey, binh lính, nông dân, sĩ quan và bác sĩ thú y không phải là kẻ thù, mà là những con người, nơi chú gặp gỡ cả lòng tốt lẫn sự độc ác. Joey chia sẻ nỗi đau khổ và nỗi sợ hãi của họ, và biết cách mang lại hy vọng cho họ.

Tình bạn giữa Albert và Joey tan vỡ vì chiến tranh, một chú ngựa mà mạng sống bị đe dọa mỗi ngày, và một cậu bé 15 tuổi khao khát được đoàn tụ với bạn mình nhưng lại quá nhỏ để ra trận. Cơ hội gặp lại nhau của họ không cao, nhưng tình bạn có thể khiến họ làm được những điều kỳ lạ... Tác phẩm này được Steven Spielberg thực hiện thành phim năm 2011.

The Black Stallion là tựa đề của bộ sách của Walter Farley (bản dịch Pháp ngữ mang tựa đề L'Étalon Noir), quyển đầu tiên trong bộ sách xuất bản năm 1941, với nhân vật chính là một chú ngựa giống Ả Rập còn được gọi là Black. Bộ truyện kể về câu chuyện của một chú ngựa giống quý giá của một Sheikh, sau một vụ chìm tàu, chú ngựa này bất ngờ trở thành «bạn» của chàng trai trẻ tên Alec Ramsay trên một hòn đảo hoang vắng. Trong những khoảnh khắc ấy, không cần lời nói, mối liên kết giữa người và vật nảy sinh từ sự cần thiết nhưng lại phát triển thành một điều gì đó sâu sắc hơn nhiều. The Black Stallion được Walter Farley thực hiện thành phim năm 1979.

Ngoài ra ngựa còn được sử dụng trong việc giúp điều trị một số bệnh tại Bỉ trong Trung tâm «Les Rênes de la Vie» tại Château de la Hulpe với phương pháp *"Hippothérapie"* dùng ngựa để giúp các trẻ em mắc các bệnh rối loạn tâm lý, cảm giác, vận động, di truyền, khó khăn trong học tập hoặc khó khăn trong hành vi (tự kỷ, loạn thần, điếc, mù, bại não, rối loạn cơ bắp, trisomie 21, tăng động, khó đọc, liệt hai chi dưới, liệt tứ chi, liệt nửa người, khuyết tật Angelman, v.v...).

Phương pháp tại Trung tâm Trị liệu Ngựa Les Rênes de la Vie hướng đến việc giúp trẻ phát triển toàn diện, cả về mặt cảm giác và trí tuệ, cũng như về mặt tính cách và các mối quan hệ với người khác.

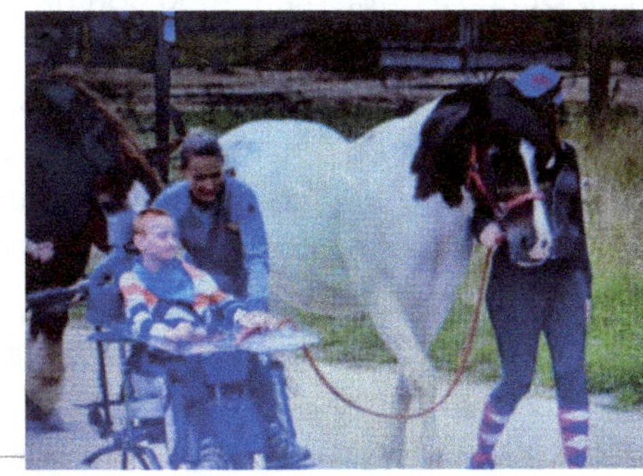

Hippothérapie tại Trung tâm Les Rênes de la Vie

Từng bước, từng bước ngựa, ngựa giúp đánh thức, khai mở, tạo điều kiện hoặc thúc đẩy tiềm năng của trẻ em khuyết tật, giúp trẻ tiến bộ trong các lĩnh vực yếu kém.

Trung tâm này đang nghiên cứu việc dùng phương pháp *'Hippothérapie'* giúp các bệnh nhân ung thư trong việc chữa trị.

Thành ngữ, tục ngữ về ngựa có rất nhiều trong mọi ngôn ngữ trên toàn thế giới. Xin mượn thành ngữ «Mã Đáo Thành Công - 馬 到 成 功» kính chúc quý vị độc giả một năm Bính Ngọ 2026 mọi thành công trên đường đời cũng như đường tu. ■

Tài liệu tham khảo:
-Britannica Dictionary
- Encyclopaedia of Buddhism
-Cambridge Dictionary
-Tài liệu RTBF (TV Bỉ)
-Encyclopaedia of Buddhism
-Hình ảnh Wikipedia
-The Black Stallion Walter Farley
-Cheval de guerre nguyên tác Michael Morpurgo bản dịch Pháp ngữ Diane Ménard

Lâm Minh Anh

CUNG VI QUÝ

Hôm nay cả nhà đưa Minh Châu đến chùa sinh hoạt Gia đình Phật tử, sau đó cậu còn ở lại trọn ngày giúp thầy trụ trì chuẩn bị lễ tất niên sắp đến, nên cha mẹ và ông nội về trước hẹn xế chiều sẽ đến đón. Trở lại nhà, sau một lúc nghỉ ngơi, uống vài tách trà, Tân thắc mắc hỏi ngay:

-Hôm nay đến chùa, con thấy khắp nơi treo những câu chúc như: *Cung Chúc Tân Xuân, Cung Hạ Tân hỉ, Cung Hỉ Phát Tài*..., theo con hiểu, đây là những lời chúc tốt lành vào năm mới theo truyền thống, tập tục của văn hoá Hoa Hạ từ xưa để lại. Qua những câu nêu trên đều có chữ "Cung" đứng đầu, phải chăng chữ này có một vai trò đặc biệt giữ một ý nghĩa sâu sắc, mong Ba giải thích cho.

Ông Tư mỉm cười chậm rãi nói:

-Trước hết ba mượn 2 chữ Cung Duy 恭維 (tức khen ngợi), vì con vẫn còn trẻ mà sớm có ý tìm hiểu ngôn ngữ, văn tự xưa. Chữ Cung 恭 vốn là một trong những chữ cổ sớm xuất hiện trên:

•Giáp cốt văn, có tự dạng, trên là chữ Long 龍 (thần rồng), dưới là bộ Củng hoặc Cùng 廾 (chắp tay) cấu thành 龏, mang nghĩa 2 tay nâng đỡ phẩm vật, cẩn trọng dâng lên, biểu hiện thái độ tôn kính thần rồng. Đến thời Tây Châu, trên Kim văn, lối khắc chữ Đồng văn, 龏 ngoài nghĩa trọng kính như trên, còn mang nghĩa phụng mệnh, thuận hành, như Tam Quốc Chí, Ngô Thư, Hoàng Cái truyện viết: Trước đều sợ oai, sớm tối phụng hành chức vụ. (Sơ giai bố uy, túc dạ cung chức - 初皆怖威夙夜恭職). Sang thời Chiến quốc, trên thẻ tre, vải lụa, xuất hiện chữ Cộng (cùng) 共, có hình dạng tay trái và tay phải hợp lại nhau dâng hiến lễ vật, thể hiện cung thuận, cung cẩn, như Tả Truyện, Văn Công thập bát niên nói: Cha tình nghĩa, mẹ từ ái, anh thân thiết, em cung cẩn, con hiếu kính. (Phụ nghĩa, mẫu từ, huynh hữu, đệ cung, tử hiếu - 父義母慈兄友弟恭子孝). Từ đó, 3 chữ 龏,共,恭 (đọc đồng âm, nhóm chữ hình thanh) được dùng trong thư tịch văn cổ. Riêng trên văn tự nước Sở, thời Chiến quốc, phần trên chữ 共 là bộ Cùng 廾 (chỉ sự kính cẩn bộc lộ bên ngoài), đôi khi viết thành bộ Tâm 心 (chỉ sự thể hiện kính trọng bên trong). Sau này, kể từ khi Tiểu Triện xuất hiện, chữ 共 được thêm chữ 心 bên dưới, có tự dạng 恭 (ý nhấn mạnh kính cẩn từ nội tại) được dùng cho tới hiện nay.

•Sách Nhĩ Nhã, phần Thích Hỗ giải thích: Cung, kính dã - 恭敬也. Ở phần Thích Huấn mở rộng nghĩa: Túc túc dực dực, cung dã - 肅肅翼翼恭也. Mục mục túc túc, kính dã - 穆穆肅肅敬也.

Chữ Túc 肅 mang nghĩa cung kính, nghiêm túc, khoan nhượng, như Tả Truyện, Hy Công thập tam niên nói: Những người tuỳ tùng đều cung kính, khoan hòa và trung thành, lại có khả năng. (Kỳ tùng giả túc nhi khoan, trung nhi năng lực - 其從者肅而寬忠而能力). Chữ Túc, cũng mang nghĩa chỉ thái độ giữ gìn công việc một cách thận trọng, nghiêm cẩn, như sách Thượng Thư nói: Cung kính là biểu hiện lấy sự cẩn trọng, nghiêm túc làm việc. (Cung, tác túc - 恭作肅).

Chữ Dực 翼 mang nghĩa nghiêm trang, kính cẩn, như Luận Ngữ, thiên Hương Đãng nói: Người ấy lui về chỗ ngồi, dáng vẻ nghiêm cung. (Một giai xu, dực như dã - 沒階趨翼如也).

Chữ Mục hay Mực 穆 mang nghĩa nghiêm cẩn, ôn hòa, như kinh Thi, Đại Nhã, Chưng Dân nói: Nghiêm hòa, ôn nhã như gió mát. (Mục như thanh phong - 穆如清風).

•Thuyết văn giải tự nói: Cung là nghiêm chỉnh. Chữ này bộ Tâm 心 biểu ý; bộ Cùng 共 biểu âm. (Cung, túc dã, tùng tâm, cộng thanh - 恭肅也從心共聲). Như thế, Hứa Thận dựa theo nghĩa chữ Túc của Nhĩ Nhã diễn giải chữ Cung. Việc dùng chữ Túc, Mục, Dực để giải thích chữ Cung, là cách hiểu nghĩa tương thông, nếu phân tích rạch ròi thì có chút khác biệt, nhưng khi hiểu toàn thể thì chúng hỗ trợ, làm rõ cho nhau.

•Sách Lễ Ký, Khúc Lễ thượng ghi rằng: Cung là biểu hiện bên ngoài; Kính là nằm ở nội tâm. (Tại mạo vi cung, tại tâm vi kính - 在貌為恭在心為敬). Cũng trong Lễ Ký, phần Biểu Ký cho rằng: Thái độ cung nghiêm có thể tránh xa xấu hổ, nhục nhã . (Cung dĩ viễn sỉ - 恭以遠恥).

•Đời nhà Tống, Chu Hy chú giải: Cung chú trọng cung cách bên ngoài; kính chú trọng ở sự kiện. Cung được thấy bộc lộ vẻ ngoài; kính ở trong nội tâm. (Cung chủ dung, kính chủ sự; Cung kiến ư ngoại, kính chủ hồ trung - 恭主容敬主事恭見於外敬主乎中). Lại giải thích thêm: Nếu hình thức bên ngoài nhiều mà nội tâm ít thì gọi là Cung, và ngược lại, nội tâm nhiều mà biểu hiện bên ngoài ít thì gọi là Kính. Còn cho rằng: Trong các thư tịch cổ, chữ Cung và chữ Kính thường đặt đối nhau, hoặc ghép nhau. Chẳng hạn, lễ kính Phật, thái độ cung với kính luôn đi đôi để biểu đạt sự tôn nghiêm.

•Kinh Thi, Đại Nhã miêu tả: Người khiêm cung ôn hòa là cơ bản bền vững của đức hành. (Ôn ôn cung nhân, duy đức chi cơ - 溫溫恭人惟德之基).

•Khổng Tử Gia Ngữ, Đệ Tử Hành nói: Kính trọng người già và thương yêu trẻ . (Cung lão tuất ấu - 恭老卹幼).

Nghe đến đây, Tân xin phép Ông Tư góp lời: Thưa Ba, trước đây con cũng có tìm hiểu chữ Cung trong sách Luận Ngữ. Ý nghĩa chữ Cung được minh họa như sau:

#Thiên Học Nhi, Hữu Tử nói: Cung kính là gần với chữ lễ. (Cung cận ư lễ - 恭近於禮). Thiên Thái Bá, Khổng Tử mở rộng nghĩa, nói rằng: Cung kính mà không biết phép lễ thì mệt nhọc. (Cung nhi vô lễ tắc lao - 恭而無禮則勞). Thiên Công Dã Tràng, Khổng Tử ca ngợi quan đại phu nước Trịnh thời Xuân Thu là Tử Sản, rằng: Đạo quân tử gồm 4 phẩm chất: Khiêm cung, kính trọng, đức hành, trách nhiệm, Ngài Tử Sản đều sở hữu. (Hữu quân tử chi đạo tứ yên: Kỳ hạnh kỷ dã cung - 有君子之道四焉: 其行已也恭).

#Thiên Dương Hoá, Tử Trương hỏi về đạo nhân, Khổng Tử nêu ra 5 điều: Cung kính, khoan dung, tín cẩn, mẫn tiệp, ân huệ. Có thái độ cung kính thì không bị khinh nhờn. (Cung, khoan, tín, mẫn, huệ; Cung tắc bất hối - 恭寬信敏惠: 恭則不侮).

#Thiên Nhan Uyên, Tử Hạ chỉ rằng: Quân tử chỉ cần hành sự chu đáo, đối xử cung kính lễ độ với người thì bốn bể là nhà, là anh em cả. (Quân tử kính nhi vô thất, dữ nhân cung nhi hữu lễ, tứ hải chi nội, giai huynh đệ dã - 君子敬而無失與人恭而有禮四海之內皆兄弟也).

#Thiên Thuật Nhi cho biết phẩm chất, tư cách, tính tình và đạo đức của Khổng Tử qua cách sống: Ôn hòa mà nghiêm túc, uy nghi mà không thô bạo, cung kính mà an nhiên. (Tử ôn nhi lệ, uy nghi bất mãnh, cung nhi an - 子溫而厲威而不猛恭而安).

Tân ngừng lại cười cười khẽ nói:

-Tuy nhiên, con vẫn cần ba giải thích mấy câu chúc mà con chưa hiểu nghĩa mấy.

Ông Tư gật đầu thong thả nói:

-Cung Chúc Tân Xuân 恭祝新春, tức Chúc mừng năm mới, là lời chúc một năm tốt đẹp, mang ý nghĩa sâu sắc, được sử dụng cầu chúc mọi nhà trong những ngày đầu năm. Vốn khởi nguyên từ đời nhà Ân, là nghi lễ trọng đại lớn nhất bắt đầu của một năm. Xưa kia, những ngày này, thiên tử đích thân tế thần ở đàn miếu, tế lễ tổ tông tại cung đình, còn gọi là Lạp tế 臘祭. Truyền thống tập tục này sau được phổ biến rộng rãi, hòa nhập vào dân gian dần dà tạo thành nghi thức lễ bái tổ tiên, ông bà đã khuất của nhiều nhà. Thế rồi theo năm tháng trở thành nét văn hoá của xã hội, qua cung cách cúi đầu chắp tay nghiêm túc vái chào thể hiện sự kính trọng lẫn nhau.

-Cung Hạ Tân Hỉ 恭賀新禧, tức cung kính chúc mừng tân niên tràn đầy hạnh phúc, cát tường như ý, vốn phát xuất từ thời kỳ Trung Hoa Dân Quốc trong tác phẩm Hồng Nhậm 紅巖, chương thứ nhất, tác giả Dương Ích Ngôn 楊益言. Thực ra, ý nghĩa nguyên thủy nghi thức này có từ 4 ngàn năm trước, người cổ đại cử hành khánh chúc vào Mồng một của tháng giêng (nguyệt chính 月正) đầu năm, xưa gọi là nguyên nhật 元日, hoặc nguyên thần (thìn) 元辰, hoặc nguyên chính 元正.

-Cung Hỉ Phát Tài 恭喜發財, là câu chúc phổ biến trong dịp Tết Nguyên Đán của người Hoa và người Việt gốc Hoa, mang nghĩa mừng năm mới sang, cầu chúc tài lộc đến với mọi nhà, mọi người, vốn phát xuất từ đời nhà Thanh, tỉnh Quảng Đông, Quảng Châu, trên khu phố con đường chính mang số 13 (Thập tam hành) trong sự kiện giao thương mậu dịch giữa người Hoa và người nước ngoài được ghi lại trong "*Trung Hoa Tạp Chí*" bởi tác giả William Hunter.

Ở đây lưu ý sự khác nhau giữa 2 chữ Hỉ 禧 và 喜 (đồng âm): Trong Cung Hạ Tân Hỉ 恭賀新禧 với chữ Hỉ 禧 (có bộ Thị 示) và trong Cung hỉ phát tài 恭喜發財 với chữ Hỉ 喜 (không có bộ Thị 示).

*Hỉ 禧 (có bộ Thị 示) sự vui mừng thuộc Hồng hỉ 鴻禧, chỉ niềm vui phúc phần, phúc chỉ 福祉, nghiêng về biểu đạt tinh thần, kèm theo có tập tục nhiều người cùng nâng rượu chúc mừng.

*Hỉ 喜, sự vui mừng thuộc Lạc hỉ 樂喜, chỉ sự dục lạc vui thích, khát vọng khoái lạc, nghiêng về biểu đạt thành tựu cá nhân trên cơ sở vật chất.

Lam Ngọc dù bận rộn chuyện bánh mứt ở nhà bếp nhưng vẫn thích thú lắng nghe cuộc đàm luận. Làm xong mẻ mứt quất cuối cùng, cô kính cẩn đặt lên bàn thờ rồi bưng khay chè hạt sen, nhãn nhục mời ông Tư và Tân thưởng thức, cả hai đều khen nức nở tài nghệ nấu ăn thơm ngon, đặc biệt là thái độ cung kính của cô khi mời làm ông Tư rất hài lòng. Đợi cả nhà dùng xong, Lam Ngọc nhẹ nhàng ngỏ ý:

-Nãy giờ ba giảng về chữ Cung, con đã nghe và học hỏi được rất nhiều, nhưng con xin ba thêm về chữ Cung trong đời sống thường nhật được không ba?

Ông Tư vui vẻ nói ngay:

- Chữ Cung là điều cơ bản trong giao tiếp giữa người với người để bày tỏ cung kính, lễ phép nơi nhân cách của người hiểu biết thế nào là khiêm nhường cần có và đáng có:

~ Đả Cung Tác Ấp 打恭作揖 là khuôn phép kính cẩn nghiêm túc chấp tay làm lễ. Thành ngữ này, sớm xuất hiện vào đời nhà Minh trong Nhân Ký Vãng Sự 因記往事 của Lý Chí (Trập) 李贄 (1527-1602), biểu thị cung kính khiêm hạ theo truyền thống hành lễ thời cổ đại. Xưa kia trong bức tranh "Hán Hỷ Đới Dạ Yến Đồ" của Cố Hoành Trung thời Ngũ Đại (Tống, Tề, Lương, Trần, Tuỳ) vị nam tử chắp tay hành lễ đã thể hiện rõ phép nghi này.

~ Khiêm Cung Hữu Lễ 謙恭有禮 là khuôn phép khiêm hòa làm lễ theo tư tưởng của Nho gia, nhấn mạnh tính tất yếu của Lễ, coi đó là điều cơ bản để tu dưỡng bản thân và cách thế giao tiếp hài hòa trong xã hội con người. Điển hình, Hậu Hán Thư, Tề Vũ Vương Diễn truyện ghi chép: Tính hòa kính khiêm cung của bậc cao sĩ tốt, nhờ đó, bộc lộ được dáng vẻ lễ độ. (Nhi mục tính khiêm cung hảo sĩ; khiêm hư nhi hữu chi lễ mạo - 而睦性謙恭好士謙虛而有之禮貌).

~ Tẩy Nhĩ Cung Thính 洗耳恭聽 là cung kính hết lòng chú tâm rửa tai lắng nghe, vốn phát xuất từ điển cố trong đời Tây Tấn (tỉnh Sơn Tây ngày nay), sách Hoàng Phủ Mật, Cao Sĩ truyện, Hứa Do. Chuyện rằng: Vua Nghiêu với hiền sĩ Hứa Do truyền ngôi báu (xưa kia gọi là thiện nhượng 禪讓). Hứa Do từ chối, bèn đến ẩn cư dưới chân núi Trung Nhạc (tức Hoa Sơn), tỉnh Thiểm Tây ngày nay. Vua Nghiêu lại cho mời một lần nữa để đảm nhận chức đại phu, Hứa Do cũng không nhận, cười mà về rồi ra suối rửa tai.

~Cung kính bất như tùng mệnh 恭敬不如從命 (cung kính không bằng vâng lời) là câu viết tắt của: "Cung kính bất như thính tùng mệnh lệnh, thụ giáo bất như thuận tùng" trích trong Doãn (Tuân) Phổ 笱譜 của hòa thượng Thích Tán Ninh (919-1001) là tác giả "Tống Cao Tăng Truyện".

Lam Ngọc có vẻ thích nghe điển cố nên xin ông Tư kể thêm câu chuyện nào nữa mà đằng sau lột tả được ý nghĩa thâm trầm của chữ Cung.

Ông Tư mỉm cười chiều ý, kể tiếp:

-Trong Lễ Ký, Đàn Cung hạ ghi chép: Một người vì thể hiện cách cư xử thiếu sự cung cẩn nên chẳng đạt được kết quả như mong muốn dù có lòng tốt. Một năm nọ, nước Tề (tỉnh Sơn Đông ngày nay) gặp phải nạn đói kém khắp nơi. Có người tên Kiềm Ngao 黔敖, muốn cứu trợ cơm nước miễn phí. Nhiều người đến xin, ông đều mang cho, nhưng cung cách tỏ vẻ khinh khỉnh ra mặt, khiến họ quay lưng bỏ đi. Ông không lấy điều đó làm lạ, lại nghĩ rằng: Sẽ có người khác tiếp tục đến xin, chẳng phải bận lòng. Thực vậy, những ngày kế tiếp, vẫn có người đến xin rồi lại quay lưng bỏ đi. Sau đó, ông phát hiện những người ấy chết đói bên đường, nhưng ông vẫn không rõ lý do.

Tăng Tử nghe chuyện, than rằng: Cho hay biếu tặng người mà thái độ tỏ ra thiếu sự cung kính, thì người nhận có khí khái khó tiếp nhận, dù biết rằng vật đó họ rất cần. Như Khổng Tử từng nói trong Luận Ngữ, thiên Vi Chính: Khi Tử Du (họ Ngôn tên Yển) hỏi về đạo hiếu. Khổng Tử nói: Chữ Hiếu ngày nay được hiểu là nuôi dưỡng cha mẹ. Nhưng ngay cả chó và ngựa cũng đều phải nuôi dưỡng. Nếu thiếu đi sự cung kính thì sao có thể phân biệt hai việc đó đây? Cho nên, tận hiếu là cung kính nuôi dưỡng cha mẹ (Tử Du khiếm khuyết điều này).

Tân và Lam Ngọc thấm ý nhìn nhau, Tân nhẹ nhàng góp lời:

-Thưa Ba, Chữ Cung theo như Ba dẫn giải, những kẻ hậu học chúng con cần phải học hỏi thực hành, bởi lẽ, Cung không chỉ thể hiện hành vi lễ kính khiêm nhường mà còn là một cách giữ thân căn bản. Trong cách cư xử ở đời, người không khiêm cung khó mà hòa mình và được lòng người khác. Nói cách khác, khoác lên chiếc áo khiêm cung không chỉ khiến người khác nhìn vào cảm thấy dễ chịu, lại còn khiến bản thân sống thanh thản, không vướng bận bởi cái tôi quá lớn,

Ông Tư mỉm cười gật đầu biểu đồng tình rồi nhắc nhở Tân đến chùa đón Minh Châu. Suốt đoạn đường về đến tận lúc vào nhà, cậu bé vui vẻ kể về buổi sinh hoạt ở chùa, đặc biệt là thời Pháp rất hay của thầy trụ trì làm ai cũng hoan hỷ. Lam Ngọc vội hỏi con thầy thuyết về đề tài gì thế? Minh Châu hào hứng kể lại:

-Dạ thưa! Thầy giảng về *Kinh Thiện Sanh* trong đó Đức Phật dạy về Sự Cung Kính, cách đối xử trong đời sống thường ngày. Con học hỏi được nhiều điều và càng thấy "thương" Đức Phật quá! Sao cái gì Phật cũng biết, cũng "lo cho mình" hết.

Cậu bé đột nhiên im lặng, chắp tay búp sen cung kính nhìn lên bàn thờ Phật, cả nhà làm theo, mùi hương trầm ngào ngạt, mâm ngũ quả tươi tốt, cặp lư đồng sáng loáng, bình hoa cúc vàng xinh đẹp, khay mứt đủ loại tự làm thơm phức. Tết đến rồi! ■

Tiểu Lục Thần Phong

MÙA XUÂN NÓI CHUYỆN NGHIỆP

Những thuật ngữ: nghiệp, vô thường, nhân quả… rất quen thuộc với chúng ta, ngay cả những người khác đức tin hay vô thần cũng biết đến. Những thuật ngữ này nói lên một phần căn bản của giáo lý Phật pháp lại vừa mang màu sắc triết lý dân gian, ấy là do bởi sự giao thoa giữa Phật giáo và văn hóa bản địa. Hàng ngày, mọi người chúng ta vẫn thường nói "nghiệp nó vậy, nghiệp không thể khác được, thiện nghiệp, ác nghiệp, sanh nghề tử nghiệp, trả nghiệp, đổ nghiệp, sự nghiệp… vậy nghiệp là gì?

Nghiệp tiếng Phạn là Karma, là kết quả của quá trình tạo tác bởi thân – khẩu – ý, nói dễ hiểu hơn thì nghiệp là hậu quả của tất cả những gì đã nghĩ, đã nói và đã làm (sự là đang tạo tác, nghiệp là quả đã thành).

Nghiệp có thiện nghiệp, ác nghiệp, vô ký nghiệp, cộng nghiệp, biệt nghiệp, cận tử nghiệp, trọng nghiệp, khinh nghiệp… Mở đầu *Kinh Suy Niệm Về Nghiệp* đức Phật nói: "Tất cả chúng sanh là chủ nhân của nghiệp cũng là kẻ thừa tự nghiệp. Chính nghiệp phân chia sự dị biệt cao thấp trong đời". Lời này tóm lược một cách tổng quát và toàn diện. Vì sao nói chúng sanh là chủ nhân của nghiệp? bởi vì sự thật là không có ai làm cho ta thăng hay đọa, không có ai làm cho ta sướng hay khổ. Nghiệp của ta như thế nào là do

THƠ Thích Hạnh Giải
Thơ viết trên giường bệnh

TÁN DƯƠNG ĐỨC THẾ TÔN

Đảnh lễ Đức Thế Tôn,
Đấng Pháp Vương vô thượng.
Quả chứng Ngài đã chứng,
Là quả vị tối thượng.
Pháp Ngài khéo thuyết giảng,
Là Chánh Pháp tối thượng.
Chúng con chiêm ngưỡng Ngài,
Muôn hạnh lành sanh khởi.

KHÔNG NHẬN LẦM

Già, bệnh thân đau nhức,
Không nhận lầm "tôi đau".
"Tâm biết" thân đang bệnh,
Thân bệnh, tâm không bệnh.
Thân đau, tâm không đau.
Tuệ quán rõ Danh, Sắc,
Tự ngã được giải trừ.
Cái đau giảm năng lực,
Khổ thọ suy yếu dần,
Như dây leo ngã đổ,
Mất cơ hội vươn lên.

NHẬN LẦM

Thân năm uẩn đau, nhức,
Nếu nhận lầm "tôi đau",
Nhức, đau thêm sức mạnh,
Bởi yêu "tự ngã" mình.
Tự ngã vốn không thật,
Tưởng thật nên nhận lầm.
Nhận lầm lênh đênh mãi,
Như lục bình trôi sông

chính ta tạo ra và thọ nhận lấy. Khi chúng ta hành động – nói năng – suy nghĩ thì có thể đổ thừa cho hoàn cảnh này, lý do nọ nhưng cho dù bất cứ lý do gì thì cái quả của nghiệp ta vẫn phải chịu chứ không thể trốn tránh hay chối bỏ. không có ai đem cái nghiệp buộc vào cổ mình và mình cũng không thể đem cái nghiệp đổ cho ai khác. Ngay cả đức Phật với lòng từ bi vô lượng cũng không làm sao có thể gánh giùm cái nghiệp của chúng ta. Vì vậy mà Kinh mới nói chúng ta là chủ nhân của nghiệp, là kẻ thừa tự nghiệp.

Chúng sanh, từ này hàm nghĩa rất rộng, là chúng duyên hợp lại mà sanh ra, tất cả mọi loài dù là hữu tình hay vô tình đều là chúng sanh. Với nghiệp thì chỉ nói với con người, vì con người mới có suy nghĩ – nói năng – hành động. Loài vật hoàn toàn sống bằng bản năng sinh tồn không thể bảo là tạo nghiệp (mặc dù chúng mang thân loài vật vì cái nghiệp của chúng). Loài vật không có tâm ý, nhận thức, tư tưởng... chúng hoàn toàn thọ nghiệp chứ không phải tạo nghiệp.

Con người trong xã hội này có sự sai biệt vô cùng lớn, tuy cùng mang thân người nhưng khác biệt rất nặng nề: giàu – nghèo, trí – ngu, sang – hèn, mạnh – yếu, thanh – trọc, đẹp – xấu... Tất cả sự khác biệt trong đời sống hiện tại này là kết quả của hành động – nói năng – suy nghĩ trong quá khứ, nói cách khác ấy chính là nghiệp của mỗi người chúng ta. Điều này phá bỏ cái thuyết đẳng cấp trong xã hội Ấn giáo. Thuyết về nghiệp bác bỏ thuyết của Bà La Môn cho rằng nghiệp của con người là do định đoạt bởi thần linh và không thể thay đổi, vĩnh viễn phải chịu như thế. Bà La Môn cho rằng những đẳng cấp thấp (Chiên Đà La, Thủ Đà La) là do sanh ra từ bàn chân của thần Brahma. Còn những đẳng cấp cao (Bà La Môn, Sát Đế Lợi) sanh ra từ miệng thần Brahma. Con người sanh ra ở đẳng cấp nào là vĩnh viễn chịu cái nghiệp như thế! Nhiều quốc gia với những thể chế chính trị và hình thái nhà nước khác nhau cũng áp dụng chế độ đẳng cấp. Họ cho rằng số phận hay nghiệp của mọi người vốn do thượng đế hay thần linh định đoạt và vĩnh viễn phải chịu như thế. Điều này hoàn toàn sai trái, Đức Phật không chấp nhận, Ngài dạy chúng ta: Nghiệp là do chính chúng ta tạo tác và tự mình chịu lấy, tốt hay xấu hoàn toàn phụ thuộc vào hành động – nói năng – suy nghĩ của chính chúng ta. *Kinh Suy Niệm Về Nghiệp* viết: "Chính mình làm việc thiện nên khiến mình thanh tịnh, chính mình làm việc ác nên khiến mình uế trược, không có ai có thể làm cho mình thanh tịnh hay uế trược". Đời sống hiện tại của mình thanh tịnh hay uế trược, giàu hay nghèo, trí hay ngu, sang hay hèn... là kết quả của mình tạo ra trong quá khứ và cái nghiệp hiện tại hoàn toàn có thể thay đổi trong tương lai, điều này cũng phụ thuộc vào hành động – nói năng – suy nghĩ ngay hiện tại. Đức Phật dạy: "Không phải do dòng dõi thọ sanh mà một người thấp hèn hay cao quý. Chính hành vi tạo tác khiến người thấp hèn hay cao quý". Chính vì tạo tác thiện nghiệp nên sinh vào dòng dõi quý phái, vì tạo tác ác nghiệp mà sanh vào hạng hạ tiện. Cao quý hay hạ tiện chỉ tạm thời thọ hưởng trong hiện đời, tương lai cao quý hay hạ tiện lại phụ thuộc vào tam nghiệp đang tạo tác. Nhà thiền có bài kệ: Dục tri tiền thế nhân/ kim sanh thọ giả thị/ dục tri lai thế quả/ kim sanh tác giả thị cũng đồng ý nghĩa này. Đức Phật cũng nói rõ ràng: "Quá khứ, hiện tại, tương lai kết nối bằng những tác ý thiện hay bất thiện". Cứ nhìn vào tác ý của chúng ta là có thể "biết" tương lai sẽ như thế nào.

Thân – khẩu – ý thiện thì cho nghiệp thiện, thân – khẩu – ý ác thì cho nghiệp ác. Nghiệp theo ta như bóng không với hình, như bánh xe theo chân con vật kéo. *Kinh Suy Niệm Về Nghiệp* viết: "Tâm dẫn đầu các pháp, chính tâm chủ trì tạo tác các nghiệp. Nếu người nói năng hay hành động với tâm bất thiện thì đau khổ sẽ theo mình như bánh xe theo chân con vật kéo. Tâm dẫn đầu các pháp, nếu người nói năng hành động với tâm hiền thiện thì hạnh phúc sẽ theo mình như bóng không rời hình".

Trong đời thường hàng ngày chúng ta thường thấy có những người xấu, người ác nhưng lại sống giàu sang, quyền lực, làm gì cũng thành công. Còn nhiều người hiền thiện nhưng nghèo hèn, cô thế, làm gì cũng bại xụi... và không ít người trong chúng ta đâm ra nghi ngờ nhân quả và cho là định nghiệp như thế. Những trường hợp này có thể hiểu là họ đang thọ nhận cái nghiệp, cái quả từ quá khứ, còn những việc họ đang làm thì cái quả, cái nghiệp chưa tựu thành. Chỉ tiếc là chúng ta không có ngũ nhãn để nhìn thấu quá khứ - hiện tại – tương lai; thọ mạng chúng ta quá ngắn ngủi để có thể thấy cái quả, cái nghiệp của tam nghiệp đang tạo tác.

Kinh Suy Niệm Về Nghiệp viết: "Khi ác nghiệp chưa trổ quả thì người ác chưa thấy là ác. Đến khi quả nghiệp kết thành thì người ác mới thấy là ác. Khi thiện nghiệp chưa trổ quả thì người thiện chưa thấy là thiện, đến khi quả nghiệp kết thành thì bây giờ người thiện mới thấy là thiện".

Ngày tháng hiện tại, chúng ta đang chứng kiến một trường hợp hết sức tiêu biểu về thọ phước từ nghiệp cũ và tạo ác nghiệp mới. Một con người giàu có, quyền lực nhất thiên hạ nhưng vô cùng ích kỷ, tham lam, gian trá, tàn độc… Cả đời chẳng làm được một việc thiện nào dù nhỏ nhặt. Cả đời chửi mắng, mạ lỵ, nói láo, phun ra thuyết âm mưu, làm loạn thế. Cả đời gạt người, hại người, hại vật bằng mọi giá nhằm tranh cho được cái lợi tối đa cho bản thân và phe nhóm. Cuộc đời giàu có và quyền lực này nhờ dư phước tiền kiếp nhưng với tam nghiệp nói – làm – nghĩ như thế này thì ắt tương lai sẽ đọa. Cái biệt nghiệp của con người này nhưng lại là cái cộng nghiệp của cả cộng đồng. Nhân quả nghiệp duyên không sai vậy, chỉ có điều chúng ta không có ngũ nhãn lục thông và thọ mạng lại ngắn ngủi nên không thể thấy tiền nghiệp hậu nghiệp của y và cũng như của chính bản thân mình.

Chúng ta đang sống trong một thời đại khoa học kỹ thuật phát triển cao độ, công nghệ cao, điện toán bùng nổ, thông minh nhân tạo đầy đột phá… Chúng ta hưởng được nhiều tiện ích lớn lao, mặt khác cũng chính phương tiện khoa học kỹ thuật cao này làm cho chúng ta dễ dàng tạo tác nghiệp xấu. Những mạng xã hội: Facebook, Youtube, X, Instagram, Baidu… và nhiều cơ quan truyền thông khác đang từng ngày, từng phút giây tung tin thất thiệt, phun thuyết âm mưu, nói láo, mạ lỵ, chửi mắng, kích động, kích dục, kích tham, kích sân… Lịch sử loài người chưa có giai đoạn nào mà con người nói láo, nói sai sự thật và chửi mắng cuồn cuộn như hôm nay. Việc này lan tràn khắp mọi nơi trên thế giới, len sâu vào mọi giai tầng trong xã hội. Mọi người bị cuốn vào cơn lốc đầy thị phi của các mạng xã hội, bị các cơ quan truyền thông dẫn dắt đi vào mê hồn trận không còn biết đâu là thật đâu là giả. Hiện thực xã hội ngày nay thật đáng sợ, những đám đông người rần rần nghe, tin và làm theo tin giả, thuyết âm mưu, khuếch tán thuyết âm mưu, tung tin thất thiệt. Những con người bất chấp sự thật, bất chấp đạo lý luân thường, bất chấp nhân văn và dĩ nhiên chẳng đếm xỉa gì chuyện nhân quả. Những đám đông người mê muội đang tạo tác các nghiệp ác về sau. ■

Ất Lăng thành, 0325

Lương Nguyên Hiền

Một bài thơ chữ Hán CỦA ĐẠI THI HÀO NGUYỄN DU: ĐỘC TIỂU THANH KÝ

Bài thơ „Độc Tiểu Thanh ký" (Đọc câu chuyện của Tiểu Thanh) trong tập thơ „Thanh Hiên thi tập" của đại thi hào Nguyễn Du được đánh giá là một trong những bài thơ chữ Hán xuất sắc nhất của ông. Ngoài những tác phẩm bằng chữ Nôm, Nguyễn Du đã để lại cho hậu thế 3 tập thơ chữ Hán là „Thanh Hiên thi tập" (Tập thơ của Thanh Hiên), „Nam trung tạp ngâm" (Ngâm nga lặt vặt lúc ở miền Nam) và „Bắc hành tạp lục" (Ghi chép linh tinh trong chuyến đi sang phương Bắc). Mỗi tập thơ đều đánh dấu một giai đoạn trong cuộc đời của Nguyễn Du. „Thanh Hiên thi tập" gồm 78 bài thơ, được ông viết trước năm 1802, thời gian ông long đong, lận đận và ẩn náu ở quê nhà. „Nam trung tạp ngâm" gồm 40 bài thơ, được ông viết trong giai đoạn 1805 – 1812, thời gian ông làm quan ở Huế. „Bắc hành tạp lục" gồm 131 bài thơ, sáng tác khoảng 1813-1814, khi ông đi sứ sang Trung Quốc.

Tượng đại thi hào Nguyễn Du ở thị trấn Tiên Điền, huyện Nghi Xuân, tỉnh Hà Tĩnh quê hương của ông

Có nhiều tài liệu cho rằng Nguyễn Du đã viết „Độc Tiểu Thanh ký" khi ông đang ẩn náu ở quê nhà vì chiến tranh và loạn lạc, những năm trước 1802. Nhân đọc được câu chuyện về nàng Tiểu Thanh, Nguyễn Du đã sáng tác bài thơ để bày tỏ sự đồng cảm với thân phận của một người con gái tài sắc vẹn toàn mà bạc mệnh. Tiểu Thanh là nhân vật có thật, một cô gái Trung Quốc họ Phùng,

Phùng Tiểu Thanh, sống vào khoảng cuối đời nhà Minh, thế kỷ thứ 16, ở Giang Tô. Tiểu Thanh vốn có tiếng xinh đẹp từ nhỏ lại tài hoa, giỏi về âm nhạc, có khiếu về thơ văn, đặc biệt làm thơ rất hay. Nhưng tiếc thay „tài mệnh tương đố" nên đoản mệnh. Năm 16 tuổi vì người mẹ ham của sính lễ nên gả nàng làm lẽ cho Phùng Sinh, một người đàn ông giàu có. Do người vợ cả hay ghen nên Tiểu Thanh bị ngược đãi và cuối cùng bị đầy đọa tới Cô Sơn gần Tây Hồ (Hàng Châu) sống đơn côi, lạnh lẽo một mình trong một căn nhà nhỏ. Đau khổ vì bị chồng lơ là, xa cách, buồn bực vì bị người vợ cả hành hạ, Tiểu Thanh sinh bệnh rồi qua đời lúc còn rất trẻ khi mới có 18 tuổi, ở tuổi đẹp nhất của một người con gái. Tiểu Thanh để lại một tập thơ, nhưng người vợ cả cũng vì thói ghen tuông nên đem đốt đi, một số bài thơ còn sót được góp lại thành tập „Phần dư cảo", tức là "Bản thảo còn sót lại sau khi bị đốt". Câu chuyện của nàng Phùng Tiểu Thanh được lưu truyền rộng rãi trong dân gian cũng như trong văn học Trung Quốc. Cuộc đời Tiểu Thanh cũng là nguồn cảm hứng cho nhiều văn nghệ sĩ viết về đề tài „hồng nhan bạc mệnh". Nhà văn Phùng Mộng Long nổi tiếng thời Minh cũng có nhắc đến câu chuyện của Phùng Tiểu Thanh trong bộ sưu tập „Tình sử" của ông như một bi kịch điển hình của người phụ nữ tài hoa bị xã hội vùi dập.

Khi đọc chuyện về Tiểu Thanh, Nguyễn Du đã có sự đồng cảm sâu sắc thân phận của nàng. Ông cũng là một con người tài hoa nhưng lại đa truân, cuộc đời lao đao, lận đận cộng thêm trái tim nhạy cảm và lòng hay trắc ẩn, Nguyễn Du đã xúc động mãnh liệt trước bi kịch của người con gái tài sắc mà mất sớm đó, đã đưa đến sự sáng tác bài thơ „Độc Tiểu Thanh ký" để bày tỏ lòng thương xót cho Tiểu Thanh và cũng là để giãi bày nỗi lòng, thân phận của chính mình.

Độc Tiểu Thanh ký:

Bài thơ „Độc Tiểu Thanh ký" viết theo thể thơ thất ngôn bát cú Đường luật gồm 8 câu, mỗi câu có 7 chữ, với những quy tắc chặt chẽ về niêm, luật, đối và vần. Ngôn ngữ cô động nhưng hàm súc, giàu tính biểu cảm và hình tượng, sâu lắng về ý tưởng.

Tây Hồ hoa uyển tẫn thành khư
Độc điếu song tiền nhất chỉ thư
Chỉ phấn hữu thần liên tử hậu
Văn chương vô mệnh lụy phần dư
Cổ kim hận sự thiên nan vấn
Phong vận kỳ oan ngã tự cư
Bất tri tam bách dư niên hậu
Thiên hạ hà nhân khấp Tố Như

Bài thơ này có thể chia làm 2 phần. Bốn câu đầu là thương người, là khóc cho người, thân phận nàng Tiểu Thanh. Bốn câu sau là quay về thương mình, là khóc cho thân phận mình.

Hai câu đầu (Nhập đề):

Tây Hồ hoa uyển tẫn thành khư
Độc điếu song tiền nhất chỉ thư
(Hồ Tây cảnh đẹp hoá gò hoang,
Thổn thức bên song mảnh giấy tàn. [1])

vẽ lên cảnh Tây Hồ (Hàng Châu) vốn là thắng cảnh đẹp nơi Tiểu Thanh đã từng sống nhưng bây giờ thì hoang vu. Hình ảnh của sự mất mát, tàn phai theo thời gian. Điều này đã gợi sự mong manh phù du của một kiếp người.

Nguyễn Du ngồi bên song cửa, đọc tập thơ "Phần dư" còn sót lại của Tiểu Thanh cảm nhận được nỗi buồn thấm thía của số phận người con gái trẻ đẹp mà đoản mệnh đó.

Hai câu 3 và 4 (Thừa đề):

Chỉ phấn hữu thần liên tử hậu
Văn chương vô mệnh lụy phần dư
(Son phấn có hồn chôn vẫn hận,
Văn chương không mệnh đốt còn vương. [1])

Son phấn ám chỉ nhan sắc của người đàn bà, ở đây là Tiểu Thanh người con gái tài sắc nhưng bất hạnh, sau khi chết đã để lại cho người đời bao nhiêu thương xót.

Văn chương tuy không mệnh (bạc mệnh), bởi vì bị người vợ cả đốt, nhưng vẫn còn lưu lại một số bài cho hậu thế đọc mà xót thương.

Hai câu 5 và 6 (Chuyển ý):

Cổ kim hận sự thiên nan vấn
Phong vận kỳ oan ngã tự cư
(Nỗi hờn kim cổ trời khôn hỏi,
Cái án phong lưu khách tự mang. [1])

Từ xưa đến nay những sự oan ức, bất công dù có lên trời hỏi cũng không có câu trả lời. Con người bất lực trước bất công của xã hội.

Những con người đẹp đẽ, tài hoa như Tiểu Thanh lại bị "Chữ tài, chữ mệnh khéo là ghét nhau" (Kiều) đày đọa, Nguyễn Du có được sự đồng cảm với nàng bởi chính nhà thơ cũng trải qua bao nhiêu gian nan, khổ đau cũng bởi vì "chữ tài liền với chữ tai một vần" (Kiều).

Hai câu 7 và 8 (câu kết):

Bất tri tam bách dư niên hậu
Thiên hạ hà nhân khấp Tố Như
(Chẳng biết ba trăm năm lẻ nữa,
Người đời ai khóc Tố Như chăng ? [1])

Nguyễn Du đã mượn câu chuyện của Tiểu

Thanh để bày tỏ thân phận của mình. Ông là một con người tài hoa nhưng sống trong thời tao loạn chịu nhiều khổ đau nhiều lúc đến cùng quẫn.

Đến khi làm quan nhà Nguyễn mà lòng vẫn hướng về nhà Lê. Ông tự hỏi sau này còn ai nhớ đến Tố Như (tên chữ của Nguyễn Du) không? 300 năm cũng chỉ là con số về thời gian, Nguyễn Du sống cách Tiểu Thanh 300 năm.

Thiên hạ hà nhân khấp Tố Như:

Đại thi hào Nguyễn Du sinh năm 1765 tại làng Tiên Điền tỉnh Hà Tĩnh và mất năm 1820, thọ được 55 tuổi. Ông sinh trưởng trong một gia đình danh gia vọng tộc. Cha ông là Nguyễn Nghiễm đậu Nhị giáp tiến sĩ, làm quan đến chức Đại Tư đồ (Tể tướng), tước Xuân Quận công thời hậu Lê. Thời thơ ấu của Nguyễn Du có thể nói là khá lận đận, lao đao. Cha mẹ mất sớm khi ông mới 13 tuổi, ông phải về ở với Nguyễn Khản, người anh cả cùng cha khác mẹ. Sau khi Nguyễn Khản bị cách chức và bị quản thúc vì vướng trọng tội, ông phải về ở đậu nhà người bạn của cha mình để được nuôi ăn học. Năm 18 tuổi, ông đậu Tam trường, rồi ra làm quan cho nhà Lê. Cả một thời trai trẻ của ông dính liền với chiến tranh và loạn lạc. Triều đại nhà Lê suy yếu, Trịnh Nguyễn phân tranh, nhà Tây Sơn nổi lên, quân Thanh mượn danh nghĩa phù Lê sang xâm chiến Việt Nam. Nguyễn Du phải trải qua 10 năm long đong, lận đận nay đây mai đó mà ông gọi là "10 năm gió bụi" (Thập tải phong trần). Có thời ông phải về ẩn náu ở quê nhà. Triều đình vua Lê chúa Trịnh sụp đổ, nhà cửa tan nát, cả cơ ngơi to tát ở Tiên Điền của cha ông để lại bị đốt phá thành tro bụi, anh em phân tán mỗi người một nơi, kẻ thì chết, người thì lưu lạc bốn phương trời. "10 năm gió bụi" là thời gian vô cùng gian nan cực khổ của Nguyễn Du, đã khiến ông thường trăn trở về thân phận con người, nhất là những con người yếu đuối bị xã hội chà đạp, trong đó phụ nữ là những người chịu thiệt thòi nhất, như nàng Tiểu Thanh trong „Độc Tiểu Thanh ký", như Thúy Kiều trong "Đoạn trường tân thanh" (gọi vắn tắt là truyện Kiều). Trong tác phẩm truyện Kiều, ông đã thể hiện được sự đau đớn, sự cảm xúc tột độ của mình, ông không chỉ cảm thông mà còn đặt mình vào nỗi đau của họ:

Đau đớn thay phận đàn bà
Lời rằng bạc mệnh cũng là lời chung
(Kiều)

Năm 1802, nhà Nguyễn thống nhất đất nước, Gia Long lên làm vua, Nguyễn Du được vời ra làm quan. Ông đã từng làm đến chức Cần chánh đại học sĩ, hàng tam phẩm, vào năm 1813 ông được cử làm Chánh sứ sang Trung Quốc. Ra làm quan, ông mang một hoài bão giúp đời, giúp người với kỳ vọng kiến tạo một xã hội tốt đẹp hơn, mặc dù ông vẫn mang nặng một tấm lòng hoài Lê vì "Trung thần bất sự nhị quân" (Kẻ trung thần không thờ hai vua). Dưới chế độ phong kiến hà khắc của nhà Nguyễn, tuy ra làm quan, nhưng Nguyễn Du vẫn cảm thấy bất an, không lối thoát, bị bó tay. *"Bỏ thân về với triều đình, /Hàng thần lơ láo, phận mình ra sao" (Kiều) đã phản ảnh ít nhiều cái tâm trạng bất lực của Nguyễn Du trước những bất công, áp bức.* Người ta kể rằng khi ông lâm bệnh nặng, ông biết mình không còn bao lâu nữa, ông chỉ nói "được", rồi mất không trăng trối lại một điều gì.

Nguyễn Du không phải con người yếm thế, mặc dù trong tác phẩm ông đa phần đượm một nỗi man mác buồn thương những con người bị xã hội đọa đầy, ông muốn thay đổi xã hội, muốn giúp đời, giúp người. Qua nhân vật Từ Hải trong Truyện Kiều ông đã mô tả một mẫu người anh hùng, ngang tàng, khí phách muốn đội đá vá trời để xoay đổi thời thế:

Chọc trời khuấy nước mặc dầu
Dọc ngang nào biết trên đầu có ai

Cũng chính vì câu này, khi vua Tự Đức đọc được muốn nọc Nguyễn Du ra đánh 100 roi vì tội khi quân mặc dù ông đã mất trước đó được vài năm.

Nguyễn Du lên án thẳng thừng cái xã hội ông đang sống, qua những nhân vật như Tú bà, Mã Giám Sinh, Sở khanh, Hoạn thư trong truyện Kiều là những nhân vật đại diện cho những thế lực xấu xa. Ông đả phá cái danh lợi phù phiếm phải vào luồn ra cúi, đánh mất đi nhân phẩm con người của bọn công hầu, khanh tướng "Vào luồn ra cúi công hầu mà chi" (Kiều). Dù trải qua bao nhiêu thăng trầm theo vận nước nổi trôi, nhưng Nguyễn Du vẫn giữ được sự tin tưởng vào tương lai tươi sáng vì "xưa nay nhân định thắng thiên cũng nhiều!".

Ba trăm năm sau còn ai thương xót Tố Như mà nhỏ lệ, là một tiếng thở dài ai oán của một con người sống trong một thời đại đầy loạn ly, quá nhiều oan trái, nhiễu nhương, không một lối thoát. Một thời đại đã đẩy cả một dân tộc vào vòng nô lệ. Chỉ mấy chục năm sau ngày mất của Nguyễn Du (+1820), thành Gia Định thất thủ năm 1859, Pháp chiếm ba tỉnh miền Đông năm 1862, ba tỉnh miền Tây năm 1867.

Ba trăm năm sau, ai là người biết đến điều đó để hiểu cho Nguyễn Du? ■

Tài liệu trích dẫn:

[1] Bản dịch của Vũ Tam Tập

Trần Thị Nhật Hưng

"Tấm" Bánh Chưng Tình Nghĩa

Cụ Nhơn khệ nệ bưng chiếc mâm đồng có tấm bánh chưng thật lớn, lớn một cách đặc biệt chưa từng có từ trước đến nay. Khổ bánh rộng 50cm, vuông vắn, gần đường kính của chiếc mâm đồng. Tấm bánh gói lá dong xanh, nếp, thịt và đậu xanh, cụ kỳ công bỏ thì giờ nghiên cứu, thử thật kỹ cho đến khi hoàn hảo mới thôi.

Bên ngoài xanh lá dong xanh.

Bên trong nếp mỡ, đỗ hành hạt tiêu.

Gói nghĩa tình, gói thương yêu.

Dẻo thơm từ thuở Lang Liêu tới giờ.

Nội dung bánh với cả tấm lòng, cụ đặc biệt chăm chút làm thật ngon. Trên tấm bánh, nổi bật giữa màu xanh của lá, cụ còn đính một tấm giấy đỏ mang chữ "Phúc" màu vàng ánh với ý nghĩa có phúc thì có phần. Chầu hai bên chữ phúc còn minh họa rồng, phụng rực rỡ uốn lượn trên mây biểu tượng sự may mắn đến gia chủ.

Hình minh họa do AI tạo

Cụ vốn là một nhà nho tôn sư trọng đạo, nhân dịp Tết, sẵn nhà gói bánh chưng, cụ đích thân làm tấm bánh đặc biệt này mang biếu thầy Phạm, võ sư, đã nhiều năm hết lòng truyền dạy cho cậu Tự, con trai cụ, những thế võ tuyệt chiêu, hơn người, nhờ đó mà, trong cuộc thi tuyển cận vệ để bảo vệ ông Tỉnh trưởng, cậu Tự đã trúng tuyển. Với công việc này, tuy cũng vất vả giờ giấc thất thường, nhưng cậu Tự không trực diện tác chiến ngoài trận địa là cụ Nhơn an tâm rồi.

Thầy Phạm nhận tấm bánh chưng, lòng vô cùng hoan hỉ, không chỉ vì tấm bánh đặc biệt, trang trí khá đẹp đầy ý nghĩa từ trước đến nay chưa từng thấy, mà thầy còn vui do nhận ra tấm lòng của cụ Nhơn kỳ công làm, gói ghém bao tình nghĩa dành cho mình để đền ơn thầy truyền dạy võ công cho con cụ.

Nhìn tấm bánh đẹp, ngắm tới ngắm lui, lòng thầy chợt nghĩ đến một người, cụ lang Lương, người mà thầy bao lâu ơn sâu nghĩa nặng đã cứu con gái rượu mới 10 tuổi của thầy vướng phải cơn bịnh suyễn. Một căn bịnh khó trị, thầy đã tốn không biết bao nhiêu tiền đưa con đến những bệnh viện lớn, bịnh con thầy vẫn dây dưa, không dứt. Nhiều khi nhìn con lên cơn nấc hụt hơi, khó thở, lòng thầy đau như muối xát. Một nhân duyên do bạn bè giới thiệu cụ lang chữa thuốc Nam với những bí quyết lạ lùng, đặc biệt, rất hữu hiệu, thầy đưa con đến gặp cụ lang Lương, cũng cầu may, biết đâu phúc chủ lộc thầy.

Cách chữa trị chỉ đơn giản, không tốn kém song phải kỳ công. Trong 7 ngày, phải kiếm cho ra 7 con dơi vàng phải vàng mới được. Dơi đen thì đầy, dơi vàng rất hiếm, thầy đã mất nhiều thời gian, hỏi thăm mọi nơi mới tìm thấy, mỗi ngày ăn một con. Cách nấu cũng cầu kỳ. Làm sạch lông và bộ lòng xong, không được rửa nước, băm tinh cả xương và thịt cho thật nhuyễn, nêm tí muối rồi áp vào lá chuối lăn qua lại trên chảo nóng, không cho dầu, cho đến khi chín rồi ăn. Không ăn kèm với bất cứ thứ gì khác. Chỉ đơn giản vậy thôi, mà từ đấy bịnh suyễn con gái thầy dứt hẳn. Chữa trị cách này cụ lang nói chỉ hữu hiệu với trẻ em dưới 12 tuổi. May cho con gái thầy nằm trong tiêu chuẩn đó.

Đặc biệt nữa, cụ lang không hề nhận thù lao. Cụ chỉ một lòng đem tài mọn ra cứu đời, giúp người. Tấm lòng ấy, thầy luôn trang trọng cất trong tim, đợi có dịp, có món ngon vật lạ là đem biếu cụ như người con chăm sóc cha già. Nay nhìn tấm bánh chưng đặc biệt, thầy nghĩ ngay đến cụ lang. Thế là tức tốc, thầy khệ nệ mang đến nhà biếu cụ.

Cụ lang nhận tấm bánh, cũng ngạc nhiên không kém trước kích thước đặc biệt của tấm bánh.

Nhà cụ chỉ hai bố con. Cậu con trai duy nhất năm 1954 di cư theo cụ vào Nam, cả hai ẩn nhẫn qua ngày trong nếp sống thanh đạm. Dịp Tết, nhiều bịnh nhân mang ơn cụ, biếu xén cụ đủ loại bánh trái hoa quả để tỏ lòng tri ân. Phong tục muôn thuở của Việt Nam. Cụ cũng thực hiện theo truyền thống, nghĩ ngay đến ông quận, bao lâu ưu ái đối xử với hai bố con cụ thật thân tình. Ông quận thấy gia cảnh cụ neo đơn, giúp con trai cụ một công việc trong văn phòng quận, không mấy vất vả lại hợp khả năng, nhất là được gần gia đình để hai bố con bên nhau. Nghĩ đến ân tình đó, cụ bàn với con trai rồi cả hai trang trọng đem tấm bánh đến nhà ông quận.

Ông quận nhận bánh, tròn xoe mắt trước tấm bánh chưng chưa từng thấy từ trước đến giờ. Ông ngạc nhiên quá chừng chừng chỉ biết cám ơn tấm lòng của hai bố con cụ lang dành cho ông.

Khi hai bố con cụ lang ra về, ông quận ngắm nghía tấm bánh, đẹp, lạ mắt. Ngày Tết, để cho ra Tết, phải có dưa hành, củ kiệu, và không thiếu tấm bánh chưng hay bánh tét, ngoài thưởng thức còn biếu xén cho nhau tỏ lòng thân thương quý mến. Nhà nào không tiện nấu thì đặt, hay ra phố bày bán đầy đường mua về, một truyền thống ngàn đời lưu truyền mãi trong nhân gian. Nhưng tấm bánh mua về đâu đặc biệt như tấm này.

Theo thông lệ vào dịp Tết, ông quận vẫn luôn có quà biếu ông tỉnh, người đã từng cất nhắc ông vào chức vụ Quận trưởng hiện nay.

Là Tỉnh trưởng, những dịp lễ lạc, ông tỉnh nhận thiếu gì quà trang trọng. Nhưng với tấm bánh đầy ý nghĩa "thấy vậy mà không phải vậy", ông quận nghĩ ngay đến ông tỉnh, rồi đánh xe tới nhà biếu ông.

Cũng như các vị trước đó, ông tỉnh cũng ngạc nhiên không kém trước món quà đặc biệt. Quà cáp nhà ông thiếu gì. Nhiều năm nay, ông luôn nhận những quà Tết từ mọi nơi gởi biếu, ông đều chia sẻ tặng thuộc cấp. Nhìn tấm bánh hôm nay, ông chợt nghĩ đến cậu cận vệ tận tâm thân tín và dành món quà đặc biệt này tặng cậu, người bấy lâu luôn sát cánh bên ông mọi lúc, mọi nơi, hết lòng hết dạ bảo vệ ông. Như vừa rồi, khi ông đi kinh lý bị đột kích, chính cậu đã nhanh tay cứu mạng ông, xô ông qua bên tránh lằn đạn vô tình bắn tới và nằm sấp đè lên ông để che chở ông. Nghĩa cử ấy, ông không hề quên, trong lòng luôn dành mọi thương quí cho cậu. Cậu cận vệ đó, không ai khác hơn, chính là cậu Tự, con trai cụ nho, người làm ra tấm bánh này.

Ngày cuối năm, sắp sửa đón giao thừa, cậu Tự được ông tỉnh cho phép về sum họp ăn Tết với gia đình. Cậu hớn hở mang tấm bánh hí hửng khoe với cha mẹ. Cụ nho nhìn thấy tấm bánh, nhận ra ngay do mình làm, cụ ngửa cổ cười khanh khách: "Nhất ẩm, nhất trác, giai do tiền định!" (một miếng ăn, miếng uống đều do Trời định hết), nhưng cụ không hề biết tấm bánh mang thông điệp nghĩa tình đó "chu du" như thế nào để cuối cùng... mèo lại hoàn mèo trở về lại nhà cụ. ■

Song Thư TTH

Kịch "Huyền Trân Công Chúa"

Hãy thử một lần nhìn ngoảnh lại
Xuân xưa, Xuân trước, với Xuân nay
Xuân nào mang lại niềm hạnh phúc?
Chống cằm tư lự hỏi cùng ai?

Ngược dòng thời gian, giai đoạn đó, chúng ta tùy hoàn cảnh và số phận đẩy đưa để được định cư ở nước thứ ba - chúng ta là những người lưu vong. Và tình hoài hương tha thiết đang ở cung bậc cao nhất.

Ông bà ta có câu: "Tha hương ngộ cố tri". Khi đó, ra đường chỉ cần gặp ai da vàng, tóc đen, mũi tẹt: A! Việt Nam! Thế là không cần biết thân, sơ hay lạ, cứ chụp nhau vồn vã, tay bắt mặt mừng rồi... ỉ ôi thôi không biết bao nhiêu chuyện, từ chuyện trên trời dưới đất, chính giữa là chuyện... "Biển Nhớ".

Trong bối cảnh đó, người Việt hải ngoại sống rải rác khắp nơi đều khao khát nối vòng tay lớn yêu thương, khao khát những cơ hội để có thể quây quần gặp gỡ, hàn huyên tâm sự cho vơi đi nỗi nhớ nhà. Tôi may mắn được định cư tại một thành phố miền Đông Thụy Sĩ, nơi có đông người Việt định cư và nhất là, quy tụ những tài năng văn nghệ, khả dĩ có thể lập thành Hội đoàn; tổ chức những đêm văn nghệ khá quy mô.

Vào dịp Tết Nguyên Đán, anh Nghiêm - Cư sĩ Phật tử - cũng là Trưởng ban, tổ chức đêm văn nghệ tại hội trường rộng lớn, bên ngoài còn có những hàng quán ẩm thực Việt Nam. Dưới cái lạnh giá băng tuyết và sự lạnh lẽo trong lòng những người Việt đang xa nhà, xa quê hương đã thu hút hàng trăm người khắp nơi quy tụ về. Không chỉ vì thế, mà chương trình văn nghệ còn rất đặc sắc, phong phú với các tiết mục ca, vũ, kịch sống động từ các Ban hẳn hòi: Ban ca do anh Oai, nhạc sĩ rành về nhạc lý cũng là tay đờn, tay trống điêu luyện đảm trách; Ban múa do vũ sư Nhật Hưng tập dợt những bài múa vừa hiện đại vừa mang màu sắc truyền thống dân tộc; Ban kịch do hai anh em: anh Thành, anh Dũng và anh Tấn biên soạn, diễn cùng các anh chị em khác với những màn hài kịch độc đáo như: "Đắc Kỷ ho gà", mang lại những trận cười vỡ rạp. Tất cả tạo thành đội ngũ đông đảo.

Ngoài ra tiền bán vé sẽ sung vào quỹ do thủ quỹ là anh Đức giữ sổ sách để xây dựng Niệm Phật Đường sau này. Quả nhiên vài năm sau, anh cư sĩ khi thuê chung cư rộng rãi đã cho biến thành Niệm Phật Đường; thỉnh tượng Phật thật lớn với bàn thờ trang nghiêm cho Phật tử, bà con mỗi cuối tuần đến lễ bái, tụng kinh; và thỉnh thoảng mời quý Thầy bên Pháp sang thuyết pháp hoặc từ bên Mỹ qua như Thầy Thích Hộ Giác.

Trước khí thế hăng say, mục đích có ý nghĩa, nên qua hai năm tham gia chương trình văn nghệ trong ban đồng ca và múa và thấy được khả năng của các anh chị, nên vào mùa xuân 1985, tôi cảm hứng viết tuồng cải lương ngắn Huyền Trân Công chúa, gồm 3 màn.

Năm đó, như thường lệ trước khi tổ chức đêm văn nghệ luôn có buổi họp thảo hoạch chi tiết cụ thể các tiết mục. Nhân đó tôi trình bày sẽ viết vở tuồng cải lương Huyền Trân Công Chúa. Anh Trưởng ban tổ chức nói tôi cứ viết và đưa anh xem trước, mới có quyết định. Tuần sau trình lên, đem về đọc kỹ càng anh rất hài lòng và chấp thuận ngay.

Đến đây mới là khâu quan trọng. Chọn ai trong các vai? Thật ra trước khi viết vở tuồng, tôi đã nhắm ai sẽ thủ diễn vai trò nào và có thể thực thi. Tôi chọn dễ dàng 3 người: Anh Dũng phong cách phong nhã, lịch sự và chững chạc thủ vai Vua Trần Anh Tông; Anh Thành từng mệnh danh kép độc, được mọi người rất ưa thích, trong vai Vua Chiêm Thành Chế Mân và anh Tấn, Trưởng ban văn nghệ, vóc dáng trai tráng trẻ trung, da hơi ngăm rắn chắc thích hợp vai Thượng tướng Trần Khắc Chung. Về mặt ca diễn cả ba đều thuộc đàn anh gạo cội có thực tài. Đến vai phụ kiếm người đóng vai tướng Chiêm Thành, tôi nhìn quanh thấy anh da đen, tóc xoăn tít liền chỉ định. Anh cười lắc đầu. Tôi nói vai này chỉ đánh kiếm một lát chứ không có ca diễn gì hết. Vẫn lắc đầu mắc cỡ: "Em ngại lắm, không dám đâu". Sau đó tôi chọn anh Trung, được nhận lời ngay.

Cuối cùng vai chính: Công chúa Huyền Trân. Để công bằng, tôi hỏi trong Ban tổ chức sẽ chọn ai thủ vai này? Một số anh chị đều đề nghị tôi; lấy lý do, tôi là người viết tuồng, ắt hiểu nỗi lòng Công chúa Huyền Trân sẽ diễn sâu sát hơn. Tôi không từ chối.

Nhắc lại khi viết vở tuồng này, tôi gặp mấu chốt quan trọng phải đắn đo suy nghĩ mãi. Đó là giữa Công chúa Huyền Trân và Trần Khắc Chung có mối tình hay không? Cơ sở viết vở tuồng chỉ là ký ức nhớ lại từ những lời giảng của Thầy tôi hồi năm Đệ ngũ, Đệ tứ và Thầy, hoàn toàn không đề cập về vấn đề riêng tư này. Hơn nữa cũng có giả thuyết: Công chúa Huyền Trân và Trần Khắc Chung yêu nhau. Vậy phải tính làm sao?

Hồi đó vào đầu thập niên 80 tôi mới định cư tại Thụy Sĩ. Sách báo, tài liệu lịch sử Việt Nam còn khan hiếm, Computer chưa thịnh hành (đối với cá nhân). Chỉ trước năm viết vở tuồng Huyền Trân Công chúa tôi đặt một thùng sách lớn tại Mỹ gởi qua Thụy Sĩ, trong đó có bộ "Thanh Cung Mười Ba Triều", Dịch giả: Nguyễn Hữu Lương- Giáo sư Đại học Văn khoa Sài Gòn- Huế- Cần Thơ; Cao học Triết học và Tiến sĩ Văn chương; trong bài tựa đã viết:

Nói đến lịch sử, quý vị phải nói tất cả hai loại: Chánh sử và dã sử. Chánh sử thường chỉ chép những nét chính do đó, nhiều khi thiếu yếu tố để phê phán. Để bổ túc quý vị cần đọc thêm dã sử. Vai trò trọng đại của dã sử là ở chỗ đó. Dã sử thường được viết bằng tiểu thuyết. Đấy là một đặc điểm của dã sử. Do đó, đọc dã sử quý vị thấy thú vị hơn chính sử nhiều.

Thế nên sau khi cân nhắc, tôi nghĩ nên lồng mối tình giữa Huyền Trân Công chúa và Trần Khắc Chung vào để vở tuồng có kịch tính và ước lệ nghĩa là, cũng tiểu thuyết hóa dưới dạng dã sử; hơn nữa như thế mới có tình tiết, chất liệu hình thành vở tuồng dẫn đến khán giả thích thú xem và từ đó, sẽ hiểu được giai đoạn lịch sử hào hùng; giữ nước và mở mang bờ cõi nước Nam ta về phương Nam không hao binh, tổn tướng và người dân thoát được cảnh binh đao, chết chóc nhờ tài khéo léo trị nước hỗ trợ vua con Trần Anh Tông của Thượng hoàng Trần Nhân Tông và sự hy sinh của Công chúa Huyền Trân.

Thế là tôi xúc tiến chép lại ba phân khúc cho các vai rồi giao mỗi anh về nhà đọc thuộc kịch bản trước rồi mới tập dợt. Hôm bắt đầu, đến đoạn vua Trần Anh Tông xuất hiện, anh vừa cầm kịch bản vừa đọc nên không diễn xuất được khiến buổi tập lủng củng. Tôi thấy không thể nào tiếp tục, cho dừng lại và dùng cách "khích tướng" học được của Quân sư Khổng Minh thời Tam quốc thường áp dụng với Trương Phi, nên khích rằng:

- Vua Trần Anh Tông ngày xưa nổi tiếng thông minh mà vua Trần Anh Tông ngày nay chỉ có mấy câu đơn giản "mà" cũng không thuộc.

Kế... "khích Vua" quả nhiên hiệu nghiệm ngay. Có ai lại không cho là mình không thông minh đâu. Tuần sau Anh Dũng thủ vai vua Trần Anh Tông thuộc kịch bản ro ro, lại còn soạn thêm một khúc cho mình ca nữa, nối tiếp câu vọng cổ, lời ca tôi đã soạn sẵn. Thấy thế tôi rất vui, vì làm cho vở tuồng phong phú thêm nên nhân đó nói với... Chế Mân và Trần Khắc Chung, ai thích ca nhiều, cứ tự mình soạn thêm.

Thế rồi sau ba tháng tập dợt mỗi cuối tuần và ngày tổng dợt các tiết mục. Anh Oai, Trưởng ban ca kiêm phụ trách về âm thanh thấy vở tuồng Huyền Trân Công chúa công phu và có giá trị về lịch sử cộng thêm trang phục rỡ ràng, chỉnh chu nên sốt sắng đề nghị:

- Đặc biệt năm nay có tuồng Huyền Trân Công chúa nên tôi sẽ thuê giàn microphone treo, mặc dù chi phí cao, nhưng cũng xứng đáng, để các vai có thể diễn xuất trọn vẹn không bị gò bó, lệ thuộc vào tay cầm microphone.

Đề xuất được chấp thuận ngay. Sau khi mọi việc đều ổn thỏa, tuần sau đêm văn nghệ chính thức trình diễn. Buổi chiều giàn microphone treo được chuẩn bị trên sân khấu, chúng tôi không kịp tập dợt làm quen với loại này phối hợp cho nhịp nhàng. Còn biết bao chuyện phải chuẩn bị.

Buổi tối, đêm văn nghệ bắt đầu. Trước tiên là bài đồng ca bài đồng ca thật hào hùng tình non sông đất nước. Rồi vài tiết mục đơn ca, tam ca ba miền..., múa mới đến vở tuồng Huyền Trân Công chúa, gồm 3 màn. Ở đây tôi xin phép được trích dẫn vài đoạn ngắn quan trọng.

Màn một

Cảnh vườn Thượng uyển Công chúa Huyền Trân và Trần Khắc Chung gặp gỡ... Giữa lúc đó vua Trần Anh Tông giá lâm.

Vua Trần Anh Tông dõng dạc:

- Huyền Trân. Hôm nay hoàng huynh đến đây, có vấn đề quan trọng muốn bàn với em. Đó chính là chuyện đại sự giang sơn xã tắc Đại Việt. Những năm trước đây, quân Nguyên Mông đã hai lần liên tiếp xâm lăng nước ta. Nhưng đã bị Đại Vương Trần Hưng Đạo và Phụ hoàng Trần Nhân Tông tiêu diệt, đánh đuổi về nước. Nay, tuy đất nước tạm yên nhưng ta vẫn luôn cảnh giác sự phục thù của giặc và ý đồ xâm chiếm nước ta của bọn chúng. Do đó hiện nay, đất nước ta đang ở thế nằm giữa hai gọng kìm. Phương Bắc có quân Nguyên Mông luôn rình rập xâm lăng. Phương Nam có quân Chiêm Thành thường sang quấy nhiễu.

Vua Anh Tông ngừng lại, chậm rãi bước về phía trước, chính giữa sân khấu nói bằng giọng hào hùng:

- Vì thế phụ hoàng Trần Nhân Tông định kế sách lâu dài " Bắc chiến, Nam hòa". Nghĩa là, về phương Nam đối với Chiêm Thành luôn giữ chính sách ôn hòa, mềm mỏng để bảo toàn lực lượng chỉ một mặt đối phó với quân Nguyên Mông phương Bắc hung hãn, luôn có ý đồ xâm chiếm Đại Việt chúng ta.

Quay sang Huyền Trân, vua Anh Tông nhẹ giọng thiết tha:

- Vấn đề đó đã làm phụ hoàng Trần Nhân Tông trăn trở, để rồi hứa gả em cho vua Chiêm Thành Chế Mân. Trước, tránh hiểm họa chiến tranh; sau, mở mang bờ cõi phương Nam qua sính lễ cầu hôn của Chế Mân, sẽ dâng châu Ô, châu Lý cho chúng ta. Vậy chẳng hay, ý Công chúa Huyền Trân thế nào?

Công chúa Huyền Trân sau giây phút suy nghĩ, trả lời cương quyết:

- Thưa hoàng huynh, em tuy phận nữ nhi nhưng cũng biết lấy giang sơn xã tắc làm trọng. Nếu em về với Chế Mân mà đất nước tránh được họa chiến tranh, dân tình khỏi lầm than, chết chóc. Về với Chế Mân, đánh đổi được châu Ô và Châu Lý mở mang bờ cõi về phương Nam, thì tấm thân nhỏ nhoi này có sá gì đâu. Xin Hoàng huynh tâu với Phụ hoàng rằng:...

Nói tới đây, Huyền Trân chắp tay cúi đầu hướng về vua Anh Tông, giọng chậm rãi nghẹn ngào:

- Công chúa Huyền Trân, xin bằng lòng.

Trước nghĩa cử của Huyền Trân, Vua Anh Tông nhìn em, lòng vô cùng chua xót, xúc động kêu lên:

- Huyền Trân! (Vô câu vọng cổ):

Tại sao ta lại là vua và em là công chúa. Để những ngôi vị tuyệt đỉnh trên cao buộc chúng ta phải nghĩ đến dân tình khốn khổ làm sao thoát ách binh đao đành đưa em vào chốn mù sa để giờ đây giã biệt nhau nhìn em ra đi mà ứa lệ tuôn... trào.

- Hoàng huynh!

Tiếng kêu xé lòng, não nuột của Công chúa Huyền Trân chính là nỗi lòng của những người tuy được sinh ra trong Hoàng tộc; những người nắm vận mệnh đất nước phải quên đi bản ngã; hy sinh hạnh phúc riêng tư để chỉ nghĩ đến, hạnh phúc chung của toàn dân.

Sau khi vua Trần Anh Tông di giá hồi cung, trả lại vườn Thượng Uyển khung cảnh sầu thảm của biệt ly.

Trần Khắc Chung (nửa nói lối nửa ngâm thơ giọng ai oán):

- Huyền Trân! Hai châu Ô, Lý bao nhiêu đất?
Mà nát tim ta một mối tình!

Huyền Trân (ngâm thơ):

- Xin chàng hãy đặt tình non nước
Trên mối tình riêng sớm bẽ bàng.

Quay sang Trần khắc Chung, Huyền Trân kêu

lên bằng giọng nức nở:

- *Trần Khắc Chung! Xin chàng hiểu cho rằng:*

Và (ngâm thơ tiếp):

- Tình chàng với thiếp mới là tình son sắc
Cuộc tình hờ chỉ với Chế Mân thôi.

Trần Khắc Chung than thở (ngâm thơ):

- Thà hờ mà được gần nhau
Sắc son chi lắm để đau nỗi này!

Giữa lúc đó nổi lên tiếng trống tàn canh. Huyền Trân công chúa thảng thốt kêu lên:

- Tiếng trống tàn canh đã điểm. Đã đến giờ chia tay. Mai này thiếp phải ra đi về với Chế Mân rồi!

Trong lúc bàng hoàng, Huyền Trân lảo đảo rồi giơ tay lên, ngước mắt nhìn về phía chân trời xa xăm. Đang định... Thì bỗng: CỐP!!

Một thứ âm thanh cộc lốc nhưng vang dội. Ngay sau đó khán giả đồng loạt cười rần lên như vỡ rạp. Trời ơi! Thì ra trong khi lảo đảo bước về phía trước, ngước mặt lên trong tư thế sắp ngâm thơ, microphone treo cũng vội kéo theo nên bất ngờ tán mạnh vào trán... Công chúa Huyền Trân. Âm thanh đó lại được thâu sát với microphone treo rồi lại truyền qua bốn cái loa lớn treo ở bốn góc hội trường rồi tiếng cười rần của khán giả cũng dội vang luôn, khiến vở tuồng bi hùng ngay khoảnh khắc đó biến thành... hài kịch.

Diễn tả nghe loanh quanh nhưng diễn biến lúc đó nhanh như chớp. Và Công chúa Huyền Trân cũng như Trần Khắc Chung cả hai vẫn bình tĩnh, giữ hai bộ mặt sầu thảm, đợi tiếng cười chấm dứt, Công chúa Huyền Trân tiếp tục ngâm thơ:

- Thành Chiêm mờ mịt đường sương gió
Trời Nam u ám tiễn người đi.

Trần Khắc Chung ngâm thơ nối tiếp rồi chuyển sang hát:

- Trong giây phút chia tay

Huyền Trân hát tiếp:

- Ta nhìn nhau nghẹn ngào

...

- Ôi ngày về xa xăm...

Cả hai cùng hát câu cuối vừa giơ tay chào ly biệt lùi xa nhau. Màn từ từ khép lại. Kết thúc màn một.

Màn hai

Cảnh cung điện Chiêm Thành tổ chức Lễ thành hôn giữa Vua Chế Mân và Công chúa Huyền Trân Đại Việt. Vua Chế Mân đứng trước ngai vàng quay lưng ra ngoài, tay chống nạnh. Khi tiếng nhạc du dương trỗi lên báo hiệu gót hài của Tân nương đang tiến vào, Chế Mân nổi lên tràng cười sảng khoái vang rền (quả không hổ danh kép độc), rồi quay ra... Công chúa Huyền Trân lộng lẫy nhưng kín đáo che mặt bằng chiếc khăn voan màu trắng. Chế Mân vô cùng hạnh phúc kêu lên:

- Ô kìa! Tân nương của ta (...)

Đặc biệt trong màn này, vũ sư Nhật Hưng tập bài múa Mọi thật đặc sắc mừng Đại lễ thành hôn. Màn múa kết thúc. Vua Chế Mân đứng lên cầm tay Tân nương, ca những lời, nói lên nỗi lòng yêu thương Công chúa Huyền Trân đến nỗi bất chấp lời can gián của triều đình và sự chống đối của dân, để dâng hiến Châu Ô và Châu Lý cho Đại Việt nhằm rước Công chúa Huyền Trân về làm Hoàng hậu xứ Chiêm Thành.

Nhân đó Huyền Trân cũng thỏ thẻ:

- Đây là mối lương duyên của chúng ta nhằm giữ sự hòa hiếu giữa hai nước Đại Việt và Chiêm Thành. Vậy mong Quân vương hãy... nhớ lời.

Thật đáng khen Công chúa Huyền Trân. Bậc anh thư nước Nam, dù đang tâm sự cùng Tân lang cũng nghĩ đến nước non.

Đêm đã khuya, buổi tiệc kết thúc. Trăng lên cao tỏa ánh sáng huyền ảo quyện cùng ánh đuốc tỏa sáng khắp nơi; nào là đền đài cung điện cổ kính, hoa viên lung linh với nhiều loại hoa sứ đủ màu, biểu tượng của xứ Chiêm Thành. Cuối cùng vua Chế Mân dìu Công chúa Huyền Trân về loan phòng.

Từ đây, đánh dấu mối lương duyên hòa hiếu giữa Đại Việt và Chiêm Thành do chủ đích của Thượng hoàng Trần Nhân Tông. Và cũng là dấu ấn mở mang bờ cõi về phương Nam qua Châu Ô, Châu Lý (địa phận Thừa Thiên, Huế ngày nay).

Màn ba

Trớ trêu thay sau một năm hạnh phúc, vua Chế Mân đột ngột băng hà.

Theo tập tục Chiêm Thành khi vua qua đời, Hoàng hậu sẽ bị đưa lên giàn hỏa thiêu để chết cùng vua. Biết được tin dữ thông báo, vua Trần Anh Tông thương em bèn tức tốc bàn kế cùng Thượng tướng Trần Khắc Chung để giải cứu Huyền Trân Công chúa.

Cảnh Công chúa Huyền Trân đứng trên giàn hỏa. Tiếng ngâm (điệu Lý con sáo) từ cô Châu bên trong hậu trường vọng ra:

Ôi ! thê lương!
Phút cuối nơi vùng đất ai
Chiêm quốc buồn xa xôi
Ta giã biệt cõi đời.
Lòng bồi hồi trông vời cố hương
Biển mênh mông mịt mờ chân mây.
Chân trời nào là nơi cố hương?
Ôi cố hương ta ở về... đâu?

Ý nguyện cuối cùng của Công chúa Huyền Trân

là được hướng vọng về cố quốc Đại Việt lần sau cùng trước khi chết vừa toại nguyện. Tướng Chiêm Thành hô to:

- Quân! Sau ba hồi trống! Hãy châm lửa giàn hỏa!

Hồi thứ nhất: Thùng thùng thùng. *Hồi thứ hai:* Thùng thùng thùng... *Hồi...*

- Hãy khoan! Tất cả dừng tay lại! Có ta, Thượng tướng Trần Khắc Chung nước Đại Việt đến giải cứu Công chúa Huyền Trân đây!

- Hãy hỏi lưỡi kiếm của ta.

Hai tướng cùng tuốt vũ khí. Một màn đấu kiếm gay cấn kéo dài giữa tiếng trống trận, tiếng ba quân reo hò. Cuối cùng Trần Khắc Chung hạ được tướng Chiêm Thành. Rồi phóng lên giàn hỏa cứu Công chúa xuống.

Cả hai nắm tay nhau vui mừng ca Khúc Khải hoàn... Bài ca vừa dứt, Trần Khắc Chung hô to:

- Hỡi ba quân! Hãy cùng ta hộ tống Công chúa Huyền Trân về nước!

Tiếng reo hò của quân sĩ:

Hộ tống Công chúa Huyền Trân về nước... về nước...

Màn nhung từ từ khép lại giữa tiếng vỗ tay rần rần của khán giả kéo dài hơn hai màn trước, kết thúc vở tuồng Công chúa Huyền Trân.

Cuối đêm văn nghệ có chị đến gặp tôi, khen vở tuồng hay và giá trị về lịch sử, cũng như mọi tiết mục khác đều đặc sắc nên ngỏ ý muốn mời toàn Ban lưu diễn đến thành phố Fribourg, thuộc miền Tây Thụy Sĩ giáp với Pháp. Tôi giới thiệu chị với anh Trưởng ban tổ chức.

Thế rồi hơn tháng sau, cả đoàn văn nghệ đi trình diễn một đêm tại Giảng đường Đại học Kinh tế Fribourg. Lần này, chúng tôi... giã từ giàn microphone treo. Nhưng cũng ở màn một, chỉ khác ở đoạn, lúc Vua Trần Anh Tông thông báo với Công chúa Huyền Trân việc Phụ hoàng hứa gả nàng cho vua Chế Mân Chiêm Thành, bất ngờ ở hàng ghế đầu có tiếng kêu lớn, ngây thơ của bé gái:

- Ý! Khóc kìa!

Tôi nghe rõ mồn một, suýt phân tâm nhưng kìm được và vẫn giữ trọn vẹn vai trò Công chúa Huyền Trân.

Kỳ lưu diễn đó đã thật sự khép lại vở tuồng Công chúa Huyền Trân. Nhưng lịch sử về nàng vẫn chưa khép lại. Người đời sau vẫn nhắc nhở nàng Công chúa triều Trần, vinh danh sự hy sinh của Công chúa Huyền Trân. Điển hình gần đây là Tác phẩm "Mối Tơ Vương của Huyền Trân Công chúa" được xuất bản vào năm 2018, Tác giả là Hòa Thượng Phương Trượng Thích Như Điển.

Đến đây, con xin cảm tạ Hòa Thượng Phương Trượng Thích Như Điển, vì nhờ đọc xuyên suốt tác phẩm của Thầy đã giải tỏa những thắc mắc trước đây của con, cũng như học hỏi được nhiều điều:

- Qua sự miệt mài tham khảo tài liệu lịch sử, Thầy đã rút ra kết luận là, không thể có mối tình giữa Công chúa Huyền Trân và Trần Khắc Chung như bao người đã ngộ nhận.

- Các vị vua tiền triều nhà Trần và Hoàng thân quốc thích đều thấm nhuần tư tưởng Phật giáo và có vị đi tu như vua Trần Nhân Tông danh hiệu Giác Hoàng Điều Ngự; Ông cậu Công chúa Huyền Trân: Tuệ Trung Thượng Sĩ.

Triều Trần nối tiếp từ triều Lý với vị vua đầu tiên nhà Lý là Lý Công Uẩn, xuất thân từ cửa chùa Lục Tổ do nhà sư Lý Khánh Vân nuôi nấng thuở còn thơ và về sau, được sự dạy dỗ của Thiền sư Vạn Hạnh chùa Tiêu Sơn. Do đó dưới thời hai triều Lý Trần là dấu ấn giai đoạn lịch sử cực thịnh của Phật giáo và từ đó mở ra Kỷ nguyên mới cho nền Phật giáo nước nhà và gốc rễ đã dần ăn sâu đi vào lòng Dân tộc Việt Nam cho đến ngày nay.

- Riêng Công chúa Huyền Trân, sau biến cố đau thương được Trần Khắc Chung giải cứu hộ tống trở về nước. Nàng đến chầu Thượng Hoàng Trần Nhân Tông đang tu trên núi Yên Tử và được Ngài thuyết giảng về Tứ Pháp Ấn, Vô thường, Khổ, Không và Vô Ngã. Công chúa Huyền Trân thức ngộ nên hai năm sau, khi nàng 23 tuổi, đã đi tìm hạnh phúc cho đời mình qua cửa Không- con đường Giải thoát và chính thức cắt tóc đi tu tại chùa Nộn Sơn, huyện Thiên Bản, tỉnh Nam Định vào năm 1311.

***

Hạnh phúc là một thứ mà xưa nay ai cũng mong muốn tìm kiếm và nắm giữ. Đối với chúng ta, những người Việt đã sống mấy chục năm trời tại hải ngoại. Cứ mỗi độ Xuân về, nhìn lại tuổi xuân của chúng ta đã lặng lẽ trôi qua, để rồi suy tư tự hỏi: Xuân nào mới thật sự mang lại cho chúng ta niềm hạnh phúc? Câu trả lời không dám khẳng định nhưng tôi tin rằng, đa số trong chúng ta sẽ cho là Xuân xưa. Tại sao?

Vì đó là những mùa xuân tươi đẹp trên chính quê hương Việt Nam của chúng ta. Những mùa xuân của thời thơ ấu, niên thiếu vui vầy bên cha mẹ, anh chị em với biết bao kỷ niệm và ý nghĩa đẹp nhất; chính là những hình ảnh thân thương xa xưa đó đã in sâu vào tâm khảm và theo chúng ta trong suốt cuộc hành trình tha hương để trở thành hoài niệm.

Như câu nói của Ryvant (Mỹ): "*Hạnh phúc không phải là những việc ta đã từng trải qua mà là những việc ta ghi nhớ về nó*".

Cũng vậy, với chúng ta, Xuân hạnh phúc chính là sự nhìn lại để ghi nhớ: Nhớ những gì đáng nhớ và quên những gì, cần phải quên. ■

THƠ - Khánh Hoàng

Lối Xuân

Dẫn:
Đông qua Xuân đến vạn sắc hoa
An nhiên sông núi tát bà ha
Nheo mắt nương trời xanh cố quận
Đường xưa mây trắng há từng qua!

LỐI XUÂN
Hoa lá tưng bừng khai lối Xuân
Hàm tàng tâm nguyện ngát huyền ân
Thường nhiên hiện khắp xuyên sơn lộ
Rộng mở ngàn muôn cảnh tuyệt trần
Lấp loáng tường vân trang cổ nguyệt
Trang nghiêm hải ấn cõi gia trân
Núi sông mở hội thanh lương xứ
Thiên địa vần xoay Biến Tịnh luân!
(Plano _ January 16, 2025)

Nguyên Hạnh HTD

Bâng khuâng mùa Xuân lại về

Thế là đã hơn 16 năm rồi tôi chưa về quê hương ăn Tết. Xuân và hoa vẫn tưng bừng ở đó mà người ra đi đã mất chỗ ở quê hương! Tôi chưa hưởng lại không khí rộn ràng, đầm ấm của những ngày Tết ở quê nhà; mỗi lần nhớ đến lòng tôi xôn xao vừa ngậm ngùi, chạnh nghĩ về quê xưa mà lòng se sắt nhớ!

Thời gian trôi thật nhanh, ngày tháng cứ lao vùn vụt như tên bay. Cuộc đời tưởng đã tan hoang mênh mông bất trắc, vào quê hương mới không biết đứng ở vị trí nào, chỉ muốn tan loảng vào các thế giới không tên tuổi cho qua ngày tháng! Rồi dần dần mọi điều không như ý lúc ban đầu đã được cải thiện, đã hội nhập được với dòng sông chính của Cộng đồng và đời tôi đã bớt lênh đênh chìm nổi. Tôi tưởng mình đã đi vào lòng cuộc sống ở đây, hóa ra tôi vẫn đứng ngoài lề, lòng vẫn đớn đau khi thấy thiên hạ đón mừng Năm Mới của họ, nghe tiếng pháo nổ mà mắt tôi hai giọt lệ muốn ứa trào!

Tết ở quê người buồn quá, tuyết trắng mênh mông buốt giá chập chùng, buốt cả tâm cang. Ngồi ở đây, trong u buồn của mùa đông ảm đạm, lòng tôi không khỏi chùng xuống khi nghĩ đến giờ này, bên nhà dù nghèo dù cực đến đâu, gia đình nào cũng cố gắng chuẩn bị cho những ngày Tết, tạm quên đi những vất vả áo cơm hằng ngày, không giống như khu phố tôi đang ở, giao thừa không tiếng pháo, vẫn im vắng lặng lờ với bóng tối của những con đường dài hun hút thâm sâu.

Tôi nhớ về Huế của tôi, quê hương nghèo lắm ai ơi, phải trải qua những ngày tháng mưa dầm lũ lụt, mưa không ngớt lạnh thấu xương; mưa rơi mãi giọt ngắn giọt dài, buồn cứ như đọng lại từng giọt không muốn bay đi. Có khi mưa không nhớ ngày, kéo dài cả tháng, trời Huế luôn luôn tím mây u buồn.

Tôi thường xót xa cho xứ Huế phải chịu đựng cả một mùa đông tê tái nhưng rồi tháng chạp cũng qua mau, khắc nghiệt bớt dần cho Huế vui hơn một chút. Mưa phùn dìu dịu, trời lất phất mưa bay, một thoáng nắng rất nhẹ, mong manh sợi tơ trời ẻo lả như nhắc nhở Xuân đã về và Huế lao xao mùa cưới. Không hiểu sao người ta cứ chờ đến gần Tết mới cưới nhau, có lẽ tình Huế hòa theo cái ấm áp êm ả của tiết Xuân bắt đầu và các cô dâu Huế sẽ rưng rưng trong hạnh phúc đầu Xuân chăng?

Huế bắt đầu hanh nắng, mưa phùn cho cỏ cây mượt xanh. Từ lúc đó, Huế như bừng sống lại, để mừng Xuân đây đó, nhà cửa được sơn quét lại, cây cỏ hàng rào được tỉa cắt vun xới. Trong nhà, đồ thờ bằng đồng được bày biện khang trang trên mặt tủ chè chạm trổ tinh vi sau khi đã được đánh bóng sáng choang.

Tôi nhớ những đêm cùng anh chị thức canh nồi bánh tét, lòng nôn nao nghe tiếng pháo vọng xa xa trong màn đêm tĩnh mịch. Nhà nào cũng rực rỡ với mai vàng, vạn thọ khoe sắc bên những cành đào phơi phới. Đẹp nhất vẫn là chợ hoa ngày Tết, say sưa đi trong những rừng hoa thược dược, hoa cúc, mẫu đơn, hải đường... những chậu tắc nặng trĩu cả trái che lấp hết lá, đứng xa trông như một tấm lụa vàng rực rỡ và cũng băn khoăn không ít khi mình muốn chọn cho được một cành mai vừa ý. Tôi đã gặp biết bao nhiêu loại kỳ hoa dị thảo giữa xứ người, quanh tôi đâu cũng có hoa, những bông hoa to tướng lộng lẫy sắc màu, thơm ngập mũi nhưng cũng không thể làm tôi quên được những cánh mai vàng của quê nhà.

Đúng là mùa Xuân đã thật sự trở về trong mưa Xuân phơi phới, Huế dịu dàng một thoáng lạnh đủ làm đôi má nhuốm hồng, đôi môi se thắm. Người Huế đón Xuân hiền hòa, đằm thắm nhẹ nhàng như những nụ đào, nụ mai e ấp từ từ bước vào tiết Xuân. Đường phố rộn rịp, người thiếu nữ Huế sẽ bận rộn nhiều hơn với những sinh hoạt đón Tết trong gia đình, phải làm đủ các thứ nào là mứt gừng, mứt thơm, mứt dừa, mứt khoai, mứt tắc v.v... Làm con gái Huế khổ cực lắm chứ không sung sướng gì đâu, phải công dung ngôn hạnh, phải biết làm các thứ mứt, bánh, nếu không sẽ bị nhà chồng chê bai. Những ngày mới về làm dâu nhà chồng, tôi sợ nhất là những ngày có đám giỗ lớn, phải làm nhiều thứ bánh, mứt, phải khéo tay mà tôi thì vốn vụng về. Ba tôi thường an ủi rằng học chữ mới khó chứ học các món nữ công không khó lắm đâu nhưng sao tôi thấy con đường đó vẫn gian nan hơn con đường tôi đi đến trường nhiều lắm!

Rồi tối 28, 29 Tết mùi hương trầm đã thơm ngào ngạt khắp nơi; đến đêm 30 khói hương trầm bay từ nhà này sang nhà kia, ấm cúng vô cùng. Ngày còn đi học, còn ở tuổi xuân thì mộng mơ, tôi trân quý không khí trang nghiêm huyền diệu của đêm giao thừa vô cùng. Trong bầu không khí tĩnh mịch của đêm trừ tịch đó, tôi thường hay viết nhật ký, ghi lại những cảm giác xôn xao rung động trong lòng mình, ngồi chờ tiếng pháo giao thừa như một lời vẫy gọi đón chào những ngày Xuân sắp đến. Lòng lúc nào cũng tràn đầy hy vọng Năm Mới sẽ mang đến cho mình những êm đẹp hơn, tương lai sáng sủa hơn.

Tranh: Cát Đơn Sa

> Những ngày Tết còn rộn ràng xôn xao những câu chúc tụng nhau trên con đường xóm nhỏ dập dìu người qua kẻ lại khi tôi trở về làng quê thăm bà con họ hàng. Tôi nhớ mãi không khí nồng ấm của những ngày Xuân, chan hòa tình làng nghĩa xóm, nét mặt mọi người đều vui tươi hớn hở và tràn ngập yêu thương.

Ôi! màu sắc mùa Xuân đã làm ấm cúng không khí của mọi gia đình; ngoài kia mưa bay nhè nhẹ cho mát mẻ không gian. Huế ao ước những ngày mưa phùn nên thơ, ngây ngất hương Xuân và ấm áp tình người kéo dài thêm chút nữa cho sông Hương mãi mãi êm đềm tình Huế. Còn tôi vẫn là kiếp tha hương nhưng lòng vẫn mong mỏi một ngày về hưởng lại cái Tết thanh bình trong căn nhà xưa cũ mái ngói rêu phong, nơi tôi đã lớn lên cùng những cây chanh, cây bưởi, gốc mai trước sân cùng những bụi chuối, cây mít, cây nhãn sau vườn cũng như để cho tôi được sống lại những ngày xưa thân ái mà tôi vẫn hằng ôm ấp trong lòng dù không gian biền biệt, dù thời gian đã rêu xanh. ■

Thu Hoài

CÚNG GIAO THỪA

Đi bên cạnh đời suốt hơn nửa phần thế kỷ, nhà tôi, người Việt gốc Hoa, luôn có thông lệ cúng đầu năm. Và điều này, đã hơn bốn mươi năm tha hương nơi xứ người, tôi chưa bao giờ thấy nhà tôi thiếu sót.

Nói là cúng đầu năm, nhưng thật ra cũng là lễ cúng Giao Thừa – hay còn gọi là Lễ Trừ Tịch, mang ý nghĩa: trừ bỏ điều cũ kỹ, tịch trừ phiền não, gột rửa những gì không may mắn của năm cũ để đón chào mọi điều rạng rỡ, hân hoan trong năm mới.

Lễ cúng Giao Thừa, theo truyền thống, là nghi lễ diễn ra vào đúng thời khắc chuyển giao giữa biên giới năm cũ và năm mới, mang nguồn gốc xa xưa trong văn hóa Trung Hoa cổ đại và sau này được người Việt tiếp nhận, Việt hóa từ hàng ngàn năm trước. Phong tục, không chỉ là tín ngưỡng như cúng đất trời, ông bà, tổ tiên, mà còn là một nét đẹp tinh thần, là sợi dây nối liền quá khứ – hiện tại – tương lai, để con người lặng yên trước thời khắc giao mùa, nhìn lại chặng đường đã qua và gửi gắm niềm tin vào năm mới.

Điều này, đã trở thành thói quen đến với đa số người Á Đông.

Điều khôi hài, khi nói về chuẩn bị ăn Tết bao gồm nấu nướng, bếp núc, không biết là may mắn hay bất hạnh, tôi không phải bận tâm, lo lắng. Vì nói nào ngay, ngoài việc tôi đã dốt về vấn đề này, tay chân lại luộm thuộm khi đụng đến nồi niêu soong chảo, nhưng bù đắp vào đó, nhà tôi rất khéo giỏi về nội trợ, nên hầu như ít khi nào tôi được có cơ hội lăng xăng vào bếp.

Vì vậy hàng năm vào mùa Tết ta, khi bàn đến việc cúng kiếng, nhà tôi không những đã không phiền, thêm vào đó, lại thích bày biện, tự tay làm lấy từ kẹo mứt, bánh tét, bánh chưng v.v...

Tuy nhiên với tôi, thật lòng mà nói, lắm nhiều phiền toái đan xen, ảnh hưởng đến sinh hoạt hằng ngày. Chẳng hạn, sự bận bịu với giờ giấc công việc làm, đưa đón con, tất bật với dòng giao thông xuôi ngược. Thêm vào đó, khác với khí hậu tại Việt Nam vào mùa Tết đầy ắp sắc Xuân; trong khi cùng thời điểm nơi đây: Canada nói chung - lại là mùa Đông, lạnh lẽo bẽ bàng - khó lòng mà nghĩ đến Xuân về - Tết đến!

Tôi không quên, năm đầu tiên định cư tại một vùng ngoại ô thuộc tỉnh BC, Canada, ngây ngô, một mình lò mò giữa đêm trừ tịch, chạy xe ra con

Nguồn hình: Internet

phố nhỏ duy nhất nơi đây, những mong được đón giao thừa. Đến nơi, nhìn quanh mới ngỡ ngàng! Hình ảnh đêm ba mươi, tương phản vô cùng nếu so sánh giữa quê nhà với quê người xứ lạ. Nơi đây khô lạnh. Đường phố vắng tanh. Mới hay rằng, những ai về vùng quê, xa đô thị, vào đầu thập niên tám mươi như tôi - Tết ta, không những ít ai biết đến, nhưng hầu như rất thưa thớt người Á Đông, nên mặc nhiên không ai để ý, đừng nói đến quan tâm!

Đêm Giao Thừa năm ấy, đứng giữa con phố mang tên Lanley, tôi mới hiểu được thế nào là lẻ loi, cô quạnh.

Chính vì điều này, đã lắm lần, tôi mang lời đề nghị nên giảm thiểu về việc cúng quảy, không ngoài mục đích muốn nhà tôi nên thông qua phong tục lễ mễ này. Bởi vì, giờ giấc hai bên, giữa hai bờ Tây Đông, cách biệt nhau ngày và đêm, như thế nào mới gọi là cúng cho đúng Lễ Giao Thừa?

Nhưng không, dẫu hoàn cảnh có diễn biến đến thế nào, đặc biệt với nhà tôi, lễ cúng Giao Thừa đã là nghi thức rất cao quý, đáng tôn thờ – mà ở đó, dẫu chỉ đơn giản là lời lặng thầm đưa tiễn những mùa xuân đã lần lượt đi qua, hoặc chỉ là sự tưởng niệm đến bóng dáng của biết bao người thân yêu, trong đó bao gồm tổ tiên, ông bà, cha mẹ. Vậy cho nên, đã không những không thông qua, chuyện cúng lễ đầu năm đến với nhà tôi, đã trở thành thông lệ.

Thành ra, năm nào cũng vậy, theo dòng chảy thời gian, khi kim đồng hồ vừa nhích sang mười một giờ rưỡi đêm, nhà tôi lại lặng lẽ mở hé cánh cửa cho hương trầm thoáng ra bên ngoài, hòa lẫn giữa sương khuya, nương theo khói nhang, thay lời, mời gọi người quá cố về chứng giám!

Trong khi chờ đợi chung điểm giao thừa, nhiệm vụ tôi là phụ giúp chuẩn bị chiếc bàn đem ra hiên sân, cùng lúc nhà tôi tuần tự sắp xếp trên mặt bàn: từ mâm ngũ quả, bánh mứt, đến dăm nhánh hoa, ấm nước tách trà cạnh bên, đâu ra đấy.

Như một hiện thực, không thể nào thay đổi. Càng khó lòng thay thế một quê hương dấu yêu đang đi bên cạnh đời mình. Vậy nên, hàng năm cứ vào giờ phút của đêm trừ tịch, như thông lệ - được nhà tôi vinh danh: tôi là “gia trưởng” - là người có bổn phận cúng bái, thắp nhang, rót trà - không ngoài mục đích thay mặt gia đình, mời gia tiên, ông bà, cô bác về ăn Tết.

Thử hình dung, trong sự tĩnh lặng giữa trời khuya, mang theo giá lạnh của miền Đông Bắc, không một tiếng pháo giao thừa chào đón Xuân sang, tôi không biết trong lòng nhà tôi có chút âm vang nào rộn rã? Riêng tôi mang cảm tưởng như đang bị bỏ rơi trong không gian rất đỗi hiu quạnh, bẽ bàng! Thêm ánh sáng của đôi đèn sáp nến, héo hắt, đôi khi không đủ sức kìm giữ được gió bấc kéo về, lắm lúc tôi tự nhủ, ai về đây! Tại sao phải cúng?

Câu hỏi ấy, chừng như trong tôi, vẫn còn lẩn thẩn. Ngay cả đến bây giờ, tôi vẫn không nghĩ rằng có cô bác hay ông bà nào về trong khói nhang! Mỗi điều, tôi nhận biết, trong mùi hương quyện mờ, đã qua không biết bao đêm giao thừa lạnh lẽo nơi xứ người, tôi chỉ thấy ở đó có mỗi hai linh hồn, và trong đó, có đôi mắt nhà tôi, luôn hướng về một nơi như có điều gì thôi thúc.

Đã qua rồi nhiều năm. Hàng mấy chục năm! Trong khi quê nhà đang hân hoan mừng Xuân, đón Tết, nơi đây đang là mùa Đông, tuyết rơi về đầy ngập lối đi. Nhưng cho đến thế nào, nhà tôi vẫn vậy! Xa quê hàng vạn dặm, buồn tênh trong đêm trừ tịch nơi xứ người, vẫn còn tha thiết với cúng Lễ Giao Thừa, như một thông lệ thiêng liêng không thể thiếu cho đầu năm.

Ở đó, không có sự giải thích. Như đã lắm lần, trước giờ phút giao thừa, lén nhìn nhà tôi với đôi mắt đăm chiêu, tôi cảm nhận có gì rất thiết tha, linh thiêng! Có lẽ vì vậy, tôi không có sự chọn lựa nào khác hơn là nên làm theo, cho vừa lòng người bạn đời. Đơn giản, còn hạnh phúc quý mến nào hơn khi mọi điều như ý.

Dần dà tôi cảm nhận, tất cả những gì chúng tôi đang có bên nhau - có phải là do sự nối kết bởi đất trời, đưa đến nhân duyên, ngay từ những giây phút đầu tiên - nơi, tự thuở nào, trong lòng còn quyện mãi hương nhang từ Chùa Bà, Hải Nam, Triều Châu, Phúc Kiến; có hơi thở hòa nhau trong buổi đầu xuân; có nắng vàng son cho tuổi nào còn da thắm môi hồng, và chắc chắn với tôi, cho mãi đến hơi thở cuối đời tôi sẽ không quên được nhà tôi, đã luôn dành cho tôi, được sống trọn tuổi giao thừa đôi lứa.

Cho đến bây giờ, ngoài việc cầu mong mọi điều an lành đến với gia đình và con cháu, không biết nhà tôi còn muốn cầu khẩn điều gì hơn nữa. Tuy nhiên, tôi biết, nếu việc cúng Lễ Giao Thừa vẫn còn là một thông lệ cho mỗi đầu năm, tôi tin chắc nhà tôi chỉ mong mỏi một điều đơn giản: đó là được sống trong không gian, có hạnh phúc với gia đình với nỗi lòng an tâm khi tất cả được bình yên. ■

Nguyễn Diệu Anh Trinh

Bánh tổ Quảng Nam

Ngày trước, phong tục Tết Xứ Quảng ngoài bánh Tét, bánh Nổ, bánh In, bánh Thuẫn, bánh Da … còn có món bánh Tổ. Đây là một trong những đặc sản Quảng Nam. Bởi khi làm bánh này, phải đổ bột vào một cái rọ giống như cái tổ chim rồi mới hấp.

Có nơi gọi là bánh Rọ, có người gọi là bánh Tổ có khi gọi là bánh Ổ. Nếu không cãi nhau về mỹ danh của loại bánh này thì không phải là người “Quảng Nôm” rồi, nên ở đây xin miễn bàn.

Lúc xưa, trước 1975, dịp Tết Má tôi không bao giờ mua bánh ngoài chợ mà năm nào cũng tự tay làm đủ các loại bánh để cúng tất niên, cúng đầu năm và biếu họ hàng. Cũng là dịp để vừa làm vừa dạy con gái… thế này thế kia…

Sau 1975, thời đói nghèo lên ngôi thì ngày Tết cơm không đủ ăn, áo đẹp cũng không có. Hơn nữa, trước mùa đông, Má tôi phải chạy vạy bán đồ đạc trong nhà để đi thăm nuôi người Cha đang tù cải tạo. Tết đến, nhìn ánh mắt

Ảnh: tác giả cung cấp

não lòng của Má thì anh em nhà tôi đã tự hiểu... Chỉ cần nghe loa phát thanh phường eo éo "... Mùa xuân này về trên quê ta. Khắp đất trời biển rộng bao la. Cây xanh tươi ra lá trổ hoa. Chào mùa xuân về với mọi nhà"... Vậy là đủ! Tết tới rồi, không mai vàng pháo đỏ gì hết. Không chưng, không tét, không kẹo mứt... không bánh tráng cuốn thịt heo, không hạt dưa cắn tí tách mà thay bằng... bắp rang!

Sang xứ người, Tết nơi tôi ở, mùa xuân Atlanta luôn là mùa lạnh cóng. Má đã gần 90 cũng lọ mọ làm mấy loại bánh cúng Tết. Bánh tét, bánh chưng, bánh in... thì ngoài chợ bán đầy. Chỉ có bánh tổ là chưa hề thấy. Dưới sự chỉ huy của Má, Ba tôi ra sau vườn chặt vài cây tre trúc, vót mỏng lại rồi tỉ mỉ ngồi đan những cái rọ, cái tổ để má đổ bánh. Nghề này Ba tôi tốt nghiệp sau hơn 10 năm ở tù.

Sau nhiều công đoạn: thắng đường, giã gừng, nhào bột, cắt lá chuối.... Ba Má tôi thức cả đêm để hấp bánh bằng cái lò gas lớn. Hai mái đầu bạc thủ thỉ trò chuyện, chắc vừa làm vừa hồi tưởng những kỷ niệm xưa, một thời vàng son của gia đình tôi dưới mái ấm ở đường Trần Cao Vân, Đà Nẵng.

Những cái bánh tổ Má tôi làm ra rất khéo, rất ngon dù ở nơi này kẹo bánh hoa quả ngập tràn. Bánh dẻo, thơm mùi gừng, không ngọt lắm. Chiên vàng, kẹp với bánh tráng mè, nướng ... nghe văng vẳng... "Mẹ ơi, hoa cúc hoa mai nở rồi ..." hay "Xuân đã đến rồi, gieo rắc ngàn hồn hoa xuống đời!...." là cả một trời kỷ niệm về ngày Xuân dân tộc lại về.

Vẫn phong tục xưa, và cũng để lưu lại một chút "Quốc hồn quốc túy" trong ẩm thực Xứ Quảng nơi hải ngoại, Má sai tôi đem biếu các chú bác cao niên trong gia đình Quảng Nam tại đây. Bánh tổ má làm được đón chào nồng nhiệt, ai cũng thích. Có ông chú Quảng Nam... ăn to nói lớn còn tuyên bố: "Bánh ngon và đúng y hương vị quê nhà 100 phần trăm. Có một không hai!"

Thế mới biết, sau lưng sự thành công của một người phụ nữ là hình ảnh một ông chồng... biết vâng lời vợ.

Năm nay thì Má tôi đã 91, Ba còn cao niên hơn nữa. Cả hai đều đã bước vào cõi quên quên nhớ nhớ. Nhà tôi có 4 chị em gái, nhưng chỉ có cô em gái út là học được món nghề gia truyền từ Má. Học cũng khổ công, sau mấy cái Tết mới được "thành công"... không "thành gà".

Cuối năm em gái út nhà tôi tập tành làm bánh tổ đem qua để cúng Ông Bà sau là làm cho Ba Má vui. Chúng tôi gọi là bánh TÔ, không phải TỔ...vì em tôi cải tiến, không đổ vào rọ đan bằng tre trúc, mà đổ vào cái tô, cũng lót lá chuối, cũng rắc mè lên trên mặt bánh. Như thế bánh vẫn thơm mùi lá chuối và không sợ lá bị rách mà đổ bột ra ngoài. Tai nạn này Má... bị hoài. Gần Tết, em tôi biếu Ba Má và gia đình các anh chị mỗi người một ít. Bánh em làm nhìn đẹp hơn và cũng dẻo, cũng ngon như Má tôi làm lúc xưa.

Mâm cỗ cúng ngày Tết của gia đình tôi nơi xứ người đã có đủ các loại bánh theo truyền thống Xứ Quảng. Nhưng hình ảnh Ba Má cặm cụi bên nhau, cùng nhau làm bánh trái ngày Tết ... đã khó mà tìm lại được. Thật ngậm ngùi! ■

(Atlanta chiều cuối năm)

Ảnh: tác giả cung cấp

Bác Sĩ Trương Ngọc Thanh & Dược sĩ Trương Thị Mỹ Hà phụ trách

TẦM SOÁT SỚM TẠI ĐỨC

Ung thư tiền liệt tuyến - Hướng dẫn mới từ 6/25

Leitlinienprogramm Onkologie

Từ th. 6/25 một **hướng dẫn mới** (Leitlinie Prostatakarzinom) về ung thư tiền liệt tuyến (TLT) sẽ có hiệu lực tại Đức. Sau đây là những thay đổi quan trọng:

Việc **khám trực tràng bằng tay** (rektale Tastuntersuchung) **sẽ bị loại bỏ**. Tới nay, đây là biện pháp duy nhất để phát hiện sớm được BHYT chi trả.

Thay vì khám trực tràng bằng tay, nam giới **ở tuổi 45 sẽ được xét nghiệm PSA lần đầu tiên** – khi họ muốn được tầm soát sớm.

Nồng độ PSA cao có thể là dấu hiệu của khối u. Nếu kết quả không thể giải thích được bằng các yếu tố khác (như phì đại TLT, tuổi tác hay tiền sử gia đình), thì BN được **đi khám MRT**.

Chỉ sau khi có kết quả MRT, BS mới **xét xem có cần sinh thiết không**? Sinh thiết là quá trình lấy mẫu mô nhỏ từ TLT để kiểm tra.

Nếu phát hiện ra các khối u mà theo kinh nghiệm không tạo ra di căn, BS sẽ đề nghị **không điều trị (xạ trị hay phẫu thuật)**, mà ban đầu chỉ theo dõi tiến triển bệnh.

Việc **theo dõi bệnh** sẽ được thực hiện qua xét nghiệm PSA, chụp MRT và nếu cần thì sinh thiết.

Nguồn: Leitlinien Programm Onkologie, Spiegel (22.05.25)

SHCĐ

EU phê duyệt thuốc Lecanemab trị Alzheimer

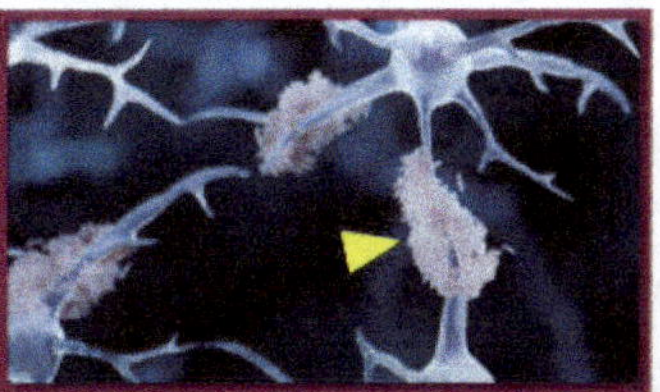

- Ủy ban Châu Âu đã lần đầu tiên phê duyệt một loại thuốc Alzheimer tác động đến cơ chế bệnh lý – **kháng thể Lecanemab**. Thuốc chỉ được **dùng ở giai đoạn sớm** của bệnh.
- Lecanemab **tấn công các mảng Amyloid** trong não – yếu tố chính gây Alzheimer. Nó không chữa khỏi bệnh, mà chỉ làm chậm tiến triển bệnh.
- Thuốc chỉ dùng cho người có 1 hoặc không có bản sao Gen ApoE4 (liên quan đến nguy cơ tác dụng phụ nghiêm trọng). Ước tính chỉ **khoảng 20.000 bệnh nhân** ở Đức đủ điều kiện điều trị.
- Lecanemab có thể gây sưng và xuất huyết nhỏ trong não. Phụ nữ có hiệu quả điều trị thấp hơn, mà nguy cơ **tác dụng phụ** lại cao hơn.
- Thuốc sẽ có mặt sau vài tháng nữa. Chi phí ở EU chưa rõ, nhưng ở Mỹ là khoảng 23.000 euro/năm.

Nguồn: ZDF, ARD (15.04.25)

SHCĐ

Nguyên Mãn - Nguyễn Đình Hưng

GĐPT tại Đức qua lăng kính khách quan

Kể từ 2025, trên báo Viên Giác có Trang Gia Đình Phật Tử (GĐPT), đây là một trong những tờ báo Phật giáo lâu đời nhất tại hải ngoại với 47 năm liên tục hoạt động. Có thêm trang GĐPT chính là chủ ý của Đạo hữu Nguyên Đạo - Chủ bút, nhằm giới thiệu GĐPT đến với độc giả, đồng thời tạo cơ hội cho các anh chị em GĐPT văn ôn võ luyện. Từ đó, các Huynh Trưởng ở Đức chia nhau viết bài cho báo Viên Giác mỗi kỳ.

Rồi ngày đó tới mau hơn mình nghĩ: "Cuối tháng mười này, Nguyên Mãn gửi bài cho báo Viên Giác số tới nhe", chị Từ Đường - Trưởng Ban của BHD Đức giao nhiệm vụ. Chưa kịp bắt tay vào nhiệm vụ, tôi gặp chị Trần Thị Nhật Hưng tại Tổ Đình Viên Giác, chị khen: "*Các bài GĐPT đem lại sự mới mẻ, rất hay, chị rất thích bài của chị Nguyên Trí*". Tôi cảm ơn chị đã có lời động viên GĐPT, nhưng chị không biết rằng, lúc đó chị đã vô tình tạo áp lực cho tôi, bởi vì số báo tới là tới số của tôi (cười).

Ngồi xuống, việc đầu tiên tôi nghĩ là chọn đề tài, điều này không khó lắm, bởi vì sinh hoạt GĐPT khá phong phú, hơn nữa lịch sử GĐPT đã có chiều dài từ thập niên 40 tại Việt Nam, rồi theo bước chân người Việt tỵ nạn ra đến hải ngoại. Riêng ở Đức, GĐPT cũng đã hình thành từ 1978, tính đến nay đã gần 50 năm, và có hơn 8 GĐPT hiện đang sinh hoạt.

Nhưng cũng do bối cảnh lịch sử đặc biệt trên, mà từng giai đoạn, từng châu lục, từng quốc gia có cái nhìn hơi khác về GĐPT. Với nhiều người, GĐPT là ký ức quê nhà; với người khác, là hình ảnh áo Lam trong các trại tỵ nạn; và đối với nhiều người, họ chưa hề biết đến tổ chức GĐPT, và những vị này là nguồn cảm hứng để tôi chọn đề tài. Tôi mong được tâm sự về những cái nhìn của những vị chưa từng biết đến GĐPT trong quá khứ.

Tôi gọi những cái nhìn đó là lăng kính khách quan vì luôn tôn trọng góc nhìn đa chiều. Trong GĐPT, chúng tôi có thói quen, trước một buổi lễ chúng tôi hai người thường xoay vào nhau để soi gương, chỉnh lại áo xộc xệch, phù hiệu đeo chưa đúng, quên cài nút áo v.v. Vậy nên tôi mong được những cái nhìn khách quan soi gương, nếu có thể rút ra được kinh nghiệm hữu ích đấy chính là gương soi; ngược lại những góc nhìn đó sẽ giúp tôi nhìn rõ thế giới chung quanh, như được nhìn qua một tấm gương trong suốt.

♦ Đồng phục Lam: tạo khoảng cách hay nối kết?

Trong xã hội Đức, họ rất coi trọng cá tính riêng, họ ngưỡng mộ những ai sống thật với bản thân và có phong cách riêng, có lẽ đây là lý do mà các trường học tại Đức không bắt buộc học sinh phải mặc đồng phục. Hình ảnh GĐPT trong bộ đồng phục đi ngược với xu hướng trên. Ai nhìn thấy GĐPT trong giờ tập họp chắc không khỏi ngạc nhiên: hàng ngũ chỉnh tề, đồng phục gọn gàng, tư thế nghiêm trang, hô to khẩu hiệu như quân đội. Có người sẽ thán phục, tuổi trẻ mà nề nếp, nhưng cũng có người không quen, thấy quá khuôn khổ. Một bạn trẻ lần đầu đến với GĐPT, thấy ai cũng trong đồng phục, hẳn sẽ thấy lạc lõng. Liệu cảm giác khoảng cách ấy có dễ dàng tan biến?

Nhưng chiếc áo Lam không đơn thuần là chiếc áo Lam, trên hình thức có thể xem áo Lam là đồng phục, nhưng trên nội dung áo Lam là tổng hợp của những bài pháp nhỏ: túi áo Lam luôn đóng lại để nhắc nhở đừng cho hạt giống Tham Sân Si trỗi dậy, sống lưng sau áo nhắc nhở tinh tấn và chuyên cần tu học, đặc biệt màu Lam là màu hòa trộn của mọi màu, biểu trưng cho sự hòa hợp, bình đẳng. Một tập thể đã chọn màu Lam làm đồng phục, chính là đang nói một cách sống động: "*Đây là màu khói hương trầm, tổng thể của mọi màu sắc, nói lên được tinh thần đồng sự, bình đẳng tuyệt đối của đạo Phật, không phân biệt giàu nghèo, sang hèn, quý tiện, nam nữ, nói lên được chí nguyện xả thân của người Phật tử.*" (Màu Lam được Ban Hướng Dẫn Gia Đình Phật Hóa Phổ Thừa Thiên chọn làm màu sắc áo của tổ chức từ năm 1950).

♦ Thực tế hiện tại như thế nào?

Tôi xin kể câu chuyện năm 2016, GĐPT Chánh Dũng ở Nürnberg có mời tôi tham dự khóa đào tạo Jugendleiter của người Đức, tương tự như khóa đào tạo Huynh Trưởng. Có thẻ Jugendleiter, chúng ta có thể chứng minh mình là người phụ trách thanh thiếu niên trước các cơ quan, hoặc cảnh sát, khi đi cùng với các em, ví dụ như đi trại hoặc đi dã ngoại. Khóa này diễn ra trong 2 cuối tuần, ngoài chúng tôi ra, tham dự viên đều là người Đức, điều đáng nói là trong suốt thời gian huấn luyện, ai cũng thường phục, chỉ có anh em GĐPT chúng tôi đồng phục màu Lam. Bằng một cảm nhận nào đó, ngày cuối cùng người huấn luyện viên đã đưa chúng tôi một mảnh giấy, trên đó ghi: "*Nhóm của bạn là nhóm có tinh thần hòa nhập nhất mà tôi từng gặp*". Tôi ngạc nhiên vô cùng, vì họ không biết gì về ý nghĩa màu Lam, nhưng đã cảm nhận được tinh thần của đồng phục Lam.

Vậy thực tế đã cho thấy rằng, không có gì e ngại khi mặc đồng phục khi bước vào cộng đồng lớn hơn, điều đáng ngại là khi khoác lên mình chiếc áo Lam mà không sống và thể hiện được tinh thần của nó. Đó là chưa nói đến màu Lam còn là nguồn cảm xúc vô tận của tình thương gia đình, là sợi dây nối kết từng thành viên trong tổ chức.

♦ Là gia đình nhiều thế hệ nhưng sao chỉ có Anh, Chị và Em?

Ai cũng nghĩ rằng, GĐPT là một tổ chức trẻ con, nhưng không đâu, tổ chức này có từ thập niên 40, và các thành viên trong tổ chức đó thường tụ hội nhiều thế hệ, có khi là 4 thế hệ sinh hoạt cùng trong một gia đình.

Có phụ huynh đưa con đi sinh hoạt, bảo con mình chào Huynh Trưởng: "*Chào cô, chào bác đi con*". Đó là các anh chị phụ huynh mới, chưa biết trong GĐPT không có chú, bác gì hết. Sau khi được giải thích, anh chị thốt lên: "*Vậy à, tại sao lại gần gũi đến vậy?*".

Quả thật, trong GĐPT ranh giới tuổi tác như không còn, có người trên 90 tuổi, có em chỉ mới lên 6, nhưng gọi nhau rất thân thương là anh, chị và em. Ai lần đầu nghe qua sẽ thấy choáng vì văn hóa Việt vốn coi trọng tôn ti trật tự, mà nay cách xưng hô đó bị phá lệ. Nhưng cũng chính sự giản dị trong cách xưng hô ấy lại mang một sức sống đặc biệt, trở thành sợi dây kết nối vô hình, giúp mọi thành viên cảm thấy thân thuộc.

Nhiều lần tôi muốn thưa với Bồ Tát Quán Thế Âm: "*Kính bạch Ngài, để hướng dẫn các em trẻ ở ngoài kia, hàng Huynh Trưởng chúng con nên dùng thân tướng nào để tiếp xúc?*" Rồi tôi tự bảo mình, Ngài sẽ dạy rằng hãy làm người anh tốt, người chị gương mẫu để dễ gần gũi và dạy dỗ các em. Bồ Tát Quán Thế Âm là vị có 32 ứng hóa thân theo phẩm Phổ Môn trong kinh Pháp Hoa, ai cần hiện thân nào thì Ngài sẽ hiện thân đó để hóa độ.

Nhưng cái gì cũng vậy, thói quen khi bị phá lệ thì cần thời gian để điều chỉnh, ví dụ như trường hợp khó xử sau đây: có 3 thế hệ của một gia đình huyết thống cùng khoác áo Lam, ông nội và ba là Huynh Trưởng, còn cháu đi sinh hoạt Oanh Vũ, câu chuyện khúc mắc được tỏ bày. Huynh Trưởng thế hệ giữa tâm sự: "*Con mình đi sinh hoạt Oanh Vũ, đến giờ vẫn không dám gọi ông nội bằng Anh,*

Hình: Anh Cả của GĐPT Đức Quốc, Huynh Trưởng cấp Dũng Thị Lộc Võ Văn Mai (86 tuổi) và em út Mỹ Thanh (vừa lên 7 tuổi)

vậy phải làm sao đây?" Một trưởng khác cười đáp: "*thì gọi là anh Nội đi*", Trưởng kia hỏi tiếp, lần này hỏi cho chính mình: "*vậy còn ba của em Oanh Vũ đó gọi anh Nội bằng gì?*", trưởng kia nhanh nhảu đáp: "*thì là Anh Ba*". Thế là cả gia đình bật cười như đồng ý.

♦ Cấp bậc: sứ mệnh hay rào cản tu tập?

> Ngoài đời thường, hình thức cấp bậc, chức vụ có thể mang theo hệ lụy của tâm phân biệt cao thấp, phân biệt quyền hạn lớn nhỏ, bởi nó thuộc về chức danh; mà danh là một trong năm sự cám dỗ "tài, sắc, danh, thực, thùy"; và thuộc 8 ngọn gió độc "được, mất, hơn, thua, khen, chê, khổ, lạc", do vậy mà kinh Pháp Cú có câu: "Kẻ ngu thường muốn hư danh". Thế thì tại sao GĐPT, một tổ chức giáo dục dựa trên giáo lý đạo Phật, lại đặt ra các cấp để làm gì?

Cũng như bất kỳ một tổ chức nào, luôn cần có cấp lãnh đạo với các chức vụ để điều hành tổ chức đó, vậy nên GĐPT cũng không ngoại lệ. Tuy nhiên điểm khác biệt trong cơ cấu nhân sự GĐPT cần làm rõ: ngoài chức vụ còn có thêm các cấp như cấp Tập, Tín, Tấn, Dũng. Dựa trên cấp bậc này để tuyển chọn nhân sự, và đương nhiên chức vụ càng cao đòi hỏi nhân sự phải có cấp cao tương ưng.

Thử hỏi, một người giữ chức vụ quan trọng nhưng chưa trải qua thử thách của thời gian, chưa đủ trải nghiệm, liệu có bỏ cuộc khi đối mặt khó khăn? Đó là chưa nói đến trường hợp người dẫn đường lại là người khiến các em đi lạc, bởi người đó chưa được đào tạo đầy đủ, chưa trải qua các trại huấn luyện, chưa tham gia các chương trình tu học dài hạn v.v… Và tất cả những điều kiện ở trên: tu học, được thử thách, kinh nghiệm, được đào tạo, được huấn luyện đều nằm trong điều kiện của một cấp, cấp cao hơn đương nhiên đòi hỏi điều kiện khó hơn.

Có lần một Thầy hỏi vui: "*Anh còn trẻ mà đeo cấp Tấn rồi, chắc là cấp Tấn trẻ nhất đúng không?.*" Lúc đó tôi hơi bối rối, bởi chính tôi cũng không có câu đáp, nhưng tôi chắc rằng: "*Dạ, con nghĩ có người còn trẻ hơn*".

Một lần khác tôi lại gặp Thầy, chưa kịp chào Thầy đã nhắc lại chuyện xưa: "*Tôi có dịp gặp chị Từ Lạc, mới biết để có cấp không phải dễ, cấp Tín phải trải qua ít nhất sáu năm làm Huynh Trưởng, còn cấp Tấn ít nhất là mười lăm năm làm Huynh Trưởng*". Thầy nói tiếp: "*GĐPT đào tạo Huynh Trưởng gắt đó chứ*". Tôi nghe Thầy nói mà cảm nhận sự quan tâm của Thầy, Thầy mong hàng Huynh Trưởng nhận cấp có đủ phẩm chất, và 15 năm của cấp Tấn, quả là một quãng thời gian đủ để đào tạo một em đoàn sinh, từ Oanh Vũ trở thành một Huynh Trưởng kế thừa.

Bên cạnh đó, cũng có những nhận xét về cấp như: "*Cấp bậc trong GĐPT chắc là quan trọng lắm, ai có cấp cũng được nể nang.*", "*Đeo cấp hiệu vào, trông vừa có uy vừa có quyền*", hoặc vài suy nghĩ từ trong hàng ngũ Huynh Trưởng: "*Anh chị khác đã được cấp, sao mình chưa được xét cấp*", "*Em chưa muốn nhận cấp, thấy anh chị có cấp làm việc nhiều quá, em chưa sẵn sàng" v.v.* Rõ ràng, nếu xem cấp là thước đo, thì cấp trở thành nơi để so sánh hơn thua, đối tượng của khen chê, nơi làm lớn lên tự ngã. Đây chẳng phải là rào cản cho sự tu tập sao?

Tôi quay về quá khứ để đi tìm câu trả lời, và tự hỏi, mình đã trải qua 3 lần thọ cấp như thế nào?

Hai lần thọ cấp đầu tiên diễn ra trong Chánh điện Tổ Đình Viên Giác, lần thứ ba tại Tổ Đình Khánh Anh, trong tâm khảm của tôi ba buổi lễ này vô cùng thiêng liêng. Vì lễ thọ cấp thuộc lễ hành chánh có quy định từ hình thức đến nội dung, nên diễn tiến các buổi lễ này giống nhau. Sau khi cung nghinh Chư Tôn Đức quang lâm chứng minh, buổi lễ bắt đầu với tựa kinh Lăng Nghiêm, mong nương tựa Dũng lực phát tâm của Ngài A Nan "*Đời ác trược tôi thề vào trước, còn một chúng sinh chưa thành Phật, thì tôi không nhận hưởng Niết Bàn*". Rồi từng ngọn nến được thắp lên, "*Ngọn đèn vô tận*" được thắp sáng từ Chư Tôn Đức trao cho thế hệ Huynh Trưởng tiền bối, tiếp tục đến thế hệ Huynh Trưởng kế thừa, giờ phút thiêng liêng đó cũng là thời khắc để các anh chị nhận cấp phát thệ nguyện.

> Trong suốt thời gian buổi lễ, phần đeo cấp chỉ là một nghi lễ ngắn gọn. Cảm tưởng của riêng tôi, buổi lễ thọ cấp không nhộn nhịp ăn mừng như những buổi nhận chức đời thường, mà lắng đọng, trang nghiêm như một buổi lễ phát Bồ Đề Tâm, buộc người Huynh Trưởng phải trở về nội tâm, xác định mục đích tu tập, không riêng đời này mà đời sau, nguyện đời đời phụng sự tha nhân, mà đối tượng trước mắt là các em của mình.

Như vậy tôi đã có câu trả lời cho chính mình: không phải như vậy đâu, cấp bậc không phải là rào cản tu tập, có chăng chỉ là trường hợp chưa có ý thức đúng đắn. Nhưng điều này cũng khó xảy ra, bởi lễ thọ cấp nào cũng có Tam Bảo chứng minh, đây là điều bắt buộc. Lời đạo từ của quý Ngài như là sự "xét *duyệt*" sau cùng, để chỉ điểm và nhắc nhở những điểm còn thiếu sót, những điểm cần phát huy. Tại Đức, Thầy Cố Vấn Giáo Hạnh thường nhắc nhở: "*làm Huynh Trưởng cũng như đang thực hành Bồ Tát hạnh, thầy khuyên anh chị em nên tìm hiểu về Giới Bồ Tát, rồi phát tâm thọ giới, hầu tương ưng với phát nguyện của mình*". Từ đó, lần lượt có những anh chị phát tâm thọ giới Bồ Tát nhờ được Thầy khai sáng, sơ tâm phát nguyện của những anh chị này giờ được thêm giới bảo hộ.

Vậy nên, cứ mỗi lần ai đó phát nguyện thọ cấp đều khiến tôi tùy hỷ, vui mừng vì sẽ được hòa mình vào không gian của nguyện lực thiêng liêng, thêm một cơ hội để tôi đọc lại lời phát nguyện trước Tam Bảo theo tinh thần Bồ Đề Tâm. ■

(02/11/2025)

Lê Hứa Huyền Trân

CHIẾC TIVI BỊ SỌC MÀN HÌNH

Nhân ngày nghỉ lễ, tôi từ phố về quê thăm ba. Ba sống một mình trong căn nhà nhỏ dưới quê khi mẹ tôi mất trong một cơn bạo bệnh, còn mấy anh chị em thì lên phố tìm đường mưu sinh cả. Ngày đó anh cả cũng tính đủ điều để khuyên ba lên phố đặng mấy anh chị em còn có thể thay nhau mà lo được nhưng ba xua tay: "Bây còn chưa đủ sống, sao lo ba được. Ba ở dưới quê tự lo cho mình được, còn chòm xóm thân tình đủ cả". Thế rồi chúng tôi cũng gửi lại ba với bà con xóm giềng vì cũng hiểu tính ba dù có đi bất cứ đâu thì không nơi nào bằng quê hương của mình. Anh chị em tôi cũng chia nhau ra thỉnh thoảng người ở gần thì cuối tuần, xa hơn thì cuối tháng cố gắng về thăm cho ba bớt quạnh. Cuộc sống mưu sinh trên phố thị cũng rất vất vả mà ở quê thì công việc khó khăn, đường cùng lắm tụi tôi mới phải rời ba, rời quê mà lên phố.

Ba năm trước mấy anh chị em góp tiền để mua cho ba chiếc tivi. Vì cuộc sống ở quê khá yên tĩnh và buồn tẻ, muốn để cho ba không bận công việc dưới quê thì khi rảnh có tivi để giải trí. Chiếc tivi cũ ba dùng cũng mười mấy năm từ khi tụi tôi còn nhỏ mà thậm chí cũng không có nhiều kênh. Đến khi mẹ mất nó cũng sinh hư, ba trèo lên mái xoay ăng-ten đủ kiểu cũng không phát nữa. Ba buồn, nói nó "đi" theo mẹ. Những ngày về thăm, ba chỉ ngồi vò võ, có mấy đứa con đứa cháu quây quần thì còn vui, không thì cũng chỉ biết kiếm đủ việc làm, không có thú vui giải trí.

Chiếc tivi mới về khiến ba hãnh diện đem đi khoe cả xóm. Vì nó là chiếc tivi to nhất trong xóm bấy giờ. Lại còn có đủ kênh, mỗi khi ba bật tivi thường mấy đứa nhỏ trong xóm hay sang xem cùng. Thậm chí đến chiều, bình thường ba cũng chỉ ăn cơm một mình nay đến giờ cũng có nhiều người qua để coi phim chung. Tivi lớn, đủ kênh, với xóm tôi khi ấy nó là cả nguồn giải trí. Dù mỗi khi tôi về, thỉnh thoảng mới thấy ba bật, ba bảo có tụi tôi ở nhà rồi, lo chơi với tụi tôi chứ không coi tivi, của ít xài thì nó bền.

Mới đây, tôi về thăm nhà, ngồi rảnh rỗi chờ ba đi ruộng về thì nhận ra chiếc tivi có những màn hình sọc. Nguyên nửa màn hình phía dưới là những sọc ngang khiến những người trong tivi thậm chí bị méo lệch hoặc tiếng được tiếng mất, nói chung coi không được nữa. Ba về, tôi hỏi, rồi vòi ba đem đi sửa. Ba bảo vẫn còn coi được tất, đừng chộn rộn phí tiền. Nhưng bận chiều, tôi vẫn lén ba chở ra phía anh Hùng đầu xóm để coi thử. Anh bảo tôi ba chở ra mấy lần, cũng sửa mấy lần rồi, nó hư mấy tháng nay, mà tiền sửa nhiều quá, ba bảo tiếc nên cứ kệ. Đến khi ba dành dụm có tiền sửa vì sắp lễ con cháu về chơi thì nó hư nặng, rồi tiền thiết bị đội giá tăng lên, phải gửi lên phố, tiền triệu, cũng chưa chắc sửa được. Ba lại thôi.

Tôi về nhà, ngỏ ý để nói với anh chị mua biếu ba chiếc tivi mới thì ba rầy. "Tivi còn coi được nửa màn hình, ba cũng chỉ bật cho vui cửa vui nhà, coi vầy đủ hiểu". Tôi nhìn cái tivi cứ màn hình chớp giật, nhìn ba tôi nheo mắt coi mà lòng thấy nhói. Vậy mà ba đã để vậy cả mấy tháng, coi chiếc tivi ấy như một lẽ bình thường vì không muốn tốn tiền con cái. Tôi lên lại phố, sau khi báo ba bình an thì việc đầu tiên ba dặn vẫn là không được nói với anh chị chuyện cái tivi, nếu không ba giận...

Hơn mấy tháng sau, vừa nghỉ lễ tôi lại về thăm ba. Anh chị cũng về, chở theo mấy đứa cháu, tụi nó cứ đòi ông phải mở tivi coi một chương trình hoạt hình nào đó. Chiếc tivi khó khăn bật lên, những đường kẻ sọc làm tụi nó nhức mắt bỏ đi chỗ khác chơi, duy chỉ có ba thỉnh thoảng ngồi chuyển kênh thời sự nào đó để coi. Được đúng nửa màn hình! Khi chúng tôi về lại phố, chiếc tivi tắt lịm. Đem ra sửa thì anh thợ nói rằng không còn "cứu" được nữa, vẫn một câu: "Ông tài thiệt, có thể coi chiếc tivi sọc như vậy mà chịu được gần năm rưỡi nay". ■

Nguyễn Sĩ Long

NẰM VIỆN

Nhập viện & hồi tưởng

Sau những ngày rong chơi và tham dự Đại lễ Vu Lan tại Tổ đình Viên Giác Hannover, tôi quay về trú xứ, rồi khăn gói ngay vào bệnh viện. Dù việc "nằm viện" đã có kế hoạch từ trước, nhưng khi thật sự đặt lưng trên chiếc giường trải khăn trắng tinh ở Barmherzige Brüder Krankenhaus Wien, lòng vẫn thấy bâng khuâng và có phần lo lắng, dù rất tin tưởng vào tay nghề bác sĩ nơi thành phố này.

Nằm trên giường bệnh, tôi nhớ lại buổi đầu đặt chân đến nước Áo vào tháng 12 năm 1988 — một thuyền nhân tỵ nạn giữa mùa đông lạnh buốt. Năm người chúng tôi được đưa về trại Thalham ở Sankt Georgen im Attergau, trung tâm tiếp nhận người tỵ nạn cách Salzburg chừng 50 km. Khi đến nơi, nhóm mười người – gồm cả những đồng hương từ Palawan, Philippines – đón nhau bằng một bữa cơm thân tình, ấm áp, khiến bao mệt mỏi và giá lạnh đường xa chừng tan biến.

Sau hai ngày nghỉ, chúng tôi được làm thủ tục cư trú. Cuộc sống trại tuy đơn sơ nhưng ấm áp tình người, ai cũng mong sớm rời trại để tìm việc làm. Trong thời gian học tiếng Đức, tôi phát hiện mắt trái có vấn đề. Hoàn cảnh lúc ấy thật khó khăn, không người thân, không bảo hiểm, không biết phải làm sao. May thay, vào giữa tháng 3 năm 1989, tôi gặp lại anh Vũ Văn Hùng – người đồng hương ở Linz – đến thăm. Anh đưa tôi đi chơi Salzburg rồi về Linz xin việc tại một hãng nhựa nhỏ, trong khi tôi vẫn chờ kết quả khám mắt ở bệnh viện Vöcklabruck.

Hồi đó, kiếm việc khá dễ, nhất là việc lao động tay chân. Tôi được nhận thử việc ở hãng S. Plastics tại Linz, bắt đầu từ ngày 3 tháng 4.1989. Cùng làm với tôi có Hóa, một người bạn trẻ ở cùng anh Hùng. Công việc tuy không quá nặng nhưng rất nhanh và đơn điệu: đứng lên cúi xuống liên tục, nhặt từng bao nylon rồi ném vào máy ép. Cô chủ người Áo ít nói, thỉnh thoảng đến xem qua. Chỉ sau vài ngày, toàn thân ê ẩm, tưởng không trụ nổi. Sang tuần thứ hai, khi kiệt sức đến mức chỉ mong có lý do để nghỉ, thì cô chủ thông báo "hết hàng, tạm ngưng làm việc". Tôi mừng như được cứu sống lần nữa — y như ngày được tàu Cap Anamur vớt trên Biển Đông hai năm trước, tháng 6 năm 1987.

Tôi quay về bệnh viện Vöcklabruck xin điều trị mắt. Lần này tôi bình tĩnh hơn, hiểu rằng "đôi mắt là cửa sổ của tâm hồn", có sức khỏe mới có tương lai. Tôi nhớ đến vị giáo sư dạy tiếng Đức ở trại, người đã tận tình giúp tôi khám mắt. Khi nghe tôi nói "Mắt trái tôi nhìn mờ lắm", thầy liền thử bằng cách che từng mắt, rồi hẹn hôm sau đưa đi tiệm kính. Kết quả kiểm tra khiến cả hai thầy trò đều bất ngờ: tôi cần vào bệnh viện điều trị. Sau hai lần khám, tôi nhập viện, nhưng chưa kịp chữa xong đã phải xin ra sớm để đi làm. Bác sĩ hiền từ chỉ dặn: "Anh có thể trở lại bất cứ lúc nào." Chính sự nhân hậu ấy khiến tôi thấy ấm lòng giữa xứ lạ.

Khi trở lại nằm viện, nhiều nhân viên y tế đã quen mặt, hỏi han thân tình. Tôi ở phòng sáu giường, là người trẻ nhất. Thời ấy, một người gốc Á đến điều trị ở vùng thị trấn còn hiếm - nhất là người tỵ nạn - nên được chú ý và thương mến. Ông Peter nằm cạnh giường, khi ra viện tặng tôi chiếc áo Blazer, chúc tôi sớm bình phục. Tôi biết ơn với những con người xa lạ mà đầy nghĩa tình.

Mười ngày điều trị, ngày nào cũng truyền dịch, uống thuốc, chiếu điện cho mắt. Các y tá phục vụ chu đáo, đúng với tinh thần "lương y như từ mẫu", bất kể bệnh nhân là ai. Tuy an tâm, nhưng trong lòng vẫn canh cánh nỗi nhớ nhà, nhớ vợ con còn bên kia đại dương. Tôi hiểu rằng con đường đoàn tụ vẫn còn xa. Bởi thế, khi được xuất viện và nghe tin mắt đã bình phục, niềm vui như ngập tràn. Tháng 5 năm 1989, tôi lại theo anh Hùng về Salzburg, tái ngộ những người bạn cũ Palawan. Chúng tôi thuê chung một căn nhà nhỏ ở Lehen, gần trung tâm thành phố — khởi đầu cho một chặng đời mới nơi xứ người.

Những năm đầu nơi xứ người

Sau những ngày ở Lehen, tôi bắt đầu cảm nhận rõ cuộc sống mới ở châu Âu. Chỉ ít lâu sau, tôi tìm được việc tại hãng Mirabell Schokolade Grödig – nơi làm những viên sô-cô-la nổi tiếng ở Salzburg. Đó là công việc ổn định đầu tiên, mang lại niềm vui và hy vọng. Đến cuối năm, thật bất ngờ khi tôi nhận được thư thông báo được cấp một căn hộ độc thân rộng 23 m^2 của Bộ Nội Vụ, nhận nhà vào tháng 2 năm 1990 ở khu Liefering, Salzburg. Một căn phòng nhỏ nhưng với tôi, đó là cả một khởi đầu vững chắc.

Sau mười bốn tháng định cư, tôi đủ điều kiện làm hồ sơ bảo lãnh gia đình. Có việc làm, có nhà ở, tôi gửi toàn bộ hồ sơ đến Đại sứ quán Áo tại Jakarta. Diện bảo lãnh vợ con được ưu tiên, không mất phí nào khác. Tháng 2 năm 1991, sau gần bốn năm xa cách, tôi trở lại Wien để đón vợ và hai con gái: chị, Chân Như 12 tuổi; em, Kiều Nam 8 tuổi. Cuộc đoàn tụ ấy là khoảnh khắc không bao giờ quên – nước mắt xen nụ cười, hạnh phúc ngập tràn sau bao năm chờ đợi tưởng như vô tận.

Những năm đầu đoàn tụ thật bận rộn. Hai con vào trường học, vợ chồng cùng đi làm. Cuộc sống dần ổn định, nhưng tôi vẫn thường nghĩ đến sức khỏe – nhất là đôi mắt, từng hai lần điều trị ở Vöcklabruck. Tôi đi kiểm tra định kỳ mỗi hai năm, kết quả vẫn tốt. Niềm tin vào y học Áo ngày càng lớn dần trong tôi – một người từng đi qua những ngày gian nan của thân phận tỵ nạn.

Thời gian trôi nhanh. Năm 2001, tức mười năm sau ngày đoàn tụ, tôi phải trải qua ca phẫu thuật đầu tiên ở đầu gối phải do rách sụn chêm – một chấn thương phổ biến khi khớp gối xoay đột ngột. Ca mổ tại bệnh viện Landeskrankenhaus Salzburg diễn ra suôn sẻ, tôi ở lại ba ngày rồi xuất viện. Đến nay đã hơn hai mươi năm, đầu gối ấy vẫn tốt, mỗi lần nghĩ lại, tôi vẫn thấy biết ơn nền y tế nước này.

Con người có hai con mắt sinh ra cùng lúc – một khi mắt trái đã từng bị, thì sớm muộn cũng đến lượt mắt phải. Năm 2012, khi tôi bước sang tuổi 60, con mắt bên phải lại mờ dần. Bác sĩ cho biết đó là bệnh "đục thủy tinh thể" – như tấm kính bị phủ bụi, cần thay thủy tinh thể nhân tạo. Ca phẫu thuật diễn ra tại bệnh viện LKH Salzburg, nhẹ nhàng và nhanh chóng: chỉ một đêm nằm viện, sáng hôm sau đã về nhà. Từ đó tôi chỉ mang kính khi đọc sách. Nhưng rồi, như mọi thứ trong đời, thời gian không dừng lại – tuổi già lại gõ cửa.

Tháng 8 năm 2018, con mắt trái – từng hai lần điều trị cách đây ba mươi năm – bắt đầu yếu đi. Tôi lại vào bệnh viện, thực hiện lần phẫu thuật thứ ba trong đời, cũng an toàn và thành công. Dù trải qua bao lần mổ xẻ, tôi chưa bao giờ thấy sợ. Có lẽ vì tôi tin vào sự tử tế, tận tâm của những y bác sĩ nơi đây, và tin vào nhân duyên đã đưa mình đến vùng đất này.

Cuộc sống ở Salzburg bình yên, đều đặn. Mỗi sáng đi làm, chiều về nghe tiếng chuông nhà thờ, ngắm dãy núi tuyết xa xa, lòng tôi thường dâng lên niềm tri ân sâu sắc. Một người từng lênh đênh trên biển, từng vô định giữa trại tỵ nạn, nay được sống, làm việc và nuôi con nơi bình an – đó là phước đức lớn mà tôi luôn ghi nhớ.

Năm 2019, sau hơn ba mươi năm ở Salzburg, gia đình tôi dọn về Wien. Cuộc sống nơi thủ đô năng động hơn, nhiều cơ hội hơn cho các con, nhưng với tôi, vẫn là những ngày thong thả, bình yên. Tôi thấy mình như một chiếc lá già, theo dòng thời gian trôi về cuối thu, nhưng lòng nhẹ nhõm vì đã đi qua hầu hết sóng gió đời người.

Gia đình đoàn tụ & những năm gần đây

Từ ngày dọn về Wien năm 2019, tôi cảm nhận rõ sự thay đổi trong nhịp sống. Thủ đô rộng lớn, đông đúc, nhưng vẫn giữ nét thanh bình của một thành phố Âu châu giàu văn hóa và kỷ cương. Chúng tôi quen dần với cuộc sống mới, trong khi sức khỏe tôi bắt đầu có dấu hiệu báo động.

Bệnh thoát vị bẹn (Leistenbruch) được phát hiện từ hơn mười năm trước ở Salzburg. Khi ấy, bác sĩ dặn chỉ cần theo dõi định kỳ vì khối u còn nhỏ và chưa gây trở ngại. Tôi vẫn sinh hoạt bình thường, đi bộ, làm việc nhẹ. Nhưng sau nhiều năm, vết sưng ngày càng lớn. Tháng 10 năm 2023, tôi đến khám bác sĩ Rawand Kawji ở quận 23, kết quả vẫn là "chưa cần phẫu thuật". Dù an tâm phần nào, tôi tự biết rồi cũng đến lúc phải làm.

Mùa hè năm 2025, các con bàn nhau chủ động hẹn lịch mổ. Con gái lớn của tôi – Chân Như – làm dược sĩ tại bệnh viện Barmherzige Brüder trên đường Taborstrasse, Wien. Con tốt nghiệp đại học Dược ở Wien năm 2018 sau bao năm vừa học vừa nuôi con nhỏ. Tôi vẫn nhớ ngày nhận bằng, gương mặt con sáng bừng niềm hạnh phúc. Giờ đây, chính nơi con làm việc lại là nơi tôi điều trị, như một vòng nhân duyên trọn vẹn.

Tháng 7 năm 2025, tôi được bác sĩ Birsan Tudor khám và sắp lịch phẫu thuật vào đầu tháng 10. Những tuần chuẩn bị trôi qua êm đềm. Tôi đã quen với những cuộc nằm viện, nhưng lần này đặc biệt hơn – vì có vợ và các con bên cạnh trong mỗi bước.

Trước đó – tháng 9 năm 2025, cậu con trai Alain đã đi theo đến phòng mạch bác sĩ khám nghiệm tiền giải phẫu như đo điện tâm đồ, khám tiểu phẫu... Ngày 1 tháng 10, con gái lớn Chân Như và mẹ Sương Mai đưa tôi nhập viện.

Sáng 2 tháng 10 năm 2025, khoảng 7:35 giờ nhân viên vận chuyển bệnh nhân đã có mặt. Ngay khi họ vừa xác định tên tuổi năm sinh cũng là lúc Kiều Nam, con gái thứ hai đến để theo xe đưa ba đến phòng mổ và nói: „Ba yên tâm có mẹ cùng các con chờ bên ngoài".

Trong phòng mổ, khi bác sĩ gây mê giới thiệu tên mình, tôi mỉm cười đáp lại rồi chìm ngay vào giấc ngủ. Khi mở mắt ra, đồng hồ chỉ 10 giờ 5 phút – ca mổ đã hoàn tất. Tôi cảm thấy nhẹ nhõm, vết thương đau nhẹ nhưng tinh thần rất tỉnh táo. Chiều hôm đó, vợ và ba con vào thăm, thấy tôi khỏe mạnh, ai cũng mừng.

Bác sĩ chọn phương pháp phẫu thuật nội soi hiện đại – ít xâm lấn, nhanh hồi phục. Tôi ở lại thêm một ngày, rồi được xuất viện sáng 3 tháng

10. Chân Như xin nghỉ làm một ngày để đưa tôi về nhà. Bầu trời Wien hôm ấy trong xanh lạ thường. Tôi ngồi trong xe, nhìn ra phố, lòng nhẹ như vừa bỏ xuống một gánh nặng vô hình mang theo suốt bao năm.

Trong đời, tôi đã bốn lần trải qua phẫu thuật: hai lần mắt, một lần đầu gối, một lần thoát vị. Mỗi lần như một dấu mốc – không chỉ của sức khỏe mà còn của lòng biết ơn. Suốt ba mươi bảy năm sống ở Áo, tôi chưa bao giờ phải trả một đồng viện phí. Mọi thứ được chăm lo chu đáo, từ thuốc men đến phòng ở, thái độ phục vụ. Sự tận tâm và chuyên nghiệp của y tá, bác sĩ khiến tôi khâm phục và xúc động. Ở đây, con người được chăm sóc với lòng nhân ái hơn là thủ tục. Cũng không hề có các bao thư lớn nhỏ! Điều còn lại lớn nhất trong tôi là **niềm biết ơn**. Ơn đời, ơn người.

Chiêm nghiệm về Bốn ân nặng

Sau ca phẫu thuật vừa rồi, tôi cảm nhận một niềm hạnh phúc thật trọn vẹn. Mỗi sáng thức dậy trong căn hộ nhỏ ở Wien, tôi nhìn ra khu vườn có ánh nắng chiếu lên những mái nhà cổ. Tiếng chuông nhà thờ vang lên nhẹ, lòng tôi chợt thấy thanh thản. Có những điều trong đời, chỉ khi đi qua hết các thăng trầm, con người mới hiểu được giá trị của một sự bình yên.

Từ ngày đặt chân đến nước Áo, tôi đã qua đầy đủ các trải nghiệm trong cuộc đời: lo âu, sợ hãi, kiên nhẫn, hy vọng, nghĩa tình. Từ một người tỵ nạn tay trắng đến kẻ nhập viện bốn lần trong gần bốn thập kỷ, tôi luôn được nâng đỡ bởi lòng tử tế của con người và ân sủng của cuộc đời. Mỗi biến cố, mỗi lần vào bệnh viện đều để lại trong tôi một bài học về lòng biết ơn.

Có lúc tôi tự hỏi: "Nếu năm xưa con tàu Cap Anamur không kịp vớt tôi giữa Biển Đông, giờ này mình ở đâu?" Câu hỏi ấy theo tôi suốt đời, để mỗi khi gặp người lạ mỉm cười chào hay bác sĩ nhẹ nhàng hỏi han, tôi lại thấy một phần ân nghĩa sâu xa đang tiếp tục được trao truyền.

Ba mươi bảy năm sống nơi đất khách, tôi chưa bao giờ cảm thấy mình bị bỏ rơi. Từ những ngày đầu ở trại Thalham lạnh giá, đến những ca mổ ở Salzburg và Wien, tôi luôn nhận được sự quan tâm chân thành. Người Áo, với vẻ trầm lặng và kỷ luật, nhưng trong lòng lại ấm áp. Họ không nói nhiều, nhưng hành động của họ khiến tôi thấy rõ: *Ở đâu có nhân từ, ở đó có quê hương.*

Những năm gần đây, tôi không còn làm việc nữa. Thời gian dành cho sách vở, viết lách; hay cho thiền định, tu tập và những buổi dạo bộ quanh công viên hoặc những con phố vắng. Con cái đã trưởng thành, có gia đình, có sự nghiệp. Nhìn chúng đi trên con đường riêng, tôi hiểu rằng mọi nhọc nhằn ngày trước của hai vợ chồng chúng tôi đều xứng đáng, đều trân trọng. Vợ chồng chúng tôi luôn luôn nhắc nhở nhau: Hạnh phúc không nằm ở vật chất, mà ở chỗ ta biết đủ, biết dừng, và biết tri ân.

Tôi nghiệm lại lời đức Phật dạy về "Tứ trọng ân" – bốn ân nghĩa sâu dày mà con người cần ghi nhớ: *Ân cha mẹ, Ân Tam Bảo, Ân đất nước, và Ân chúng sinh.*

Mỗi khi nghĩ đến, tôi đều thấy bốn ân ấy hiện hữu trong mình. Cha mẹ tạo nên hình hài, thầy tổ chỉ dạy nên người, quê hương Việt Nam nuôi dưỡng và đất nước Áo cưu mang, cùng bao nhiêu người trên đời này từng giúp đỡ mình. Từ vị giáo sư dạy tiếng Đức đến ông Peter trong bệnh viện Vöcklabruck, từ những bác sĩ, y tá tận tâm đến bạn bè đồng hương trên đất khách. Tất cả họ là những nhân duyên đẹp góp phần làm nên cuộc sống gia đình chúng tôi hôm nay. Ở tuổi này, tôi hiểu rằng mỗi buổi sáng còn được mở mắt, còn nghe tiếng chim, còn nếm được hương vị tách cà phê sớm, đã là một món quà vô giá.

(Photo minh họa của Lương Nguyên Hiền)

Vienna – thành phố của tình yêu và âm nhạc, của Mozart, Beethoven... của những mùa thu vàng rực – giờ đây với tôi là mái ấm cuối đời. Tôi biết ơn đất nước này, biết ơn cả những gian truân đã giúp mình trưởng thành, biết ơn người bạn đời Sương Mai đã cùng tôi đồng cam cộng khổ nắm tay nhau bước đi qua mọi ngõ ngách của cuộc đời gần 50 năm nay - nửa thế kỷ. Chỉ khi từng bước qua những nhọc nhằn và khổ đau, con người mới học được cách trân trọng từng giây phút của hiện tại.

Và tôi tin rằng, mọi người, dù ở đâu, cũng đều mong ước được hai điều này: *Sức khỏe và An lạc*. Chỉ mấy tuần trước đây thôi, tôi nằm trên giường bệnh chờ ca mổ. Tôi cũng đã từng sợ hãi, từng cô đơn, nhưng cũng từng được chăm sóc, được thương, được cứu sống. Và chính từ những trải nghiệm đó, tôi nhận ra rằng: Sống – dù chỉ một ngày trong tỉnh thức và thương yêu – cũng thỏa mãn cho nhân duyên một kiếp người. ■

(Wien, 27.10.2025)

Chúc Thanh

GIỮA DÒNG NƯỚC LŨ

Năm nào cũng vậy, tháng 7 tháng 8 âm lịch, mùa mưa, mùa lũ lụt lại về trên quê hương Việt Nam vốn đã mang nhiều khổ đau. Từ rất xa xôi, người Việt khắp nơi thấp thỏm buồn rầu và lo sợ cho cảnh ngập lụt, bão tố hoảng loạn ở quê nhà, không riêng chỉ miền Trung mà cả miền Nam cũng lụt. Miền Bắc và Bắc trung phần bị càn quét dữ dội do bão Bualo, rồi kế đến là bão Matno. Miền Bắc và cả Hà Nội mưa bão trước chưa kịp khô, lại ngập nước, đường phố hóa thành sông do vỡ đập nước Lạng Sơn, nước sông dâng cao đỉnh điểm, tại thành phố còn có một số tổ chức cứu trợ, nhưng kẹt là ở các tỉnh miền cao, nước lên quá mau, đa số dân cư phải leo vội lên trú trên những mái nhà cao hơn. Cũng tại xả nước các đập thủy điện nữa v.v...

Họ ngồi co ro, dúm dó vào nhau trên mái nhà, lạnh, đói và sợ! Cảnh tượng thê lương khó tả!

Nước ở các miền cao đang đổ về vùng thấp, nước trên sông Cầu, Bắc Ninh cuồn cuộn chảy về và dâng cao. Nước trên sông Thương vẫn chảy về và cao ở độ báo động 3. Các tỉnh Thái Nguyên, Lạng Sơn và ngoại thành Hà Nội được báo động như nước vẫn cao trong ba tới năm ngày tới... là thứ tư 6-10 cho tới qua ngày 11 tháng 10 mới có hy vọng lui xuống... là hy vọng thôi.

Hoa đào trồng đón Tết gió đã lôi cuốn đi cả gốc... các khung cửa sắt thép cũng bị gió lốc giựt ngược cuốn bay vèo vèo.

Thiên nhiên ngày càng hung dữ khi nổi cơn thịnh nộ. Hàng ngàn ngàn căn nhà của người dân ngập chìm trong nước lũ. Việc tổ chức cứu trợ của chính quyền cộng sản chậm chạp và khó đáp ứng nổi nhu cầu cứu trợ.

Các đoàn thể thiện nguyện cứu trợ đa phần do các tổ chức tôn giáo, nhân dân đồng bào tự phát, giúp đỡ nhau bằng bánh chưng, mì gói, nước uống, đồ ăn khô. Lá lành đùm lá rách!

Thưa đó là chuyện chống lũ, cứu trợ ngày nay. Mỗi khi cơn lũ lụt tràn về tôi lại nhớ đến câu chuyện chống vỡ đê từ thời Pháp thuộc, chuyện xưa như cổ tích, mà vẫn in hằn dấu vết.

Câu chuyện vào khoảng năm 1945-1946. Miền lũ nước dâng cao là tỉnh Thái Bình, sát Nam Định, Bắc phần. Theo lời cha tôi kể lại, hồi đó, mỗi làng hay mỗi huyện phải có 50 người phụ dịch chia phiên thay nhau ra canh đê và lo đắp đất, đá, cát lên những chỗ lủng ngoài biển tràn vào ruộng lúa, làng mạc bên trong đất liền... nơi sinh sống của nông thôn đó là con đê Diêm Hộ, bao bọc cả vùng đồng bằng lúa tỉnh Thái Bình trù phú... nuôi sống người dân cả một vùng bao la bát ngát. Nhưng tháng 7, tháng 8, mùa nước lũ dâng, lại là nỗi lo sợ của đồng bào. Họ thay phiên nhau đi canh sợ đê vỡ và sợ lụt... tiếng mõ cầm canh luôn báo động mực nước lên, xuống, mau, chậm để người dân đồng bằng cuốn áo quần chạy... họ chạy đỡ lên tá túc trên những gò đất cao, lên sân đình, sân chùa, tháp... chạy nước, họ cũng sợ... như là còn sợ hơn chạy giặc và chạy lửa... vì đại hồng thủy đến chỉ trong một sát na, một chớp mắt... trời ơi!

Nhà nhà thì chỉ đa phần còn lại là đàn bà, con nít và ông bà già. Đàn ông trai tráng đã chia phiên lên đê, canh giữ mực nước!

Nhưng nào họ có giữ được gì đâu, sức nước biển mạnh làm vỡ đê dễ như chơi, sóng ầm ầm ầm... tiếng ầm vĩ đại là chết, là một khúc đê bị vỡ bị cuốn phăng xuống phía dân làng phía đồng lúa, ruộng màu... có cả một số người bị cuốn theo. Trên là trời, dưới là nước, mênh mông bể sở... làng nào ở ven đê vỡ, bị xóa sổ. Làng nào ở xa hơn, thì mảng trôi đi, mảng còn trụ lại.

Làng nào ở xa hơn một khoảng nữa, thì cũng khá nguy nan, vì nước vẫn băng băng dâng lên, người lớn, người nhỏ, bồng bế lôi kéo nhau lên mái nhà ngồi tránh nước. Nếu có cơ may leo lên được góc đình, góc chùa, máng nhà thờ làng Ngoại Trình... thì tạm tạm yên, ngồi đó, co ro, chịu đói, chịu rét lạnh... hy vọng mỏng manh chờ nước rút... và chưa chết!

Leo lên chùa, đình hay nhà thờ còn đọng ở lại. Chớ ngồi lêu bên trên nóc nhà tranh, nguy hiểm lắm, rất nhiều mái nhà rời đòn dong, lêu bêu trôi theo dòng lênh đênh... y lục bình lang thang theo cam lộ! Người, phận người, mong manh chìm xuống không kịp còn sức đâu mà hoảng loạn.

Chuyện muốn kể thì đã xa lắm rồi, mà thưa bạn, nó vẫn trở về với ký ức khi mỗi mùa nước nổi, nước lũ. Thưa là, trên bản đồ, làng quê tôi, tựa vào vùng châu thổ sông Hồng, chỗ có con sông Diêm Hộ, cạnh sông Trà Lý, có cống Trà Ninh. Gần cửa biển Diêm Hộ, Diêm Điền, khoảng cách 9, 10 cây số nên vỡ đê là chuyện hay xảy ra mùa nước lớn.

Đê đắp cao và có cống thoát nước, nhưng khi sức nước mạnh, tức nước vỡ bờ là chuyện bình thường. Bờ đê có chỗ nứt nẻ, người bảo vệ đắp lại yếu ớt bằng bao cát và luôn luôn sống trong tình trạng báo động. Khi đê vỡ, người phu dịch chạy thoát là may mắn hiếm thấy, vì chẳng có ai có trời nào cứu họ lúc đó!

Ngày ấy, cha tôi còn mải mê đi kháng chiến còn lại chú Vô tôi ở nhà, lo việc đồng áng phụ ông bà nội tôi. Buổi tối, chú đi gác đê, canh sợ đê vỡ.

Bố mẹ chú mất cả rồi, từ cái năm đói Ất Dậu, ông tôi thương, mang về nuôi và cưới vợ cho chú. Chú hiếu thảo tận tình với cha nuôi.

Chú Vô tôi rất hiền, có sức khỏe, và chú có ruộng vườn riêng, chú có tiền của riêng. Nhà chú ở sau đình làng, xung quanh nhà chú, chú trồng nhiều cây thầu dầu có hoa, lá màu tím tía rất vui đến lộng lẫy.

Chú có tiền và chú có thể thuê người trai tráng khác đi thay phần gác đê báo động, nếu muốn, nhưng lúc nào chú cũng tự đi gác để xem sự nguy hiểm khốn khó xảy ra như thế nào... có lần chú nói giỡn là chú là con bà Nữ Oa... bị ông nội la rầy.

Rồi không may là một lần ấy, chú tình nguyện xách đèn bão lên đê, thì nhà chú lại có sự cố bất ngờ xảy ra, sự cố không thể đoán thấy trước được. Đó là chiều hôm trước, lúc ghi tên đi gác, chú đã tính bỏ cuộc, vì vợ chú là thím Vân, mang bầu hơn bảy tháng, lại tự nhiên có dáng mệt mỏi, ì ạch của một người muốn khai hoa nở nhụy, cô đã tìm ra một bà mẹ đỡ. Và cô quả quyết bảo chú: «đi đi, đi gác đê với anh em đi!»

Chú ra đi mà lòng thấp thỏm. Suốt một buổi hôm, trên đê, gió lạnh thổi vù vù, những hàng cây chi chi, quả trái đỏ rơi rụng rào rào... với trách nhiệm, chú luôn luôn phụ mọi người bê bao cát trấn chỗ đê bị nứt.

Rồi, ầm... ầm, đê vỡ toang, chú tung mình như mọi anh em khác, chạy về làng, vội vã như bị ma đuổi... Ối trời ơi!

Chẳng trời nào tới cứu kịp, họ phải chạy, mới có vài giây, nước ùn ùn tung tóe dồn tới theo sau, chú còn kịp nghe tiếng mõ khua vang vang đổ hồi từ một góc nào đó! Có nghĩa là mọi người phải chạy lên những gồ, những ụ đất cao.

Chú xoay mình bẻ lái, rẽ nước, tiến, cố tiến tới phía đình là nơi đất cao hơn và hy vọng có vợ chú ở đó. Chú mong ra tới đó là gặp vợ, có thể có cả con chú, vừa sanh. Chú cứ quây trong nước như đi giựt lùi chú vùng vẫy, mãi sau chú cũng đến được sát đình làng. Hú hồn. Nước chạy lẹ hơn người rất nhiều...

Bao quanh đình, có nhiều cây nhãn, cây xoài cổ thụ, hàng bao năm, bao bọc sân gạch rộng, đã loang loáng ngập nước. Mấy hàng cây đó, giờ ngập lụt, chúng là phao cứu sinh. Người người đeo bám, ngồi, đứng, đu trên các cành rậm rịt...

Có người đang loi ngoi, trồi lên hụp xuống, có người này lôi kéo người kia. Khi nguy khốn, may thay có lòng trắc ẩn hiện ra.

Nửa ngày qua, gió đã êm, nước đã đứng, chú vẫn loay hoay kiếm vợ chú. Không thấy. Mà chú lại thấy ông Quản, ông Củng, bà Lý Căng và nhiều người quen, lối xóm, đang bấu víu trên góc nóc cổng Tam Quan.

Chú leo vào thềm cao, trên một bệ, đứng dòm, thì bất chợt, có một người lạ, khoác áo mưa lá gồi, tiến tới, đưa vào tay chú một cái bọc vải, còn ươn ướt nước:

«... Này, vợ anh, cô Vân yếu đứng mãi, bám vào trạc cây, đã mỏi tay, rơi rồi, người ta vớt được đứa bé này đây, chắc là con anh. Thôi, anh mang cháu về nuôi!».

* * *

Chú Vô nuôi con một mình... Trời thương, hoạn nạn qua đi, chú lại còn lại được đứa con gái, thật ngoan, thật xinh xắn.

Bấy giờ cháu đã lớn, đã 16 tuổi, chú đã nuôi dạy và yêu thương bù đắp cho con rất chu đáo, hẳn vợ chú rất vui lòng.

Rồi có một năm, thủy triều cũng lại dâng cao đe dọa. Nhưng sau này, việc bảo vệ đê điều kiên cố vững vàng hơn, nên nước có lên rồi xuống, chú Vô và toán bảo vệ cũng già yếu theo tuổi, theo năm tháng.

Vào một ngày, nước đã rút, trời khá trong, có rơi rớt vài giọt nắng vàng hiu hắt bên sườn đê. Chú Vô cùng bé Vi đi dạo ngắm cảnh xưa. Hôm ấy là một ngày quan trọng, ngày giỗ vợ chú, một ngày tháng 7 mùa thu. Chú Vô đứng lặng yên trên bờ đê nhìn dòng nước phía xa xa, trong khi bé Vi đang đi gom những bông hoa bên đường để cắm bình hoa ngày giỗ mẹ.

Cũng trong cái buổi hôm ấy, có một người đàn bà từ trên mặt đê cao, từ từ đi thoai thoải xuống thấp hơn rồi tiến nhanh về phía chú Vô. Bà ta chào và trao cho chú một tờ giấy cuộn tròn. Bà bảo là đây là tấm giấy khai sanh, làm lâu rồi, của con chú và con thím Vân, mà bẵng đi bao năm loạn lạc, mãi nay bà mới tìm thấy. Trên khai sanh, con chú là con trai, tên cháu là Trần Văn Hùng.

Bà nói thêm bà chính là bà mụ, đêm ấy đỡ đẻ cho vợ chú. Vợ chú đã sinh được một bé trai. Khi lũ ngập đến thì mọi người đều cuống cuồng. Và lũ đã cuốn hai mẹ con và cả bà trôi đi mỗi người một hướng. Theo lời nhờ cậy của mẹ đứa bé trai sơ sanh, bà đến xã làm khai sinh và ghi tên cháu là Trần Văn Hùng. Bà mụ nói mau, chào và vội vả đi thoăn thoắt lên đê cao. Biến nhanh khỏi tầm mắt chú, cũng như lúc xuất hiện. Chú Vô ngẫn ngơ, không kịp nói lời cảm tạ...

Tất cả là do sự linh ứng đưa đẩy, chú đã thầm hiểu. Và rồi, chú nhớ lại lời mẹ chú nghiệm rất đúng: «con trai tay trái, con gái tay phải»; hồi cô Vân mang thai, cô luôn nằm nghiêng ngủ nghiêng về bên trái!

Chú bàng hoàng, một chút sửng sốt. Thì ra khi vợ chú ra đi, cô ấy đã bế theo thằng con trai mà hai vợ chồng đã nhiều lần bàn tính đặt tên cho con. Và hai mẹ con đã bị dòng lũ cuốn đi mất.

... Đúng! đúng là cả hai vợ chồng chú đã từng bàn tính và đã đồng ý đặt tên cho con là Trần Văn Hùng.

Chú yên lặng ngó sâu xuống đáy sông, lung linh đâu đó, chú lặng lẽ chào từ biệt bóng dáng thân yêu của hai người thân. Hôm nay là ngày giỗ của Vân và Hùng mới đó đã mười mấy năm qua đi qua đi. Vân đã đi - và Hùng cũng đã đi. Ngay giữa tan hoang đổ nát, thì bé Vi tới... Cám ơn Trời Phật. Lòng nhân ái khi nào cũng có mặt và không hề thiếu vắng trong mọi hoàn cảnh thương tâm...

Rồi bất chợt ngay lúc ấy, Vi từ bờ cỏ bên kia đê, tay cầm bó hoa dại mới gom được quay lại, nụ cười tươi sáng hồn nhiên giữa nắng chiều nhạt. Chú Vô nhìn con gái, mắt nhòa đi.

Một chốc sau trấn tĩnh lại, chú nói với con giọng xúc động: *"Con càng lớn càng giống mẹ con như đúc... Bố nói rồi mà, phải không? Thôi, mình về nhà đi con, bố đói bụng lắm rồi."*

Hai cha con lững thững đi dọc triền đê, bóng họ in dài trên mặt nước lấp lánh. Dòng sông lặng lẽ chảy, như mang theo bao kỷ niệm, bao mất mát của đời người... nhưng cũng chở cả tình thương, sự sống, và niềm hy vọng.

Mùa thu lại về, nước vẫn còn đục ngầu đâu đó, nhưng trong lòng người, đã dần lắng trong. ■

Mùa Thu lũ lụt 2025 - Paris 12.10.25

THƠ - Tuệ Nga

DƯ ÂM

Mai gầy nở nụ đầu Xuân
Hái đem về tặng tri âm làm quà
Lòng thơ, thơm ngát ý hoa
Vần gieo hư cấu, Hương Trà, Tiết Xuân

Nước trong đáy tách phân vân
Thực, Hư ảo giác âm thầm mùa xa
Đường sang ngõ Trúc trăng tà
Hương thơ ủ gió cỏ hoa bồi hồi

Dư âm thoáng phím đàn ai
Sắc hoa mầu trắng rụng rơi...tiếng thầm
Dư âm, dư âm, dư âm!
Phải là ảo giác bâng khuâng tiết hàn

Cánh mây nào đó lang thang
Bài ca lỡ một cung đàn...phù vân
Chỉ còn lại chút dư âm...
Bóng mây qua cửa âm thầm, mây qua
Trăng khuya vời vợi giang hà...

Tích Cốc Ngô Văn Phát

ĐỘC ĐẢNG - ĐỘC TÀI – ĐỘC QUYỀN

Trước khi bàn đến ba cái độc trên đây, tôi xin ghi lại nguyên văn Điều 4 Hiến pháp năm 2013 của Cộng Hòa Xã Hội Chủ Nghĩa Việt Nam hiện đang áp dụng để quý độc giả xem, rồi sau đó sẽ tùy nghi phán xét:

Điều 4-1- *Đảng cộng sản Việt Nam* - Đội tiên phong của giai cấp công nhân, đồng thời là đội tiên phong của nhân dân lao động và của dân tộc Việt Nam, đại biểu trung thành lợi ích của giai cấp công nhân, nhân dân lao động và của cả dân tộc, lấy chủ nghĩa Marx Lenin và tư tưởng Hồ Chí Minh làm nền tảng tư tưởng, là lực lượng lãnh đạo nhà nước và xã hội.

Điều 4-2- Đảng cộng sản Việt Nam gắn bó mật thiết với nhân dân, phục vụ nhân dân, chịu sự giám sát của nhân dân, chịu trách nhiệm trước nhân dân về những quyết định của mình

Điều 4-3- Các tổ chức của đảng và đảng viên đảng cộng sản Việt Nam hoạt động trong khuôn khổ Hiến pháp và pháp luật.

Bây giờ, tôi xin trình bày từng mục như sau:

Điều 4-1, đảng CSVN xác định vai trò độc đảng trị nước của mình. Từ *độc đảng* phát sinh ra *độc tài.* Từ *độc tài* mới đẻ ra *độc quyền.* Ba cái Độc này chẳng những là nguồn gốc tạo ra tệ nạn tham nhũng, mà còn là nguồn gốc của sự suy thoái xã hội, suy thoái nhân cách con người, và về lâu về dài sẽ suy thoái cả một dân tộc.

Vì sao? Vì độc quyền dẫn đến lạm quyền và lộng quyền. Vì độc tôn chuyên chế nên toàn quyền chỉ định lãnh đạo, từ Tổng Bí Thư, Chủ Tịch Nước, Thủ Tướng đến tận Bí Thư Xã v.v... tất cả đều là những ghế được bổ nhiệm trong bóng tối, không thông qua lá phiếu của người dân, tất cả đều là đảng viên của đảng cộng sản, họ vừa là cầu thủ vừa là trọng tài thì lấy ai công minh mà phán xét? Mà ở đâu quyền lực đến từ chỉ đạo thay vì lá phiếu, thì ở đó tiền bạc sẽ trở thành những viên gạch lót đường để leo lên chiếm ghế.

Một hệ thống suy đồi, nơi quyền lực không được chọn bằng người tài đức, bằng năng lực v.v... mà bằng quan hệ, tiền tệ, và dòng họ hậu duệ. Do đó, những người giỏi, liêm khiết, biết tôn trọng lẽ phải thì bị gạt sang một bên. Còn người biết luồng lách, biết đi cửa sau thì mau thăng chức.

Với phương châm trị nước của đảng Việt cộng là:
Quyền lực nằm trên đầu súng
Công lý nằm dưới gót giày

Quyền lực được trang bị thêm súng ngắn, súng dài lại trao vào tay những người bất tài, thiếu đức, tham lam, bán nước, buôn dân và vô trách nhiệm v.v..., nhưng lại giỏi lường gạt, nói một đường, làm một nẻo!!!

Điển hình là thành phần lãnh đạo chóp bu mà người dân gọi là „Tứ Trụ", gồm có Chủ Tịch Nước, Tổng Bí Thư Đảng, Thủ Tướng và Chủ Tịch Quốc Hội, trước khi nhậm chức đều có lời tuyên thệ như sau:

„Dưới cờ đỏ thiêng liêng của Tổ Quốc, trước Quốc Hội, trước đồng bào, cử tri cả nước, tôi xin tuyên thệ: Tuyệt đối trung thành với Tổ Quốc, với Nhân Dân và Hiến Pháp"

Nhưng than ơi!!! bốn ông Tứ Trụ này đều coi Hiến Pháp như tờ giấy nháp, giẫm đạp dưới gót giày. Bằng chứng là trong Điều 4-2 của Hiến Pháp ghi rõ là *ĐCSVN gắn bó mật thiết với nhân dân, phục vụ nhân dân, chịu sự giám sát của nhân dân, chịu trách nhiệm trước nhân dân về những quyết định của mình.* Nhưng họ không thi hành. Nếu có người dân nào dám đứng lên đòi hỏi đảng phải làm theo Hiến Pháp như đã ghi trên thì bị bắt bỏ tù vì tội *„ phản động, lợi dụng tự do gây bất an xã hội!!".* Câu hỏi được nêu lên là: Ai phản động? Người Dân hay Đảng? Xin quý vị độc giả tự phán xét và trả lời...

Còn Tổ Quốc thì sao? Thì họ là những tên phản Quốc, coi Tổ Quốc như của riêng của đảng, tự do cắt từng phần một gọi là „Đặc Khu" hiến dâng cho Tàu trong 99 năm (Vân Phong, Phú Quốc, Vân Đồn, khu nào đã bị đảng bí mật hiến dâng?).

Còn Nhân Dân thì như thế nào? Thì họ cướp đất, cướp nhà, đàn áp, bóc lột đến tận bần cùng khố rách áo ôm, đến nỗi bà Nguyễn Thị Đoan, cựu Chủ Tịch Nhà Nước đã từng than rằng: *„Cán bộ bây giờ ăn của dân không chừa thứ gì"!!!.*

Còn tham nhũng thì răng? Thì hết thuốc chữa, vì nó là Quốc nạn. Vì sao gọi là Quốc nạn? Vì từ cấp lãnh đạo chóp bu cho đến người đảng viên hạng bét đều tham nhũng. Nếu không tham nhũng thì tiền đâu mà họ xây biệt thự nguy nga, nhà cao cửa rộng? Ngày họ xách gói ra đi làm cách mạng, họ là những người bần dân, khố rách áo ôm *„vô* *sản",* sau 80 năm cai trị đất nước, họ trở thành những tên đại tư bản đỏ, trèo lên giai cấp *„vô vàn sản",* có hằng triệu, hằng tỷ đô la Mỹ. Tiền đâu họ có, nếu không tham nhũng.

Chứng minh là ngày 08.08.2025, trên 100 doanh nghiệp lớn nhỏ khắp nước tham gia Hội nghị tại Đà Nẵng để thảo luận về tình trạng tại sao các doanh nghiệp phá sản hàng loạt, hay thu hẹp hoạt động kinh doanh?

Chuyên gia, bà Nguyễn Thị Lan đứng lên trình bày: thành ngữ Việt Nam có câu: *„Thẳng mực tàu, đau lòng gỗ". Nhưng tôi rất buồn phải nói lên sự thật dù gỗ có đau lòng là: Để có 1 đồng lợi nhuận, phải mất 1,02 đồng bôi trơn, thì làm sao mà các doanh nghiệp sống được. Do đó, các doanh nghiệp phải thu hẹp lại hoạt động hoặc khai phá sản, đóng cửa.*

Để đánh lừa nhân dân, đảng nặn ra cái *„Ủy ban chống tham nhũng".* Đầu tiên là cựu Thủ tướng Nguyễn Tấn Dũng làm Trưởng Ban. Sau 10 năm, khi hết làm Thủ tướng, ông được người bần dân đặt cho cái tên là *„Dũng Đô La!!!"* vì ông đã bán Tây Nguyên cho Tàu khai thác Bauxite.

Kế đến là TBT Nguyễn Phú Trọng, ông ta chống tham nhũng bằng phương cách được gọi là đốt lò. Nhưng ông chỉ đốt các cây củi nhỏ, mục rệu, còn các cây cổ thụ trong Trung Ương, Bộ Chánh Trị thì ông không dám đụng tới vì sợ bể lò tiêu cả đám, trong đó có ông. Nhưng khi ông theo gót Hồ Chí Minh đi chầu Mác-Lê, thì:

Tô Lâm, biệt danh là *„Tô thịt bò lát vàng",* Đại tướng, Tổng trưởng Bộ công an có trong tay một danh sách tối mật về những người lãnh đạo chóp bu tham nhũng, trong đó có hai trong bốn Ông „Tứ Trụ" là Nguyễn Xuân Phúc, Thủ Tướng, sau làm Chủ tịch nước, Vương Đình Huệ, Chủ tịch Quốc Hội.

Vì có tham vọng làm Tổng Bí Thư thay ông Trọng, nên Tô Lâm đã dọn đường bằng cách hù dọa sẽ đưa ra bằng chứng tham nhũng những người có thể sẽ thay ông Trọng làm TBT. Liền sau đó, có tật giật mình, Nguyễn Xuân Phúc xin từ chức „tự nguyện rời ghế", Vương Đình Huệ cũng xin từ chức vì sức khỏe…

Sáng ngày 03.08.2024, tại Hội nghị bất thường của Ban chấp hành Trung ương đảng cộng sản Việt Nam Khóa XIII, Tô Lâm được bầu làm TBT/ BCHTƯ đảng cộng sản VN khóa XIII.

Nhưng Tô Lâm có sạch sẽ gì đâu mà mạnh miệng hô lên khẩu hiệu *„kỷ nguyên vươn lên".* Đàng sau lưng ông là cả một sân sau khổng lồ đang biến quyền lực chánh trị của ông thành tài sản nhà họ Tô. Một mô hình cũ là triệt để chuyên chính cai trị nước bằng ba cái "Độc" mà muốn đất nước vươn lên, thì đất nước đó có vươn lên được không hay xuống hố hỏi ông Tô?

Để thâu tóm quyền lực về một mối, Tổng Tô ra lệnh *„sắp xếp lại giang sơn"* như gộp TP/HCM, tỉnh Bình Dương, Bà Rịa-Vũng Tàu lại thành một Siêu Đô Thị với vai trò trung tâm tài chánh, sản xuất, hậu cần v.v... và các nơi khác trên cả nước. Ông kỳ vọng làm như vậy sẽ *„họp ít, làm nhiều, ít thủ tục.* Ông Tô ơi, ông nói vậy, nhưng không phải vậy. Mục đích chính về việc *„sắp xếp lại giang sơn"* là để ông có cơ hội đưa thân bằng quyến thuộc của ông và những người cùng chung tần số với ông vào những chức vụ lãnh đạo cấp cao để ông có lợi thế trong Đại hội đảng lần thứ XIV tổ chức vào đầu tháng 01.2026 bầu lại Tổng Bí Thư.

Tại sao chúng tôi chống?

Một vài độc giả báo VG hỏi tôi tại sao Việt cộng cai trị đất nước trên 50 năm rồi mà chúng tôi vẫn còn chống cộng, và bài viết trả lời xin đăng trên báo Viên Giác số 270 để nhiều người đọc biết được lý do tại sao?

Tại vì, chúng tôi vừa là chứng nhân, vừa là nạn nhân đã nhìn thấy tận mắt nơi nào có cộng sản, nơi đó người dân bị đàn áp, bốc lột, nơi đó cộng sản đã và đang tạo ra 4 nguyên nhân chính là:

1.- Nghèo đói khổ đau theo sau mỗi bước CS đi
2.- Gông cùm xiềng xích nơi nào CS tới
3.- Ánh bình minh trở thành đêm tối
4.- Phủ mịt mù mọi lối tương lai

[Bốn câu thơ trích từ bài thơ „Nhắn Nhũ Với Khổ Đau" của HT. Thích Huyền Quang]

Ở đâu có cộng sản, ở đó có sự nghèo đói kéo dài, xã hội tụt hậu, con người mất quyền tự do cơ bản. Đó không phải là lý thuyết xa vời, mà là thực tế nhãn tiền mà hàng triệu triệu người Việt Nam đã và đang phải trải qua. Một đất nước với rừng vàng, biển bạc lẽ ra có thể giàu mạnh, thịnh vượng, sánh vai ngang hàng cùng với các nước trong thế giới văn minh, nay bị kìm hãm trong vòng xoáy tham nhũng, dối trá và bạo lực, tất cả đều xuất phát từ cái gốc mang tên Cộng Sản.

Chống cộng không đồng nghĩa với chống lại dân tộc hay quê hương. Trái lại, đó là hành động yêu nước đúng nghĩa, dám đối diện sự thật, dám nói không với cái sai, dám mơ về một tương lai tốt đẹp hơn cho đồng bào. Khi ta chống cộng, ta đang chống lại sự nghèo nàn về tư tưởng, sự tàn bạo trong cai trị, sự vô đạo trong chính trị. Chủ nghĩa cộng sản đã phá nát đạo lý ngàn đời, bỏ nhân nghĩa, dập công lý, lấy bạo lực thay cho đạo đức. Nó biến con người thành công cụ phục tùng, biến đất nước thành sân sau cho một nhóm đặc quyền đặc lợi. Chống cộng, vì vậy, chính là bảo vệ sự thật, lẽ công bằng và nhân phẩm của mỗi người Việt Nam.

Chúng tôi chống cộng không vì thù hận, mà vì khát vọng tự do. Không vì hận thù quá khứ, mà vì muốn thế hệ tương lai được sống trong một xã hội văn minh, công chính và giàu mạnh.

Chúng tôi chống cộng là yêu cầu đảng Việt cộng phải thi hành đúng y như lời Ông Hồ đọc phần đầu bản „Tuyên Ngôn Độc Lập" ngày 02.09.1945 tại vườn hoa Ba Đình như sau:

Hỡi đồng bào cả nước.

Tất cả mọi người sinh ra có quyền bình đẳng: Tạo hóa cho họ những quyền không ai có thể xâm phạm được: trong những quyền ấy, có quyền được sống, quyền tự do và quyền mưu cầu hạnh phúc.

Nhưng than ơi!!!, những quyền trên đây đã và đang bị đảng cộng sản tàn nhẫn tước đoạt bằng vũ khí của Tàu, của Nga.

LỜI CUỐI

Tôi, một cựu quân nhân QLVNCH mà cũng là một Phật tử già 97 tuổi chống cộng không phải là để trả thù sát hại người cộng sản như người cs trả thù sát hại dã man chúng tôi, người thua cuộc sau ngày 30.04.1975.

Chúng tôi chống cộng với mục đích là để khai thị những người cs vô minh từ cấp thấp đến cấp cao, nhứt là ông Tổng Tô đang nắm đầy quyền lực trong tay biết đâu là nẻo chánh, đâu là đường tà để hồi tâm phản tỉnh quay đầu về với Tổ Quốc, với Nhân Dân, vứt bỏ cái chế độ *Tam Độc* vào sọt rác, thực hiện một cuộc bầu cử thật sự tự do có đa đảng, dưới sự giám sát của Quốc Tế. Đảng nào thua sẽ là đảng đối lập. Đảng nào thắng sẽ thành lập một Chánh Phủ Tam Quyền Phân Lập: *Lập Pháp - Hành Pháp - Tư Pháp* cân bằng kiểm soát quyền lực lẫn nhau, và một cái quyền bất thành văn là quyền tự do Truyền Thông Báo Chí để vạch mặt, chỉ tên những kẻ mua quan, bán chức, những quan tham nhũng sẽ không còn chỗ đứng để dung thân.

Nếu Tổng Tô làm được một cuộc thay đổi chế độ không đổ máu như trên thì toàn dân sẽ nhiệt liệt hoan hô ông Tổng. Thời điểm lịch sử này, chúng tôi, người ở trong nước cũng như người ở ngoài nước cùng hòa hợp bắt tay nhau đoàn kết tạo thành một sức mạnh vô địch mới tống cổ được Tàu cộng xâm lăng, mới xây dựng lại được một nước Việt Nam giàu mạnh, hùng cường Độc Lập - Tự Do – Dân Chủ - Hạnh Phúc.

Kính thưa quý vị, khi quý vị nhận được tờ báo Xuân Viên Giác số 270 thì chỉ còn độ một tháng, chúng ta sẽ giã từ năm Rắn (Ất Tỵ), đón nghênh năm Ngựa (Bính Ngọ). Mùng Một Tết năm Bính Ngọ nhằm ngày thứ ba 17.02 2026.

Năm Bính Ngọ có một sự trùng hợp tốt đẹp bất ngờ, không hẹn mà gặp thật là hy hữu, có một không hai là:

1/- Năm con ngựa biểu tượng cho Mã Đáo Thành Công, diễn tả ý nghĩa ngựa trở về sẽ thành công, tượng trưng cho sự may mắn, tài lộc, thắng lợi cho một hành trình xa hoặc một nỗ lực không ngừng. Tám con ngựa tượng trưng cho sự đoàn kết, sức mạnh và tốc chiến tốc thắng v.v...

2/- Báo Viên Giác Xuân Bính Ngọ mang số 270, cộng lại là số 9, biểu tượng của Vương Quyền, là sức mạnh, là may mắn v.v... Số 9 + Mã Đáo Thành Công với kỳ vọng trong năm Bính Ngọ đất nước Việt Nam sẽ thoát được ách cộng sản, người dân sẽ có một cuộc sống an bình trong tự do, no ấm. Mong lắm thay.

Năm mới Bính Ngọ 2026, chúng con/tôi trân trọng kính chúc quý Chư Hòa Thượng, Thượng Tọa, Đại Đức Tăng Ni khắp nơi trên thế giới luôn luôn mạnh khỏe để độ khắp chúng sanh chóng thành Phật quả; quý độc giả và gia đình báo Viên Giác, quý thành viên trong BBT, Kỹ Thuật và quý Văn Thi Hữu khắp nơi cộng tác báo VG luôn luôn mạnh khỏe, tâm hồn thanh thản sống bình an, từ bi hỷ xả đời hạnh phúc.

Đón Tết quê người xin nhớ đến quê Cha nghèo khổ;
Chào Xuân đất khách hãy thương về đất Tổ điêu linh.

Laatzen ngày 15 tháng 10.2025
Tích Cốc Ngô Văn Phát Pd: Thị Tâm
Cựu tù nhân „cải tạo" bị lưu đày khổ sai không án ở Hoàng Liên Sơn - Bắc Việt.

Trần Thế Thi

PHÂY-BÚCH PHIẾM LUẬN

Hình: pexels-sarahpictures-10412824

Câu nói nổi tiếng của văn hào Voltaire: “Dù không đồng ý với anh, nhưng tôi cương quyết hy sinh tính mạng bảo vệ quyền phát biểu của anh“ Câu nói này nói lên khái niệm về quyền tự do tư tưởng, tự do ngôn luận. John Stuart Mill vào thế kỷ 19 cũng đưa ra một quan điểm tương tự: “Mỗi người hãy tự suy nghĩ cho chính mình, hãy cảnh giác sự áp đặt tư tưởng của kẻ khác“. Ông còn tiến xa hơn nữa: “Giả sử, cả thế giới này cùng suy nghĩ một điều, trừ một người, thì thế giới cũng không có lý do gì bắt người đó phải suy nghĩ theo“.

Thời đại ngày nay chúng ta có thể ví von. Ai có trang Phây-búch (Facebook) hay các trang mạng khác là xem như có một tờ báo. Chẳng cần phóng viên, khỏi thuê ký giả. Muốn đăng hình thì đăng, muốn viết gì cứ viết. Nơi đó, chúng ta tha hồ viết, sáng tác thơ văn, tự phát hành mà không cần nhà in, không tốn giấy mực, không có đọc giả thì cũng chẳng sợ sập tiệm, phá sản. Thấy những điều trái tai, gai mắt thì cứ việc nêu ra ý kiến để nói lên những gì mình suy nghĩ mà không cần ai bảo vệ. Giả sử, văn hào Voltaire có sống lại thì cũng thấy câu nói của mình không còn hợp thời nữa.

Chỉ lấy trang Phây-búch làm điển hình thôi, chúng ta có thể hình dung ra một cuộc cách mạng của thời điện tử hóa. Thật vậy, nếu lui về lịch sử loài người đã trải qua các thời kỳ từ hái lượm, thạch khí, đồ đồng, đồ sắt rồi đến thời kỳ điện khí như ngày hôm nay.

Mỗi thời kỳ như vậy gây nên một sự biến chuyển làm thay đổi toàn bộ sinh hoạt xã hội, giúp cho nền văn minh của nhân loại tiến thêm một bước nhanh hơn. Những bước tiến vùn vụt của thời đại điện tử ngày hôm nay cho dù có mang „đôi hia bảy dặm“ hay phép thuật „cân đẩu vân“ như Tề Thiên Đại Thánh trong các câu chuyện thần thoại cũng không theo kịp.

Phây-búch và các trang mạng khác xuất hiện làm đảo lộn mọi thứ, từ tình cảm con người cho đến xã hội. Ngày xưa cuộc sống con người rất hạn chế về nhiều mặt, có người cả đời không rời xa khỏi lũy tre làng do trở ngại lưu thông trong vấn đề đi lại. Mỗi khi đi xa là quyến luyến, bịn rịn, đau buồn không nỡ chia lìa, xem như một cuộc ly biệt khó có ngày gặp lại, rồi qua bao nhiêu năm, tháng chẳng gặp nhau, tình cảm cũng theo đó mà phai nhạt, đến lúc tái ngộ thì mừng vui không thể tả. Thời nay lại khác, muốn nói chuyện với bạn bè, người yêu hoặc người thân dù cách nửa vòng trái đất thì cứ mở Phây-búch ra, hoặc Viber, hay WhatsApp v.v… thì tha hồ nhìn mặt, bất kể giờ giấc, nói cho đến khi chán mới thôi, không còn ao ước hay mơ mộng nữa, rồi phương tiện đi lại cũng dễ dàng hơn, lên phi cơ, vèo một hơi là vượt nửa vòng trái đất, tàu hỏa, tàu thủy, xe hơi v.v… Quả địa cầu thu nhỏ lại trong lòng bàn tay, muốn tìm nhà ai cũng được, không còn cảnh vợ ôm con trông chồng hóa thành đá như „Hòn Vọng Phu“. Chuyện xa cách đã trở thành bình thường. Do đó tình cảm con người cũng thay đổi chứ không giống như xưa. Đó chỉ mới nói một trang Phây-búch thôi, chứ trong tương lai AI (Artificial Intelligence) tức trí thông minh nhân tạo sẽ làm cho mọi sự thay đổi còn ghê gớm hơn nữa. Nhưng dù gì đi nữa nó vẫn là do con người sáng tạo ra, mà đã là do con người sáng tạo, lẽ tất nhiên sự sáng tạo ấy phát xuất từ trí óc chứ không đâu khác.

Nếu kỹ thuật làm thay đổi bộ mặt xã hội thì con người cũng có thể dùng nó để thay đổi thể chế cho phù hợp với bước tiến văn minh của loài người và như vậy xét về mặt tư tưởng không có gì gọi là cách biệt.

Tư tưởng của nhân loại được ví như một vườn hoa có muôn màu muôn vẻ, tất cả các đóa hoa đều phải nở ra để cho thiên hạ thưởng thức, trân quý, có đóa hoa này xấu thì mới biết hoa khác đẹp. Nếu cứ giống nhau hết sẽ không có sự so sánh và cũng chẳng có khái niệm về đẹp, xấu. Trong một vườn hoa mà chẳng may có một loài hoa nào đó không nở được, lý do có thể do thiếu nước hoặc do môi trường không thích hợp nên sinh ra héo úa v.v... thí dụ loài hoa ở xứ nóng thì không thể trồng ở xứ lạnh được. Cũng giống như con người ở trong chế độ Độc Tài và chế độ Dân Chủ. Trong chế độ độc tài mọi người sẽ không dám nói ra những gì mình suy nghĩ ngược lại với chế độ. Trong thể chế Dân Chủ Tự Do cho phép chúng ta nói ra bất cứ điều gì mà chúng ta suy nghĩ và muốn có tự do tư tưởng thì phải đi kèm tự do ngôn luận, vì nó là tiền đề để thiết lập thể chế Dân Chủ. Suy nghĩ mà không được nói ra thì sự sáng tạo sẽ bị hạn chế, mọi người sẽ không thấy cái mới lạ và xã hội sẽ không tiến bộ.

Có trang Phây-búch tức là có In-tờ-nết (internet) và như vậy, chúng ta có thể ví như chúng ta có cả một cái thư viện bên mình, có một ngôi trường Bách Khoa đầy đủ giáo sư các cấp, mà khỏi phải cần ghi danh, muốn học lúc nào cũng được, trong khi ăn học cũng được, lúc uống trà, uống rượu mà học càng thú hơn nữa, gặp bạn bè cầm máy chóp vài cái là mấy tiệm chụp hình phải nhăn mặt vì thất thu, chuyện gì mà chưa biết thì :

Cứ vào hỏi bác Gu-gồ (Google)
Hỏi xong đưa vô Phây-búch
Chỉ trong phút chốc, gởi đến bạn bè
Không trả tiền bưu điện
Cũng chẳng tốn bao thơ
Nhấn nút anh-tờ (Enter) bay đi khắp nẻo.

Tuy nhiên có một vấn đề hơi lấn cấn đối với lớp người bình dân lớn tuổi, vì nó thuộc về kỹ thuật nên đòi hỏi người sử dụng nhất là phải có trí nhớ tốt để bấm nút. Tuy máy có hướng dẫn nhưng vì không rành, lớn tuổi, mau quên, nên nhiều người không theo kịp đâm ra chán nản bỏ cuộc. Người xưa có câu: „Tri dị hành nan“ (biết dễ làm khó) , ý nói rằng : mới nghe qua thì ai cũng biết cả, nhưng khi bắt đầu thực hành thì mới thấy khó. Vào đầu thế kỷ 20, nhà cách mạng Tôn Văn (tức Tôn Dật Tiên) đảo ngược câu nói này, ông đưa ra tư tưởng: „Tri nan hành dị“ (biết khó, làm dễ) tại sao ông ta nói vậy? Bởi vì theo sử thì vào cuối thế kỷ 19, dân tộc Trung Hoa 95 % đều mù chữ. Chế độ quân chủ chuyên chế của triều đình Mãn Thanh không còn thích hợp với sự tiến bộ của tư tưởng Dân Chủ Phương Tây. Cho nên khi đất nước bị liệt cường xâu xé, vì người dân ngu dốt không biết lợi dụng thời cơ để thay đổi, cải cách xã hội để theo kịp phương Tây. Vậy, hãy tìm cách giáo dục cho người dân hiểu, một khi đã hiểu rồi thì tạo ra phong trào cách mạng không khó. Tư tưởng của Tôn Văn đưa ra cũng tương tự như nhà cách mạng Phan Chu Trinh đề xướng Phong Trào Duy Tân vào đầu thế kỷ 20.

Nó hay ho, tiện lợi như thế mà vẫn có rất nhiều người không biết khai thác để học hỏi. Nếu để ý một chút chúng ta sẽ thấy. Các chế độ độc tài đều sợ hãi Phây-búch và các phương tiện truyền thông hoạt động ngoài tầm kiểm soát. Họ tìm đủ mọi cách để chống chế, thậm chí còn hăm he trấn áp, điều đó cho thấy sức mạnh nằm ở phía người chơi Phây-búch.

Nếu vậy, chúng ta có vũ khí trong tay tại sao không sử dụng? Kẻ hăm he trấn áp, suy cho cùng, cũng chỉ là kẻ yếu chứ không phải mạnh. Giả sử, bằng một cách nào đó, đến lúc đa số trong xã hội đồng loạt lên tiếng thì chắc chắn không có gì cản nổi.

Trước 1975, nhà thơ Nguyễn Chí Thiện sống ở miền Bắc có bốn câu thơ rất nổi tiếng, ông kêu gọi mọi người đừng sợ hãi, hãy mạnh dạn viết ra sự thật của xã hội, một khi trong xã hội có nhiều người lên tiếng, thì những kẻ cầm quyền có muốn đàn áp cũng phải chùn tay.

"Nên phải viết mọi người đều viết
'Cộng sản' là gì tự nó sẽ tan đi
Thứ sinh thành từ ấu trĩ ngu si
Sự hiểu biết sẽ là mồ hủy diệt"
(NCT)

Tại Việt Nam ngày nay, cho dù chế độ CS có biến thái, nhưng nếu chúng ta chỉ cần đổi hai chữ của câu thứ hai, thì bốn câu thơ của Nguyễn Chí Thiện vẫn còn giá trị nguyên vẹn.

"Nên phải viết mọi người đều phải viết
'Độc tài' là gì tự nó sẽ tan đi
Thứ sinh thành từ ấu trĩ ngu si
Sự hiểu biết sẽ là mồ hủy diệt"

Như vậy, nếu một người có tinh thần phản kháng, dù ở một phương trời nào với phương tiện Phây-búch cũng có thể cất lên tiếng nói để nói lên sự suy nghĩ của mình, góp phần nâng cao sự hiểu biết chung nhằm tiến tới thay đổi và xây dựng một xã hội được tốt đẹp hơn. Phây-búch tạo điều kiện và cung cấp phương tiện cho chúng ta được thực hiện một cái quyền rất quý giá, đó là quyền tự do tư tưởng và tự do ngôn luận. Nếu chúng ta không biết sử dụng chỉ vì lý do sợ hãi, muốn an thân thì liệu chúng ta có còn xứng đáng được hưởng những quyền ấy không?

Hãy đọc và nhớ câu nói nổi tiếng của Benjamin Franklin, một trong những nhà khai sáng Hiệp Chủng Quốc Hoa Kỳ: "Những ai từ bỏ sự tự do căn bản để đổi lấy sự yên ổn tạm thời thì không xứng đáng có cả hai" ■

KINH SÁCH MỚI 2025

Hội Đồng Hoằng Pháp GHPGVNTN phát hành vào quý IV/2025 THANH VĂN TẠNG (TVT) đợt 3 ĐẠI TẠNG KINH VIỆT NAM
gồm 7 tác phẩm Kinh-Luật-Luận

1. TVT TẬP 33 –
Kinh bộ XV: TRUNG A-HÀM ĐƠN HÀNH BẢN
Việt dịch & chú thích: Thông Tánh, Thông Nghĩa, Thông Đạo

2. TVT TẬP 34
Kinh bộ XVI: TẠP A-HÀM ĐƠN HÀNH BẢN
Việt dịch & chú thích: Thích Nguyên Hiền

3. TVT TẬP 35
Luật bộ VIII: CĂN BẢN THUYẾT NHẤT THIẾT HỮU BỘ TÌ-NẠI-DA LUẬT BÍ-SÔ - quyển 1
Việt dịch: HT Thích Đỗng Minh, Thích Đức Thắng
Hiệu chú: Tuệ Sỹ, Nguyên An, Nguyên Thịnh

4. TVT TẬP 36
Luật bộ IX: CĂN BẢN THUYẾT NHẤT THIẾT HỮU BỘ TÌ-NẠI-DA LUẬT BÍ-SÔ - quyển 2
Việt dịch: HT Thích Đỗng Minh, Thích Đức Thắng – Hiệu chú: Tuệ Sỹ, Nguyên An, Nguyên Thịnh

5. TVT TẬP 37
Luận bộ IX: A-TÌ-ĐẠT-MA TÂM LUẬN
Việt dịch & chú thích: Thích Nhuận Châu

6. TVT TẬP 38
Luận bộ X: A-TÌ-ĐẠT-MA PHÁT TRÍ LUẬN quyển 1
Việt dịch & chú thích: Thích Thái Hòa

7. TVT TẬP 39
Luận bộ XI: A-TÌ-ĐẠT-MA PHÁT TRÍ LUẬN quyển 2
Việt dịch & chú thích: Thích Thái Hòa

TIN SINH HOẠT CỘNG ĐỒNG

Đại Nguyên thực hiện

* Hội H.O. Cứu trợ TPB và Quả phụ VNCH họp báo công bố kết quả thu chi

Garden Grove (California), ngày 16 /10/ 2025, Hội H.O. Cứu Trợ Thương Phế Binh, Quả Phụ VNCH đã tổ chức cuộc họp báo công bố kết quả thu, chi trong Đại Nhạc Hội Cám Ơn Anh Người Thương Binh VNCH kỳ thứ 20 đã được tổ chức vào Chủ Nhật, 27/7/ 2025 tại Nam California.

Điều hợp chương trình buổi họp do Hải Quân Đinh Quang Truật. Trước khi bắt đầu họp, ban tổ chức cũng dành một phút để tưởng niệm và cầu nguyện cho cố Trung Tá KQ Nguyễn Thị Hạnh Nhơn, người sáng lập và điều hành Hội H.O. Cứu Trợ TPB Quả Phụ VNCH. Bà Nguyễn Thanh Thủy (Hội Trưởng Hội H.O. Cứu Trợ TPB & Quả Phụ VNCH), ông Nguyễn Dinh (Phó Nội Vụ), Niên Trưởng Võ Ý, (Cố Vấn Hội), Ông Nguyễn Phúc Tiến, (Trưởng Ban Giám Sát, phụ trách hồ sơ điện toán TPB).

Sau đó bà Nguyễn Thanh Thủy tường trình diễn tiến về Đại Nhạc Hội kỳ thứ 20 vừa qua, cám ơn từng đơn vị cùng quý mạnh thường quân khắp nơi. Tiếp theo ông Nguyễn Dinh, Phó Nội Vụ trình bày chi tiết và rõ ràng về các khoản Tổng cộng số thu là: $187,650.16. Tổng số chi là: 76,055.47. Số tiền còn lại để gởi TPB/QP là: **$111,594.69.**

Hội cũng cho biết: Đại Nhạc Hội Cám Ơn Anh 2026 sẽ được tổ chức tại San Jose Bắc California vào ngày 22-3-2026, tại Nam California vào ngày 12 tháng 7 năm 2026. Đồng thời một đêm Dạ Tiệc Mùa Thu gây quỹ Thương Binh VNCH sẽ được tổ chức vào lúc 6 giờ chiều Thứ Bảy ngày 15/ 11/ 2025 tại Golden Hall 505, 65 th ST North Saint

Petersburg, FL.33709 do Hậu Duệ VNCH Tampa Bay và Cộng Đồng Người Việt Quốc Gia Hoa Kỳ cùng sự hổ trợ của Hội HO. Cứu Trợ TPB VNCH.

Mọi chi tiết liên lạc Hội HO. Cứu Trợ TPB & Qủa Phụ VNCH: P.O. Box 25554 Santa Ana CA 92799. email: 1giadinh1phebinh@gmail.com. Website: http://www.camonanhtb.org

* Kết quả thu chi "Đại Nhạc Hội Cám Ơn Anh" Bắc California 27/07/2025

Đại Nhạc Hội "Cám Ơn Anh, Người Thương Binh VNCH" diễn ra tại Grand Century Mall, San Jose, California vào ngày Chủ Nhật, 27/7/2025 do Hội Tương Trợ TBVNCH, phối hợp với đài truyền hình SBTN tổ chức đã thành tốt đẹp, nhờ vào sự ủng hộ nồng nhiệt của quý vị đồng hương từ khắp mọi nơi trên thế giới, cùng sự tiếp tay của các hệ thống truyền hình, anh chị em nghệ sĩ và giới truyền thông, báo chí. Ngoài ra còn có sự đóng góp và hưởng ứng của rất nhiều cơ quan, đoàn thể, đặc biệt là các thiện nguyện viên cùng quý vị mạnh thường quân giàu lòng nhân ái.

A. Tổng số tiền thu từ ĐNH/COA/Bắc Cali $374,124.38

B. Tổng số tiền chi từ ĐNH/COA/Bắc Cali $73,284.45

C. **Tổng số tiền thu còn lại: $300,839.93**

* Phong trào Tôn vinh Cờ Vàng

Westminster (California) ngày 5/10/2025, tại Tượng Đài Chiến Sĩ Việt–Mỹ, đã diễn ra Lễ Phát Động Phong Trào Tôn Vinh Cờ Vàng với sự tham dự đông đảo của các Hội đoàn, quý vị Nhân sĩ trí thức, quý Hội đoàn, Đoàn thể đấu tranh, các Đảng phái chính trị, các Hội đồng hương, cơ quan Truyền thông… trong không khí trang nghiêm, xúc động giữa rừng cờ vàng tung bay phất phới. Westminster là Trung tâm của Cộng Đồng Người Việt (CĐNV) hải ngoại - đã có nghị quyết liên quan đến việc vinh danh lá Cờ Vàng, biểu tượng lịch sử, vừa thể hiện bản sắc và tinh thần đoàn kết của CĐNV Tỵ Nạn tại Hoa Kỳ. Hội Đồng Thành Phố Westminster cũng đã nhiều lần biểu quyết nghị quyết công nhận và vinh danh Cờ Vàng.

Chương trình theo nghi thức chào Quốc kỳ VNCH và Hoa Kỳ, một phút mặc niệm do ông Tom Võ cựu SVSQ Võ Bị Đà Lạt cùng Ban Tù Ca Xuân Điềm, Câu Lạc Bộ Tình Nghệ Sĩ, Ban Hợp Ca Võ Bị thực hiện.

Nghi thức cầu nguyện trước bàn thờ Tổ quốc do Hòa Thượng Thích Minh Tuyên, đệ tam Pháp Chủ Giáo Hội Tăng Già Khất Sĩ Thế Giới, chủ tịch Hội Đồng Liên Tôn Việt Nam, viện chủ Tổ Đình Minh Đăng Quang, Santa Ana; Linh Mục Nguyễn Hữu Lễ, cùng dâng lời cầu nguyện trước bàn thờ tổ quốc.

Tiếp theo là các bài phát biểu sâu sắc của Thị trưởng Charlie Nguyễn Mạnh Chí, Dân biểu Tạ Đức Trí, cùng nhiều vị thân hào nhân sĩ khác, xen kẽ với các tiết mục văn nghệ đặc sắc của các ca sĩ địa phương.

* Nhạc sĩ Nam Lộc kêu gọi ủng hộ Chương trình "Mỗi Gia Đình, Một Thương Phế Binh"

Nhạc sĩ Nam Lộc thông báo:

Chúng tôi xin cập nhật đến quý vị chương trình "Mỗi Gia Đình, Một TPB", mà tôi (Nam Lộc) đã sáng lập từ gần 10 năm qua, với mục đích để cho quý ân nhân không muốn gửi tiền qua bất cứ một tổ chức hay một cá nhân nào, nhưng trong lòng vẫn muốn giúp đỡ các thương binh bất hạnh của QLVNCH. Ân nhân có thể gửi tiền trực tiếp về cho quý vị TPB mà không cần phải qua bất cứ một trung gian nào.

Danh sách mà chúng tôi hiện đang giúp đỡ đã có khoảng hơn 3000 TPB liên tục nhận được tiền trợ giúp từ gần 400 nhà bảo trợ ở khắp nơi trên thế giới, mà trong số đó, riêng ông bà Nguyễn Võ Long đã bảo trợ khoảng 2000 TPB mỗi năm, liên tục từ 5 năm qua.

Ngoài ra cũng có kế hoạch lắp ráp những cánh tay và chân giả giúp cho các TPB/VNCH do một công ty của người Mỹ đang hoạt động tại Việt Nam. Họ đã lấy một giá tiền rất tượng trưng hầu giúp cho các TPB có cơ hội được sử dụng lại tay chân của mình. Chúng tôi vừa hoàn tất giúp đỡ cho ba vị TPB có những cánh tay được sử dụng qua phương pháp tối tân và điều khiển bằng hệ thống AI. chuẩn bị bước sang giai đoạn thứ hai là ráp những đôi chân giả cho hai TPB/VNCH. Nếu quý vị nào muốn biết thêm chi tiết, hoặc có nhã ý giúp đỡ hay bảo trợ, xin liên lạc qua email **namlocnguyen@yahoo.com**, chúng tôi sẽ chia sẻ các chi tiết trực tiếp đến với quý vị.

* Troisdorf (Đức): Lễ Tưởng Niệm và Tri Ân vào ngày 20.9.2025

Tưởng niệm Quốc Hận lần thứ 50, người Việt tỵ nạn không thể không nhắc đến thảm cảnh thuyền nhân là một trong những nỗi bi thương nhất trong lịch sử Việt Nam cận đại.

Tại Đức, người Việt tỵ nạn có những vị ân nhân

nổi tiếng như Thống Đốc Ernst Albrecht (1930-2014), nhà báo Franz Alt, cựu dân biểu CDU Matthias Wissmann... và vô số ân nhân âm thầm khác. Tuy nhiên, một người ân nhân vĩ đại là Tiến Sĩ Rupert Neudeck (1939-2016) với con tàu Cap Anamur (1979-1987) đã cứu vớt 11.300 thuyền nhânViệt Nam trên biển Đông là một kỳ tích nhân đạo được lưu danh sử sách. (...)

Troisdorf đã trở thành mảnh đất thiêng nguồn cội lịch sử cho thuyền nhân Việt Nam tại Đức vì nơi đây, ngay trong khu Công Viên Thành Phố (Stadtpark) tại trung tâm, có một chiếc ghe nguyên bản của thuyền nhân Việt Nam do chính bàn tay của Tiến Sĩ Neudeck đem về cảng Hamburg rồi kéo về Troisdorf đặt tại nơi này từ năm 1984. Đây chính là một chiếc ghe của thuyền nhân duy nhất trên thế giới còn tồn tại đến ngày nay. Do vậy, cách nay 18 năm, người Việt tỵ nạn CS tại Đức đã lập một Bia Tỵ Nạn vào ngày 28.4.2007 ngay trong khuôn viên Stadtpark Troisdorf bên cạnh chiếc ghe lịch sử để tưởng niệm thuyền nhân đồng thời để tri ân chính phủ và người dân Đức.

Thứ bảy 20.9.2025 là một ngày nắng ấm vào đầu thu, những lá cờ Vàng bay phất phới trên Công Viên thành phố bên cạnh chiếc ghe lịch sử, vốn đã được ông Nguyễn Văn Rị và các anh em tỵ nạn trùng tu sơn sửa lần thứ tư vào ngày 6.9.2025 tức là hai tuần trước đó.

Ngày tổ chức trùng hợp với nhiều sự kiện quan trọng khác trong Cộng đồng nhưng các Hội đoàn và Thân hữu đến tham dự đông đảo hơn dự kiến. Họ đến từ Hamburg, München, Nürnberg, Frankfurt, Darmstadt, Thụy Sĩ, Bỉ, Hòa Lan, Mönchengladbach, Berlin...

Với sự hiện diện của bà Christel Neudeck và các cộng sự cũ trên tàu Cap Anamur, chương trình Tưởng Niệm và Tri Ân được trang trọng bắt đầu với nghi thức chào cờ Đức Việt và Phút Mặc Niệm dưới sự điều khiển chương trình của ông Trịnh Đỗ Tôn Vinh. Tiếp theo, bà Hoàng Thị Mỹ Lâm, đại diện Liên Hội, ngỏ lời chào mừng quan khách và tuyên bố lý do buổi lễ. Bà Christel Neudeck nhắc lại công đức của Tiến Sĩ Rupert Neudeck và mối tình thân của bà đối với người tỵ nạn CS Việt Nam, bà khẳng định Cộng đồng người Việt tỵ nạn đã hội nhập thành công và trở nên niềm tự hào của nước Đức. Kế đó là ông Đinh Kim Tân, đại diện Liên Đoàn Công Giáo Việt Nam tại Đức Quốc, lên phát biểu về nỗi đau thương và sự mất mát của thuyền nhân từ 40-50 năm về trước, ông xúc động nhắc lại giây phút chính mình và gia đình được tàu Cap Anamur cứu sống. Xen kẽ trong chương trình là những bài hát cho thuyền nhân do ca nhạc sĩ Cao Thình, Vĩnh Điệp ... phụ trách, đặc biệt là ca khúc *Ta Phải Nhớ* của nhạc sĩ Nguyễn Ngọc Đức mới sáng tác. Chương trình được tiếp tục với lời chào mừng của Tổ Chức Ky-Tô-Giáo Chống Tra Tấn ACAT và lời chào mừng của Tổ Chức chống án tử hình (Initiative gegen Todesstrafe). Cả hai Tổ Chức ca ngợi tinh thần nhân ái của Cap Anamur đồng thời lên án nặng nề sự đàn áp nhân quyền và kêu gọi chấm dứt đàn áp xuyên quốc gia của nhà cầm quyền Cộng Sản Việt Nam. Phần Tri Ân được kết thúc bằng bản hợp ca *Việt Nam* của Phạm Duy và tất cả đồng bào tham dự nâng cao hình ảnh của các Tù Nhân Lương Tâm Lê Đình Lương, Cấn Thị Thêu... như một minh chứng cho sự kiên trì tranh đấu cho công bằng dân chủ cho toàn thể nhân dân Việt Nam.

Tiếp theo là chương trình cầu nguyện cho thuyền nhân tử nạn trên đường vượt biên tại Bia Tỵ Nạn, bà Lê Nhất Hiền và các Phật Tử đảm nhiệm nghi thức Phật Giáo và ông Nguyễn Văn Rị, đại diện Hiệp Hội Bác Ái Vinh Sơn Đức, đảm nhiệm nghi thức Công Giáo và lễ dâng nến dâng hương hoa. *(Tin: Hoàng Thị Mỹ Lâm)*

* Hội VAF - Chi nhánh Đức: Thư Kêu Gọi Quét Vôi Chỉnh tu những ngôi mộ trong Nghĩa Trang Quân Đội Biên Hòa

Thưa Quý vị, Trong tháng 6 năm 2025 VAF ở Đức đã cho thi công Nâng Nền xây Đê và sửa chữa những ngôi Mộ bị Rễ cây phá hỏng ở Lo Đ3 qua số tiền của Quý vị đã ủng hộ đóng góp.

Như mọi năm vào tháng 12 Hội VAF đều cho thi công cạo rong rêu, quét vôi, xây sửa những ngôi mộ trong Nghĩa Trang Quân Đội Biên Hòa trước ngày Tết Nguyên đán và Lễ Thanh Minh. Công trình này đòi hỏi kinh phí để làm những công việc như trên.

Đại diện Hội VAF tại Đức Quốc, chúng tôi xin Quý vị Lãnh đạo Tôn Giáo, Quý Tổ chức Hội Đoàn và Quý Đồng Hương xin tiếp tay phổ biến rộng rãi đến Đồng bào ở Hải Ngoại. Đồng thời cũng xin Quý vị ủng hộ Tài Chính góp phần chỉnh tu lại những ngôi mộ của các Tử Sĩ Việt Nam Cộng Hòa trong Nghĩa Trang Quân Đội Biên Hòa - nơi An nghỉ của những người đã hy sinh vì Tổ Quốc và Tự do của Miền Nam Việt Nam. Quý vị có thể: Chuyển tiền qua Trương Mục (Konto): **Sparda-Bank Hamburg eG | Thi Bich Lien Dam** | IBAN: **DE47 2069 0500 0001 6300 75** | Verwendungszweck: Nghia Trang Quan Doi Viet Nam Cong Hoa. Hoặc gởi tiền mặt qua chúng tôi: **Nguyễn Tích Phùng** | Syringenweg 34 - 22523 Hamburg | Ghi chú: Ủng hộ Nghĩa Trang QĐ Biên Hòa.

Số tiền này chúng tôi sẽ trực tiếp chuyển về cho Đại Diện VAF tại Việt Nam thực hiện và sẽ lập Danh sách của Quí vị gởi về Hội VAF tại Hoa Kỳ trên trang mạng. www.tinhdongdoi.org và báo Viên Giác.

Sau đây là những Danh sách đã gửi Tịnh tài ủng hộ trong tháng qua. Nguyễn Mạnh Thưởng 50€; Huỳnh Thu Mỹ 50€; Huynh Đệ Chí Binh 100€; Trần NXP 25€; GĐ Quách Anh Trí 100€; Nguyễn Minh Thiện 50€; GĐ Ngô Văn Thạch 100€. Xin chân thành cám ơn Quý Vị. Đại Diện VAF ở Hamburg Đức Quốc. Nguyễn Tích Phùng, E-Mail: phungnguyen34@gmail.com Tel. +49 157 8726 3989 ■

Thông Báo Lịch treo tường Khánh Anh

Trân trọng thông báo đến quý Đạo Hữu & Phật Tử, bắt đầu từ bây giờ chùa Khánh Anh sẽ không còn in lịch treo tường như hằng năm nữa. Vậy xin Quý Vị chú ý không nên gởi tiền hay chuyển tiền về chùa để đặt lịch treo tường trước.
Quý Vị có thể theo link này để coi lịch ta.
https://viengiac.info/amlich/calendar.html

hộp thư Viên Giác

Trong thời gian qua VIÊN GIÁC đã nhận được những thư từ, tin tức, tài liệu, bài vở, kinh sách, báo chí của các Tổ Chức, Hội Đoàn, Tôn Giáo và các Văn Thi Hữu khắp các nơi gửi đến.

*** THƯ TÍN**

- **Đức**: HT Thích Như Điển, Ngô Văn Phát, Đại Nguyên, Thi Thi Hồng Ngọc, Tịnh Ý, Nguyên Hạnh HTD, Thiện Tâm & Nguyên Mãn (GĐPT), Trần Thế Thi, Lương Nguyên Hiền.
- **Pháp**: Hoang Phong, Chúc Thanh.
- **Bỉ**: Nguyên Trí Hồ Thanh Trước.
- **Hòa Lan**: Hà Bạch Trúc.
- **Thụy Sĩ**: Thích Như Tú, Trần Thị Nhật Hưng. Song Thư TTH, Vũ Ngọc Ruẫn.
- **Áo**: Nguyễn Sĩ Long.
- **Hoa Kỳ**: Thích Chúc Hiền, Tuệ Nga, Lâm Minh Anh, Nguyễn Minh Tiến, Trần Kiêm Đoàn, Tiểu Lục Thần Phong, Thu Hoài, Khánh Hoàng.
- **Úc:** Lâm Như Tạng
- **Việt Nam**: Thích Hạnh Giải, Bs. Đỗ Hồng Ngọc, Tịnh Bình, Lê Hứa Huyền Trân, Tôn Nữ Mỹ Hạnh,

*** THƯ & SÁCH BÁO**

-**Đức:** Buddhismus aktuell 4/2025.
-**Pháp:** Bản Tin Khánh Anh số 146.
-**Taiwan:** Hai Ch'ao Yin Bi – Monthly Volume 106/10-2025.

THƠ - Tôn Nữ Mỹ Hạnh

TA VỀ TÌM MỘT MIỀN XUÂN

Tìm trong chiếc lá dong xanh
Còn hương nếp cũ thơm lành bếp xưa
Lao xao ngọn gió giao mùa
Rực hồng bếp lửa giao thừa mơ xuân.

Tìm trong gốc rạ cột rơm
Có nghe mắt ướt khói cơm quê nhà
Bèo trôi mấy nhánh sông xa
Con đò bến nước sao ta chưa về.

Tìm trong đường cũ bờ đê
Chân trần thâm gót bộn bề trầu cau
Chuồn chuồn ngơ ngác tìm nhau
Dây bầu ngọn mướp còn dầu dãi xanh

Tìm trong áo lụa ngày xuân
Đâu con sáo sậu tần ngần qua sông
Sau lưng bỏ lại tuổi hồng
Mùa hoa cải đã trổ ngồng từ lâu.

Bước sang năm 2026, Tạp chí Viên Giác kỷ niệm chặng đường 48 năm liên tục phát hành. Đứng trước nhiều thách thức của báo điện tử, chúng tôi vẫn kiên trì duy trì ấn hành báo in với tâm nguyện bảo tồn tiếng Việt và văn hóa dân tộc.

Từ tháng 12/2023, Tạp chí Viên Giác đã có những đổi mới về hình thức và nội dung với phong cách trẻ trung, sinh động hơn. Đặc biệt, chúng tôi bổ sung thêm chuyên mục tiếng Đức "Tuổi Trẻ & Đạo Phật", phù hợp cho mọi lứa tuổi và mọi gia đình.

CÙNG ĐỌC & GIỚI THIỆU RỘNG RÃI ĐỂ DUY TRÌ TỜ BÁO GIẤY PHẬT GIÁO LÂU ĐỜI NHẤT, DUY NHẤT CÒN LẠI Ở ÂU CHÂU

Kính mong quý độc giả tiếp tục ủng hộ bằng cách:

- Đọc báo, đặt báo dài hạn và giới thiệu đến thân hữu.
- Tặng báo Viên Giác cho người thân (1 năm = 6 số):

Tại Đức: 20,- €/năm (đã bao gồm ấn phí & cước phí máy bay)

Ngoài Đức: 30,- €/năm (gửi bằng đường thủy)

Để đặt báo hoặc tặng báo:

Xin vui lòng gửi thư hoặc email về Chùa Viên Giác, hoặc chuyển khoản theo thông tin ở trang đầu tờ báo.

Khi gửi, vui lòng ghi rõ: Họ tên, địa chỉ, email/số điện thoại người nhận + số tiền ủng hộ.

Kính tri ân sự hỗ trợ quý báu của quý độc giả gần xa trong suốt thời gian qua. *Ban Biên Tập – Báo Viên Giác.*

THƠ - Lê Cơ

Nỗi Nhớ Khôn Nguôi

Mỗi ngày, mỗi phút, mỗi giây
Nhớ người da diết, lòng đầy xót xa.
Trăng khuya soi bóng hiên nhà,
Nghe tim thổn thức ngân nga điệu sầu.

Xa nhau muôn dặm canh thâu,
Niềm thương gửi gió nhuộm màu nhớ nhung.
Dẫu cho cách trở muôn trùng,
Hình người vẫn khắc tận cùng trong tim.

Bóng ai thấp thoáng trong mơ,
Nụ cười dẫu vắng vẫn chờ trong tôi.
Gió thu buốt lạnh khung trời,
Lá vàng rơi rụng, sầu rơi cõi lòng.

Ngày qua giọt lệ ngóng trông,
Đêm dài vọng tiếng chuông chùa ngân vang.
Khắc khoải nỗi nhớ mênh mang,
Tơ sầu dệt mãi muôn ngàn nhớ thương.

Nếu mai còn kiếp vô thường,
Xin làm cánh gió vấn vương bên người.
Dẫu đời vạn nẻo chơi vơi,
Tình này vẫn giữ muôn đời chẳng phai.

THƠ Tịnh Bình

CẢM THỨC XUÂN

Cuối năm rồi lại cuối năm
Hắt hiu lịch mỏng âm thầm cạn vơi
Về đâu chiếc lá vừa rơi
Lạnh căm gió bấc đầy trời tương tư

*

Khói sương trắng nẻo thực hư
Tàn năm tháng cũ chần chừ ngày qua
Ta ngồi đếm tuổi cùng ta
Nâng niu sợi tóc chưa già đã rơi

*

Ai như xuân đã cất lời
Con ong làm mật cho đời hương hoa
Về đâu mây trắng không nhà
Bốn mùa luân chuyển cho ta khác mình

*

Bình minh... Vô hạn bình minh
Một ta hữu hạn đa tình cùng xuân...

ĐÔI TÀ NẮNG XUÂN

Bâng khuâng niềm nỗi đông tàn
Cuối năm lòng gió đa mang chút gì
Đường trời mỏi cánh thiên di
Thầm nghe đất lạnh thầm thì mầm xanh

*

Năm tàn tháng cạn loanh quanh
Ngậm ngùi dâu bể mong manh kiếp người
Ừ rằng xuân hãy còn tươi
Thơ ngây mắt biếc môi cười thanh tân

*

Xòe tay hứng giọt xuân ngần
Chiêm bao trúc biếc mơ màng hoàng hoa
Xuân gần lại nhớ xuân xa
Gửi người phương ấy đôi tà nắng xuân...

THƠ Lâm Như-Tạng

XIN ĐỪNG HỎI

Xin đừng hỏi
Trong thơ tôi có gì mới lạ
Chỉ toàn là cũ
Cũ như ngàn vạn năm
Những ký ức đang nằm
Như đá tảng qua tháng ngày cực nhọc
Chống thiên nhiên hàng mấy triệu năm
Cũ như bé nằm nôi từ khi chưa biết nói
Đến lúc già hối tiếc chuyện trăm năm
Cũ như mối tình đầu của cô hàng xóm
Khi xách gói theo chồng
Chưa hé miệng hỏi thăm
Cứ như thế tháng ngày chôn giấu kín
Mối tình sâu lắng mãi đến ngàn năm
Cũ như những luống cày trên đồng vắng
Đợi mưa về cho luống mạ thêm xanh
Như những chiếc gàu sòng tát nước
Tiếng gàu giai hòa nhịp khúc trăng rằm
Cũ như những đình làng chiều nắng hạ
Tiếng ve sầu não nuột suốt quanh năm
Mái ngói đỏ màu thời gian nhuộm cũ
Tiếng chuông chùa ngân đến cõi xa xăm
Khách trần tục dường một phen đã tỉnh
Giấc ngàn năm nối tiếp những triệu năm
Dòng cát cũ chỉ còn trong ký ức
Ghế đá nào thương nhớ đã xa xăm
Hơi tay ấm của mẹ hiền cũng cũ
Từ lúc lên ba, lên bốn, lên năm
Ôi ụ cát, một nấm mồ đã cũ
Trong im lìm thương nhớ tận tâm can
Hương cũng cũ như hương lài hương lý
Bến đò chiều tiếng khách vẫn còn vang
Cũ như tiếng chim muông buổi sớm
Vẫn còn nghe văng vẳng mãi bên đường
Cũ như những điệu ru hời của núi
Cơn gió qua nước suối rẽ thành hàng
Cũ như tiếng Phật xưa ngồi nói Pháp
Gội hào quang đến thế giới ba ngàn

phương danh cúng dường

(Tính đến ngày 31.10.2025)

Trong thời gian gần đây, Chùa Viên Giác có nhận được tiền của quý Đạo Hữu gửi bằng cách chuyển qua Ngân Hàng hay bằng Bưu Phiếu, nhưng không ghi rõ mục đích. Thí dụ như Cúng Dường, Tu Bổ Chùa, Ấn Tống Kinh, Pháp Bảo v.v...
Ngoài ra có Đạo Hữu nhờ người khác đứng tên chuyển tiền nhưng không rõ chuyển tiền giùm cho ai để Cúng Dường hoặc thanh toán vấn đề gì. Do đó khi nhận được tiền, Chùa không thể nào ghi vào sổ sách được.
Để tránh những trở ngại nêu trên, kính xin quý Đạo Hữu khi chuyển tiền hoặc gửi tiền về Chùa nhớ ghi rõ Họ & Tên, địa chỉ đầy đủ và mục đích để Chùa tiện ghi vào sổ sách. Ngoài ra khi quý vị xem Phương Danh Cúng Dường xin đọc phần trên cùng là tính đến ngày?... tháng?.... để biết rằng tiền đã chuyển đi ngày nào và tại sao chưa có tên trong danh sách. Chùa có số Konto mới và Tu Viện Viên Đức cũng đã có số Konto riêng (xin xem phía sau).
Kính xin quý vị thông cảm cho. Thành thật cám ơn quý vị.
Danh sách PDCD của quý Đạo Hữu & Phật Tử, chúng tôi xin phép chỉ đánh máy một lần chữ **ĐH** (Đạo Hữu) ở bên trên.

TAM BẢO

ĐH. Ân Viên & Đồng Tín 50€. Bà Nguyễn Thị Liễu 100€. Bà Thị Kim Lan 5€. Bành Ngọc Anh & Liễng 10€. Bùi Duy Hải 50€. Bùi Mãn Đông Ý 50€. Bùi Phượng Đông Phúc 10€. Bùi Quang Tạo 20€. Bùi Thị Kiều Loan 20€. Cao Thị Tố Hoa 20€. Chang Lai Cong 100€. Cheeng Leong Seng 50€. Cheeng Sui Cú 30€. Craven Thị Mơ 20€. D C O Q 20€. Đàm Thị Hoàng Lan 15€. Đặng Kim Thu 20€. Đặng Thị Khánh Nhung 50€. Đặng Thị Tuyết 10€. Đặng Xuân Trung 50€. Đào Duy Triệu 10€. David, Gerhard Wilfried 30€. Diệp Minh Hùng và các em 100€. Diệp Văn Dung 50€ HHHL Lê Ngọc Nga. Diệu Lý Nguyễn Thị Kim Anh 20€. Diệu Pháp Nguyễn Ngọc Trinh 20€. Diệu Tâm Tạ Thị Mỹ Hạnh 50€. Đinh Thị Vân 20€. Đinh Văn Thế 100€. Dittler Thị Ngọc Huyền 100€. Đỗ Nhật Linh 20€. Đỗ Thị Minh Hằng 10€. Đỗ Thị Quỳnh 10€. Đỗ Văn Danh 100€. Đoàn Bích Ngọc 20€. Doãn Thị Cúc, Quân & Trần Thị Huệ 20€. Đoàn Thị Hương Giang 100€. Đoàn Văn Hùng 20€. Đoàn Vi Hùng 20€. Đồng Bạch Nguyễn Thị Hiền 50€. Đồng Bình Bùi Thị Thái 20€. Đồng Giác Lê Văn Hai & Diệu Huệ Nguyễn Thị Lài 20€. Đồng Phát Dương Quốc Tăng 50€. Đồng Phúc Lý Ngọc Hạnh 100€ HHHL anh Lý Hoàng Thân sinh 21.07.1957 mất 01.10.2025 và HHHL mẹ chồng Say Pi Chan mất 20.08.2025. Đồng Thảo Phạm Thị Thu Hiền 50€. Đồng Trí Nguyễn Thị Thanh Hà 20€. Dương 20€. Dương Thị Tiệp 5€. Emily Do 10€. Evelin Depke 150€. Fa. Trần Chí Thanh 50€. Fam. Alan Wong, Truc Wong, Kennek Wong & Sara-Ann Wong 40€. Fam. Hoang & Jensen 30€. Fam. Lee 200€. Fam. Phạm Nhoton 5€. Francisco-Gotama Struzynski 105€. Ganging & William 100€. Gđ. Chử Thị Thành 40€. Gđ. Đồng Tịnh Thủy Kim Hà 50€. Gđ. HL Trần Văn Long 200€. Gđ. Họ Lê 20€. Gđ. Họ Trương & Lê 50€. Gđ. Hồ Yiu Kee 20€. Gđ. Huỳnh Hùng Võ 20€. Gđ. Kim Phương Lệ 50€. Gđ. Lâm Chấn Căng & Tăng Thiếu Linh 50€. Gđ. Lê Thị Thúy Huệ 30€. Gđ. Nguyễn Thị Thùy Linh & Nguyễn Thị Lan Anh 40€. Gđ. Phạm 20€. Gđ. Phương 20€. Gđ. Pt Ngọc Cẩn Trân Thị Lan 250€. Gđ. Pt Thiện Toàn 20€. Gđ. Sư Cô Hạnh Ẩn 150€. Gđ. Thị Lộc & Diệu Ngọc 50€. Gđ. Trần Hữu Đức, Nguyễn Thị Ngọc Cẩm, Lê Ngọc Kim, Lê Kim Tài, Lê Kim Phi và Hanna Trần Tú Tâm 10€. Gđ. Trần Minh Mẫn & Vũ Thu Thủy 100€. Gđ. Trang Sen Cao 20€. Gđ. Trúc & Sơn & Harrislee 100€. Gđ. Từ Thu Muối 50€. Gđ. Vạn Phụng, Vạn Thiện & Vạn Thành 50€. Gđ. Vũ 30€. Gđ.Pt Vũ Thị Thùy Nhung 50€ HHHL Yểu tử Pd Đồng Quý. GĐPT Đức Quốc 210€. Hải Yến Thu 10€. Hạnh Chơn Liên 50€. HHHL Vương Văn Thả 10€. HL. Đồng Lan Châu Ngọc Lan 50€ mất 11.1.2019. Hồ Khanh Phước 100€. Hồ Vĩnh Giang 2.500€. Hoàng Hồng Hà 10€. Hoàng Hữu Loh & Đỗ Thị Thúy Hà 100€. Hoàng Thị Hợi 50€. Hoàng Trọng Phu 50€. Hoàng Văn Thắng 50€. Huan Trang 50€. Hugo Cardenas Krenz 80€. Huyền Frings 50€. Huỳnh Ngọc Mỹ 80€. Huỳnh Ngọc Quyên 10€. Huỳnh Phước Bình 60€. Huỳnh Sáu Hoa 30€. Huỳnh Trang Lê Nguyễn 30€. IGS Gifhorn 300€. James Nguyễn 10€. Jarina Büsing 20€. Jessica & Maurice 30€. Johannes Zuidema 50€. Khương Văn Tuyên 30€. Klaus Brinkop, Wen-Kuan Yang, Marina Ya-Wen Yang & Yasemin Jie-Yi Yang 60€. Lâm Minh Tú & Nguyễn Thiên Long Giang 10€. Lâm Ngọc Mỹ Linh & Lâm Ngọc Mỹ Trân 40€. Lâm Thuận Hi 20€. Lan Phương Delarber 20€. Latda Thong Khamsawath 15€. Lay Zhan Ngọc Vui 30€. Lê Đình Thuần 50€. Lê Hải Yến 70€. Lê Hồng Sơn 50€. Lê Huỳnh Thu Thúy 50€. Lê Minh Hà 50€. Lê Nguyễn Hương Trà 50€. Lê Thanh Tâm 52,05€. Lê Thị Bích Hằng 20€. Lê Thị Kim Hoa 50€ HHHL Giáp Văn Lai Pd Khai Tâm Liên Hoa. Lê Thị Kim Oanh 50€. Lê Thị Thanh Nga 50€. Lê Thị Tuyết Lụa 50€. Lê Thị Xuân Thu 20€. Lê Văn Dũng 50€. Lê Văn Sửu 20€. Lê Vũ Hoàng Nam 20€. Liên Lau 10€. Liêu Ngọc Trân 30€. Lương Lệ Bình 50€. Lương Thị Duệ 100€. Lương Thị Xuân Hương 20€. Lusmiaty Susarto Riyadi 20€. Lusmitay Susanto Riyadi 20€. Lưu Kim Châu 50€. Lưu Tuyết Hoa 50€. Lý Ẩu Lệ Trân 20€. Lý Diệu Anh 80€. Lý Khánh Minh (Thầy Hạnh Bổn) 1.686,12€. Lý Quốc Uy 50€. Mai Quang Tuyến 100€. Mai, Lê Thị Long 20€. Mathias Bettrich 129€. Minh Greiff 10€. My Nga Hartel 20€. Ngô Phú Quý & Phạm Thị Thủy 20€. Ngô Thị Chinh 20€. Nguyễn Bá Dũng 20€. Nguyễn Candy 20€. Nguyễn Đỗ Tố Nga 30€. Nguyễn Đức Tiến 640€. Nguyên Hương 20€. Nguyễn Hữu Hùng 50€. Nguyễn Jenny 20€. Nguyễn Mậu Hà 100€. Nguyễn Minh Trí 50€. Nguyễn Ngọc Bích 20€. Nguyễn Ngọc Lâm 20€. Nguyễn Ngọc Thông 50€. Nguyễn Phùng Thị Nga, An & Nga 50€. Nguyễn Quốc Bình 100€. Nguyễn Thanh Hân 20€. Nguyễn Thanh Tính & Nguyễn Thanh Toán 20€. Nguyễn Thanh Vân 20€. Nguyễn Thanh Vũ 20€. Nguyễn Thế Cương 10€ sinh 18.10.70 mất 13.03.25. Nguyễn Thi 20€. Nguyễn Thị Cẩm Anh 20€. Nguyễn Thị Cẩm Vân 10€. Nguyễn Thị Giang 20€. Nguyễn Thị Hiền 20€. Nguyễn Thị Hứa 60€. Nguyễn Thị Khanh 5€. Nguyễn Thị Khánh 10€. Nguyễn Thị Kim 10€. Nguyễn Thị Kim Anh 20€. Nguyễn Thị Kim Chi 20€. Nguyễn Thị Lệ Hằng 90€. Nguyễn Thị Luân 20€. Nguyễn Thị Ngọc Lan 25€ HHHL Mẹ Nguyễn Thị Phụng Pd Đồng Phước. Nguyễn Thị Ngọc Thảo 100€. Nguyễn Thị Sen 20€. Nguyễn Thị Thắm 10€. Nguyễn Thị Thanh 15€. Nguyễn Thị Thập 20€. Nguyễn Thị Thu 20€. Nguyễn Thị Thu Hà 50€. Nguyễn Thị Thu Liễu 50€. Nguyễn Thị Thủy 10€. Nguyễn Thị Tố Uyên 10€. Nguyễn Thị Tuyết Mai 10€. Nguyễn Thị Tuyết Nhung 20€. Nguyễn Thị Vân Quỳnh 50€. Nguyễn Thị Xuân Minh 50€. Nguyễn Trọng Nghĩa 50€. Nguyên Tuệ & Nguyên Trí 50€. Nguyễn Văn Hùng 20€ HHHL Huỳnh Thị Chan. Nguyễn Văn Lập 20€. Nguyễn Văn Nhân 100€. Nguyễn Văn Thư 20€. Nguyễn Văn Vinh & Nguyễn Thị Thủy và Nguyễn Thành Công 20€. Nguyễn Vinh 10€. Nguyễn Xuân Quang 20€. Nhu Dermietzel 20€. Peter Krauß 50€. Phạm Đức Hiếu 20€. Phạm Mạnh Hùng 70€. Phạm Minh Chánh 20€. Phạm Minh Hoàng 20€. Phạm Thị Ánh Tuyết 100€. Phạm Thị Khuyên & Nguyễn Anh Ngọc 50€. Phạm Thị Thảnh 5€. Phạm Thị Thu Trang 20€. Phạm Thị Vân Anh, Phạm Nguyễn Bảo Hoàng và Phạm An 20€. Phạm Thị Yến 50€. Phạm Thị Yến & Phạm Văn Lượng 30€. Phạm Văn Cẩm, Vũ Thị Thanh, Trần Văn Thành, Phạm Thị Thanh Phương, Trần Kevin Anh Tuấn, Trần Kilian Anh Tú và Trần Katharina Anh Thư 50€. Phạm Văn Phương 20€. Phạm, Fynn Minh Anh 20€. Phan Thị Thúy 5€. Phan Thị Tiếp 20€. Phật Tử Koblenz 50€. Phi Mai Huy 10€. Phùng Mạnh Cường 20€. Phượng Strauss & Volker Strauss 20€. Pt Mai Thanh Hà 40€. Pt. Diệu Yên 20€. Pt. Đồng Hoa 30€. Pt. Đồng Quang 30€. Pt. Đồng Thứ 20€. Pt. Ngô Thị Thức 30€. Pt. Nguyên Hồng 20€. Quý Phật Tử ẩn danh 50€. Rotary Club Hannover 300€. Son Nguyen 1.124,36€. Sui Long Lam (Hamburg) 10€. Tạ Thị Ngọc Hoa 50€. Thân Quỳnh Nga 10€. Thanh Otte 30€. Thao Nhàn 5€. Thị Ngọc Đức 100€. Thiện Đăng Trần Trí Bình 30€. Thiện Dung 30€. Thiện Phú Lê Bích Lan 20€ HHHL Phạm Văn Cường Pd Đồng Phú Liên Trì - mất 14.12.2015. Thúy Spitzner 300€ HHHL Đinh Văn Tuấn. Tô Quang Vinh 20€. Tony Tien 100€. Tony An & Lý Bửu Quế 60€. Trần Bội Châu 30€. Trần Cao Lệ Sương (Ronnenberg) 10€. Trần Duyệt Khanh 50€. Trần Hải Yến 20€. Trần Lăng Hía 50€. Trần Lisa 40€. Trần Mộng Tuyền 20€. Trần Mỹ An Huỳnh 10€. Trần Ngọc Dũng 100€. Trần Thị Kim Tuyến 10€. Trần Thị Lan 50€. Trần Thị Thanh Hương 50€. Trần Thị Thu Lang 100€. Trần Thị Thu Trang 20€. Trần Thị Thúy Ngà 20€. Trần Thị Vân 20€. Trần Thu Hằng 30€. Trần Văn Danh & Trần Thị Phúc 50€. Trần Văn Thích & Nguyễn Thị Vân Anh 30€ HHHL Thai nhi Yểu tử Trần Nguyên. Trần Xuân Cửu 20€. Trần Xuân Diệc 20€. Trần Xuân Mai 5€. Trang Kim Anh 50€. Trang Ploia 60€ HHHL bé gái chưa có tên. Trịnh Q. Hùng 30€. Trịnh Thị Thanh Hoa 30€. Trương Kim 20€. Trương Ngọc Thanh 120€. Trương Thanh Hùng 50€. Trương Thị Đẹp 20€. Trương Thị Diệu Phương 100€. Trương Văn Sơn 20€. Văn Sơn 50€. Võ Kiều Oanh 50€. Võ Ngọc Hiền 20€. Võ Quốc Khanh 40€. Võ Văn Mai 20€. Vũ Đan Đức Man 20€. Vũ Hà Thu 100€. Vũ Thị Hoa 20€. Vũ Thị Hòa 10€. Vũ Thị Sáu 20€. Vũ Thị Thùy Nhung 50€. Vũ Trọng Anh 1.130€. Vũ Trọng Thử 20€. Vũ Tuấn Anh 50€. Vũ-Bùi Mai Trâm 30€. Vương Văn Mạnh 20€. Gđ. La & Long (Aachen & Hannover) 20€. Bùi Thị Dung (Achim) 10€. Hoàng Lan & Thị Nụ Nguyễn (Alfeld) 10€. Đỗ Thị Thu Hương (Apolda) 30€. Phạm Thị Lê (Aurich) 20€. Gđ. Dương Xuân Trường & Nguyễn Thị Hương và Dương Ngọc Bích, Amelia Ngọc Anh Dương (Bad Bramstaedt) 35€. Hoàng Hương (Bad Lauterberg) 30€. Như Thị Nguyệt (Bad Oeynhausen) 30€. Nguyễn Thị Tình (Bad Pyrmont) 20€ HHHL Nguyễn Văn Hương & Phan Thị Dẻ. Trịnh Minh Tân 20€. Pt. Viên Thành (Bad Salzungen) 20€. Nguyễn

Ngọc Cường (Badwzahan) 50€. Nguyễn Thị Thu Hương (Barsinghausen) 10€. Thiện Hằng (Benthe) 50€. Huỳnh Kim Thúy & Phạm Minh Tân (Berlin) 35€. Trần-Lê Hoàng Linh 20€. Vũ Trọng Huy & Phạm Thị Bình và Vũ Nam Phong 10€. Diệu Hòa Mai Thị Dậu (Bielefeld) 30€. Đồng Hạnh Đinh Thị Thùy Dung & Minh Đạt Phạm Văn Đại 40€. Fam. Huệ Lương Nguyễn Thị Thu Hiền Wittkowsky 50€. Gđ. Dương & Âu 30€. Lương Thị Kim Khánh 20€. Phạm Thị Lang 50€. Dương Ngọc Thiện (Bilshausen) 50€. Emily Đỗ (Bohmte) 5€. Nguyễn Thị Huyền Trang 10€. Đặng Văn Liêm (Braunschweig) 20€. Đào Quỳnh Hoa 20€. Đỗ Văn Linh 50€. Trần Thanh Tuyết & Thiện An Trần Thanh Quy 5€. Trần Thị Hương 50€. Trịnh Thị Sao 20€. Ẩn danh (Bremen) 50€. Bùi Thị Yến 30€. Đoàn Thị Hương Giang 100€. Gđ. Nguyễn Đức Huy & Nguyễn Thị Quỳnh, Juha Nguyen, Johnny Nguyen và Justin Nguyen 50€. Hoàng Hải Yến 10€. Lai Cẩm Hưng 20€. Lê Thị Bích Hạnh 50€. Nguyễn Thị Hùng 20€. Nguyễn Thị Mai 20€. Nguyễn Thị Mai Thúy 20€. Nguyễn Thị Oanh 40€. Nguyễn Xuân Trường 20€. Phạm Thị Duyên 20€. Thanh Hằng 50€. Thơm Nghị 20€. Trương Châu Sơn 80€. Đồng Hạnh (Bremerhaven) 30€. Huỳnh Huệ Huyền 10€. Đỗ Thị Huyền (Buchholz) 20€. Fam. Quan (Bückeburg) 10€. Nguyễn Thị Thảo Uyên (Burgdorf) 20€. Thiện Đức Trần Thị Kim Phúc 60€. Trịnh Đức Thông 20€. Nguyễn Thị Kim Oanh (Burgwedel) 20€. Fam. Dương & Hứa (Celle) 100€. Fam. Dương & Hứa (Dương Từ Phát) 80€. Gđ. Vũ Bích Liên, Quốc Ninh & Bùi Vân 50€. Minh Fugger 20€. Nguyễn Thị Hồng Diệp 20€. Nguyễn Thị Liên 50€. Nguyễn Thị Minh Hạnh 50€. Nguyễn Thị Thu Thủy 20€. Vũ Thị Vân & Mạc Quỳnh Tráng 50€. Nguyên Tâm Liên Trần Thị Mai Hương (Cộng Hòa Séc) 100€. Fam. Đào Văn Khâm & Phương (Dortmund) 50€. Fam. Tong 20€. Lê Hải Ngọc (Dresden) 20€. Nguyễn Ngọc Hà 30€. Đỗ Thị Phương (Duisburg) 10€. Lê Xuân Thu 50€. Leha & Marcel 20€. Tăng Bích Phân, Tăng Bích Thường & Tăng Bích Thanh 100€. Đào Diệu Linh & Nguyễn Thành Trung (Düsseldorf) 50€. Nghiêm Thục Hà, Trình Vĩ Ming, Trình Tú Linh & Trình Thái Thuận 60€. Nguyễn Thị Thân 30€. Thiện Đạo Nguyễn Thị Trường 30€. Nguyễn Văn Hiệp (Eilsleben) 30€. Jenny Trần (Elmshorn) 20€. Hồ Hưng & Nguyễn Thị Thanh Hương (Emden) 50€. Hồ Hưng Restaurant Sawatdy 50€. Ngô Thị Hải 20€. Nguyễn Diệu Huyền 30€. Nguyễn Thị Chiến 20€. Nguyễn Thị Hải Yến 20€. Vân Anh William (England) 50€. Pt. Nguyễn Hải An Erwin (Erfurt) 10€. Pt. Nguyễn Thùy Dương 10€. Đỗ Việt Hùng (Essen) 50€. Vương Thị Thu Thủy (Flensburg) 100€. Pt. Thiện Đức (Frankfurt/M) 50€. Vũ Thị Hồng Diệp 50€. Gđ. Pt Thủy Thân, Đồng Sơn, Xuân Hương & Khánh Đức (Friedrichsdorf) 50€. Quách Thị Phương (Friedrichshafen) 500€ HHHL Quách Văn Khánh Pd Thiện Vận. Fam. Đoàn & Mai (Garbsen) 10€. Đặng Đình Nam (Gardelegen) 50€. Pt. Nguyễn Thu Hằng (Garrel) 20€. Thi Thuy Janiszewski (Gerden) 20€. Trần Tú Ngọc (Gifhorn) 20€. Nguyễn San Liện (GM. Hütte) 20€. Huệ Quang Vũ Quỳnh Hoa (Göppingen) 50€. Ẩn danh (Điều dưỡng viên) (Göttingen) 50€. Đồng An Trần Thị A 100€. Hằng Thúy Kraft 30€. Lê Việt Hai 30€. Nguyễn Thị Giang 40€. Nguyễn Tiến Dũng 20€. Thiện Hiếu Komm, Larry Ngọc 50€. Thiện Sanh & Thiện Giáo 50€. Trần Ngọc Trí 100€. Xuân Hồng 10€. Đỗ Thúy Quỳnh (Göttingen) 60€. Pt. Nguyễn Văn Hữu & Diệu Thùy Nguyễn Thúy Ngọc (Großbreitenbach) 20€. Lưu Thúy Nga (Gütersloh) 30€. Gđ. Cung Mạnh Đạt, Trần Thị Yến Hoàn, Cung Minh Tuệ, Cung Thu Ngân & Daniel Van Ahren (Hà Nội/ViệtNam) 20€. Diệu Ngân Nguyễn Thị Lan Anh (Hà Nội/Việt Nam) 80€. Phan Quang & Phan Michael (Hagen & Aachen) 120€. Nguyễn Thị Hà (Halberstadt) 20€. Phạm Mạnh Hoàn 50€. Chung My Hao (Hamburg) 10€. Diệp Chi Lan (Fam. Nguyễn Diệp) 30€. Elexia-Eliana Leis & Peter Phan 10€. Fam. La 20€. Jenny Lâm 10€. Nguyễn Hạnh Nhung, Vũ Quốc Thịnh, Vũ Xuân Ngọc Châu và Vũ Nam Vương 50€. Nguyễn Thị Tuyển 100€. Saniel Lâm & Marvin Lâm 50€. Fam. Trương (Hamburg & Berlin) 100€. Đinh Thị Hạnh (Hameln) 50€. Gđ. Nguyễn Thanh Bình 20€. Lâm Quốc Quan 20€. Lâm Thúy Hồng 20€. Trịnh Thu Hiền 100€. Vũ Hồng Thanh 20€. Vũ Thị Huê 50€. Bùi Thị Thái (Hannover) 30€. Đặng Thị Kim Thu 20€. Đỗ Thị Thanh Tâm 50€. Đồng Lực 100€. Đồng Nguyệt Đặng Thị Minh 10€. Đồng Xuân Hoàng Thị Lợi 10€. Dung Freter 10€. Dương Gia Chiến 5€. Dương Ngọc Minh 20€. Fam. Hermann 10€. Fam. Le 10€. Fam. Ta 10€. Frau Nguyễn Thị Liên 10€. Gđ. Doan 50€. Gđ. Kim Anh & Trí 15€. Gđ. Mạc Hồng Giang 50€. Gđ. Thiện Học 100€. Gđ. Thu & Tứ 30€. Hồ Thị Hải 10€. Jolie Kỷ 20€. Lê Minh Trang 20€. Lê Thị Kim Sa 20€ HHHL Mẹ Lê Thị Liễu. Lê Thị Lan 20€. Lương Tô Tử 50€. Man Thị Hương 20€. Nguyễn Hồng Kim 50€. Nguyễn Thị Bảy 10€. Nguyễn Thị Quỳnh Trang 10€. Nguyễn Thị Trai 20€. Nguyễn Thu Hằng 30€. Nguyễn Thúy Hồng 20€. Phạm Thị Bích Ngọc 10€. Phạm Thị Thu 20€. Phạm Văn Hiển 10€. Phan Thị Dung 10€. Thiện Dũng 100€. Thiện Kiến Ho Phi Kevin 20€. Triệu 20€. Trương Bích Hậu 70€. Võ Huy Thuận 20€. Vũ Bình Minh & Đinh Thanh Thủy 100€. Vũ Thị Thu Huyền 50€. Nguyễn Phúc Hưng & Hoàng Thị Thanh Hằng và Nguyễn Thùy Linh, Nguyễn Hùng Cường (Harpstedt) 40€. Lê Đình Thuần (Helmstedt) 50€. Nguyễn Thụy Thanh Hằng 20€. Lâm Văn Hoàng (Hemmingen) 50€. Nguyễn Quang Chánh & Nguyễn Thanh Thủy (Henstedt-Ulzburg) 50€. Trịnh Hương Lan (Herzberg am Han.) 20€. Bùi Thị Thoa (Hildesheim) 10€. Bùi Thủy Tiên 5€. Diệu Loan Nguyễn Thị Thanh Xoan 30€. Gđ. Phạm Thị Nhung & Vũ Tuấn Anh và Vũ Khánh Ngọc 50€. Hồng Minh Kiệt 50€. Nguyễn Phước Hạ Uyên 20€. Nguyễn Thị Chi 50€. Nguyễn Thị Kim Nhung 50€. Phạm Văn Phụng 50€. Vũ Thị Khánh Ngọc 50€. Quảng Phương & Thu Hà (Hoà Lan) 50€. Đỗ Thị Thanh Tâm (Holland) 50€. Gđ. Lê Quang Phi, Võ Thị Thu Hường, Lê Quang Phú Quang, Lê Quang Phú Minh & Lê Quang Phú Quí (Huế/Việt Nam) 51€. Bùi Thị Thiệt (Jaderberg) 50€. Nguyễn Thị Hải Yến (Kassel) 50€. Nguyễn Văn Định 300€. Thanh An 10€. Fam. Văn Công (Kiel) 100€. Hoàng Thị Hạnh 50€. Gđ. Phạm Văn Hiệu (Köln) 50€. Trần Thị Bích 50€. Gđ.Pt Diệu Phúc Lý Hồng Diễm (Krefeld) 180€. Fam. Đinh - Sái (Laatzen) 10€. Phan Thị Kim Lan 300€. Pt. Phan Thị Hồng Vinh (Lachendorf) 30€. Thuyet Cao Glüsing (Langlingen) 20€. Gđ. Nguyễn Đình Nghiêm (Leer) 50€. Nguyễn Duy Dũng & Nguyễn Thị Ngọc, Nguyễn Duy Anh và Nguyễn Duy Nam 30€. Chí Hiền (Lehrte) 20€. Gđ. Phạm Văn Sơn (Hải) & Đồng Hoa Nguyễn Thị Thu Hương 60€. Nguyễn Đình Thăng 20€. Nguyễn Thị Hằng 30€. Nguyễn Thị Thu 20€. Fam. Quách (Leichling) 100€. Herr Froth Văn Hùng (Leipzig) 20€. Diệu Lý Phạm Vĩnh Cư (Lingen/Ems) 30€. Diệu Hoàng (Lippstadt) 30€. Marie Nelle Kunder Yến, Marie Louise & Joseplin (Loccum) 30€. Nguyễn Thị Luyến (Lüchow) 50€. Nguyễn Thị Phương 20€. Gđ. Lý Quốc Thái (Lüdenscheid) 100€. Royal Nails Schwerte 100€. Đồng Trí & Thiện Liên (Lünen) 50€. Ngô Xuân Duyên & Lèo Văn Chua (Magdeburg) 100€. Trần Thị Nhuần (Mainz) 50€ HHHL Phu quân Hoàng Văn Lịch. Đặng Ngân Bình (Marburg) 20€. Hoàng Thị Thủy 30€. Nguyễn Lan Anh 20€. Đồng Thuận Phan Văn Hòa (Minden) 50€. Ngọc Tâm Châu 5€. Nguyễn Thị Bảo Khuyên 50€. Phạm Thị Sen 50€. Phan Tiến Phan 10€. Trần Thị Thu 50€. Hứa Hiền Pd Ân Đức (Mönchengladbach) 100€. Lâm Kim Khánh 200€ HHHL Chị Kim Loan Lâm Thị Maier Pd Thiện Liên. Nguyễn Thị Kim Dung (Mühlhausen) 30€. Đinh Văn Giang (Müllhausen) 20€. Diệu Hương (Bekker) (Münster) 80€. Thông Giác Trần Tú Anh (Neuss) 50€. Võ Thị Trà (Nghệ An/Việt Nam) 10€. Đặng Thị Bê (Nghệ An/Việt Nam) 20€. Đào Ngọc Tĩnh (Nienburg) 30€. Đồng Tánh Lee Lục Nhân Khanh 20€. Gđ. Tạ Thu Kiều & Lục Tô Hà 50€. Hoàng Thị Thanh Nhâm 40€. Nguyễn Thị Chinh (Norden) 20€. Đào Thu Thoa (Norderney) 20€. Nguyễn Thị Lệ Hằng 50€. Nguyễn Tăng Lộc (Nürnberg) 70€. Thái Thị Khánh Hồng (Obernkirchen) 50€. Ẩn danh (Oldenburg) 10€. Bùi Thị Kim Chi 50€. Nguyễn Thị Bích Liên 100€. Nguyễn Thị Thu Trang (Osnabrück) 30€. Đồng Nguyệt Đào Thị Huệ (Papenburg) 50€. Gđ. Bùi Đức Dũng 40€. Hoàng Thị Hiên (Peine) 20€. Li, Trần Thúy Phượng (Pforzheim) 100€. Đào Dương, Nguyen Nova Hương (Praha/CH Séc) 50€. Gđ. Bùi Thị Kim Dung 40€. Nguyễn Minh Dũng 20€. Fam. Nguyễn, Văn Ngọc & Sa (Recklinghausen) 50€. Gđ. Nguyễn Văn Chắc 20€. Nguyễn Thị Liên 50€. Hàng Ngọc Hoa (Rheine) 50€. Phạm Văn Anh (Rosdorf/ Mengershausen) 300€. Diệu Thanh Đỗ Thị Nga Thu (Runkel Dehrn) 50€. Trần Thị Liên Hoa (Sàigòn/Việt Nam) 20€. Bùi Thúy Hằng (Salzgitter) 10€. Gripienski Hoàng Thanh Hiền 20€. Mai Khanh & Bùi Thị Trang 40€. Bùi Thị Hường (Salzwedel) 20€. Lại Kiên Cường 30€. Nguyễn Thị Mận 20€. Nguyễn Văn Đống (Seelze) 10€. Nguyễn Thị Hường & Tạ Đình Ngoạn (Semmenstadt) 50€. Gđ. Bùi Quang Tuấn & Hoàng Thị Chung (Sinsheim) 50€. Thiện Phước Nguyễn Phú Đức (Springe) 50€. Trần Thị Bích Liên (Stadthagen) 10€. Nguyễn Thị Thái Lan (Staßfurt) 30€. Đồng Vân Đinh Thu Hương (Stuhr) 30€. Trần Thúy Hằng 100€. Hoàng Văn Chiến & Đặng Thị Khánh Nhung (Suhl) 200€. Huỳnh Kim Lang (Syke) 10€. Huỳnh Kim Long 20€. Hoàng Nguyệt Nhung (Tostedt) 10€. Chi Thanh Leuchtweis (Tübingen) 100€. Gđ. Bùi Văn Học & Vũ Thị Hương (Uelzen) 20€. Trần Ngọc Kim Chi 20€. Ngô Minh Sáng (Unna) 100€. Dương Huyền Thị (Vechta) 10€. Fam. Lý Tùng Phu 20€. Gđ. Nguyễn David 30€. Nguyễn Quang Vinh 10€. Nguyễn Thị Hiển 5€. Nguyễn Thị Nguyệt 10€. Nguyễn Vinh 10€. Nguyễn-Franz 80€. Phạm Thị Cúc 20€. Trần Văn Tuấn 30€. Vũ Thị Thảo 50€. Bà Lưu Anh (Velber) 50€. Đông Thanh (Việt Nam) 5€. Gđ. Nguyễn Trung Thảo 20€. Gđ. Quách Thị Chuông 20€. HL. Quách Kim Tài 20€. Nguyễn Bá Trương 20€. P. Phùng Văn Khuê, Phạm Thị Mười & Nguyễn Thu Hương 20€. TN Hạnh Xuân (Chùa Bảo Thắng Hội An) 100€. Ẩn danh (Weerner) 50€. Nguyễn Thị Mai Liên (Wernegerode) 20€. Phương Anh Malic & Nguyễn Thúy Liễu (Wernigerode) 50€. Võ Hồng Sơn (Wertestede) 20€. Nguyễn Thanh Tiến (Westerstede) 50€. Bành Tâm Sơn (Wiesbaden) 10€. Bùi Huy Hùng 100€. Phúc Đạt Kiều Tiến Mạnh 100€. Dương Thị Thu Thủy (Wilhelmshaven) 10€. Gđ. Pt Đồng Định 20€. Ngọc Lượng 50€. Nguyễn 20€. Thông Thọ Hứa Kỳ Năng & Chơn Hoàng Hà Thị Tố Nga 50€. Trương Thị Ngọc Lan 100€. Pt. Ẩn danh (Wilhemshaven) (Heo công đức số 283) 100€. Nguyễn Văn Quang & Trương Thị Tiệp (Wolfenbüttel) 50€. Bích Liên Kadagich (Wolfsburg) 30€. Đỗ Thu Thủy 20€. Enrico Michael, Thị Hạnh Phan-Michael & Bùi Phan Lâm 20€. Hoàng Xuân 10€. Nguyễn Thị Thanh 50€. Pt. Trần Hồng Ngọc 20€. Thiện Đẳng Hoàng Thị Bình 10€. Trần Thị Hường 10€. Nguyễn

Minh Nguyệt (Wunstorf) 20€. Bùi Duy Hải (Würzburg) 100€. Trần Anh Tuấn 25€. Quý Đạo Hữu và Phật Tử ẩn danh 420€.
* Lưu Thị Thìn (England) 500€. USA: HT Thích Nguyên Đạt 870€. HT. Thích Thông Hải 1.305€. Cô Thanh Hiền 174€. Thiện Lạc 174€. Quảng Nguyên Phương 174€. Ni Sư Minh Định 87€. TT. Pháp Tánh 174€. Tâm Thanh & Quảng Ngọc, QH, QT & QM 438€. Thiện Giới (Tübingen) 100€. Thiện Nguyện & Thiện Sến (Pforzheim) 50€. Nguyễn Thanh Diên & Võ Thị Gái (Reutlingen) 100€. Thiện Tuệ (Stuttgart) 100€. Đồng Đức & Đồng Tín (Bodensee) 100€. HHHL THiện Vận Quách Văn Khánh (Friedrichshafen) 100€. Hùng & Oanh (Österreich) 50€. Giác Ngộ & P.L. (Schweiz) 30€. Tâm Thủy Nam Dương (Neu-Ulm) 100€. Minh Hải & Tâm Tịnh Phổ (") 100€. Đồng Liên & Đồng Nam (Fridrichshafen) 50€. Diệu Nhiên, Huệ Nhã, An Hạnh, Diệu Nghiêm. T. Quang (Úc), Hiếu (VN) Thiện Công, Mỹ Lệ, Diệu Ngọc, Quang Dung, La Hồng Tưởng, Akwin, Trần (Schweiz) 30€ và Tịnh vật. Thiện Đức Nguyễn Đức Tài & Thiện Túc Nguyễn Thị Như Mai 200€. HHHL Nhựt Mỹ Từ Thị Cúc (France) 300€. Schweiz: Diệu Nhiên 200€. Diệu Hương 100€. Chùa Viên Minh 1.000€. Ngọc Cẩn (Hannover) 50€. Đại Hội Huynh Trưởng GĐPTVN Âu Châu 300€. Berlin: Diệu Linh 50€. Diệu Thảo & Tuệ Chân Bảo 20€. Diệu Tịnh & Hằng-Tuấn 100€. Chùa Linh Thứu 1.500€. Giác Tâm An 20€. Tâm Thứ & Thiện Định 100€. Gđ. Ni Sư Diệu Trạm (France) 1.000€ HHHLThân mẫu Nhựt Mỹ Từ Thị Cúc tuần chung thất. Gđ. Đh. Đồng Phước (Bielefeld) 500€. Thiện Đức (Frankfurt) 100€. Thiện Thủy Dương Minh Ánh, Thiện Hùng (Niklas) & Đồng Hiếu (Juia) (Hannover) 500€. Thích Thông Triêm (Hannover) 50€ HHHL Thân phụ Đồng Giác Nguyễn Văn Châu. Đại Hội Huynh Trưởng GĐPT VN Đức Quốc 300€. Gđ. Đh. Thiện Hội & Thiện Hương (Varel) 50€. Gđ.Pt Đồng Pháp & Thiện Dinh (Varel) 100€. Gđ. Đh. Nguyên Trí & Nguyên Tuệ (Wilhelmshaven) 50€. Đồng Đạo & Diệu Thinh (") 100€.

*** BÁO VIÊN GIÁC**

Bùi Thị Hoàng Lan 35€. Hoàng Bá Nhứt 20€. Huỳnh Văn 30€. Ngô Thùy Chương 60€. Nguyễn Chí Cương 40€. Nguyễn Đình Chương 20€. Nguyễn Kinh Tân 20€. Nguyễn Thị Phượng Mai 20€. Pt. Diệu Yên 10€. Thi Thi Hồng Ngọc 40€. TL Trần-Phạm 30€. Trần Văn Danh & Trần Thị Phúc 40€. Nguyễn Thị Thanh (Aachen) 20€. Nguyễn Thị Liên Anh (Ahrenburg) 40€. Lý Trương Thị Kim Anh (B.S. Bevenrode) 20€. Huỳnh Thị Lý (Bad Iburg) 20€ HHHL Helmut Michael Huỳnh. Nguyễn Phi Hùng 30€. Huỳnh Quốc Thanh Tùng (Bad König) 30€. Cheeng Đức (Bad Kreuznach) 50€. Hoa Lan Thiện Giới (Berlin) 20€. Huỳnh Kim Thúy & Phạm Minh Tân 15€. Mỹ Lệ Trần 20€. Nguyễn Đức Trụ (Bottrop) 40€. Đỗ Công Minh (Braunschweig) 50€. Huỳnh Thị Phon 20€. Lương Bá Truyền (Bremen) 50€. Trần Văn Các 30€. Fam. Nguyen Ung (Bremerhaven) 50€. Trần Kim Ngà (Burgdorf) 20€. Tạ Thị Thảo (Duisburg) 20€. Thiện Lý Tăng Bích Phân 30€. Trần Thiện Lành (TRAN & HO) (Dußlingen) 20€. Cao Văn Hoa (Eggenfelden) 40€. Nguyễn (Võ) Thị Xuân Lan (France) 30€. Nguyễn Anh Chương 30€. Hà Văn Thanh (Frankfurt) 50€. Nguyễn Mạnh Bắc (Frechen) 20€. Huỳnh Thị Bích Nguyệt (Grünwald) 20€. Diệp Chi Lan (Fam. Nguyễn Diệp) (Hamburg) 50€. Đỗ Túy Thanh 100€. Đỗ Thị Thanh Tâm (Holland) 50€. Nguyễn Thị Vân (Italia) 30€. Điền Kim Thoa (Köln) 20€. Huỳnh Lai Dân 20€. Phan Thị Kim Lan (Laatzen) 50€. Trần Thị Thu (Minden) 20€. Hồ Thị Nguyệt (München) 50€. Lê Ngọc Châu (Neufahrn) 100€. Nguyễn Tăng Lộc (Nürnberg) 30€. Trịnh Phương Kim 30€. Dr. Bùi Hạnh Nghi (Offenbach a. Mainz) 100€. Đặng Văn Hậu (Offenburg) 20€. Phạm Văn Bình (Plüderhausen) 100€. Hàng Ngọc Hoa (Rheine) 25€. Lê Thị Huỳnh Hoa (Saarburg) 50€. Trần Thị Nhật Hưng (Schweiz) 50€. Nguyễn Thị Thái Lan (Staßfurt) 20€. Lâm Minh Anh (USA) 40€. Lê Thùy Linh (Vaihingen) 50€. Nguyễn Minh Tân (Việt Nam) 20€. Lê Văn Nhì (Wallerstein) 30€. Tạ Thị Hương (Westerstede) 30€. Huỳnh Thị Bích Ngọc (Würzburg) 20€. Trần Anh Tuấn (Erberdibgen-Hochdorf) 25€. Lâm Minh Anh (USA) 50€.

*** ẤN TỐNG:** Nguyễn Phi Hùng (Bad Iburg) 65€.

*** TƯỢNG PHẬT –**
Tượng Quan Âm:
Nguyễn Thị Như Mai 50€. Diệu Hòa Mai Thị Dậu (Bielefeld) 10€. Lâm Kim Khánh (Mönchengladbach) 120€.

*** VU LAN**

Bích Thủy Lembeck 20€. Bùi Hải Bằng 20€. Bùi Thị Hồng 50€. Bùi Thị Thủy 20€. Cao Thị Huyên 10€. Chöling 50€. Đặng Thị Thanh Hằng 10€. Daniel Owczarek 20€. Đào Thị Huyền 10€. Đào Thị Thắm 20€. Đào Thúy Hằng 20€. Đinh Thị Phương 30€. Đinh Thị Phương Thảo 10€. Đinh Thị Thùy Dung 50€. Đinh Văn Hiền 40€. Đỗ Thị Lệ Minh 20€. Đoàn Thị Hồng Hạnh 50€. Đoàn Vi Thảo 20€. Dương Kim Oanh 10€. Fam. Đỗ 40€. Fam. Lâm Vi Tân 10€. Fr. Phung 20€. Gđ. Buschbaum Lê Thanh Hằng 50€. Gđ. Hoàng Kim Tuấn 20€. Gđ. Nguyễn Quốc Cường 50€. Gđ. Tạ Bùi Thị Nga 50€. Gđ. Thiện Học, Thiện Hậu, Thiện Chi & Thiện Thảo 150€. Gđ. Thiện Vinh & Thiện Quý 50€. Hồ Đình Mậu 20€. Hoàng Nguyễn 10€. Hoàng Thị Hòa 20€. Hoàng Thị Hương 20€. Hoàng Trọng Vinh 20€. Hồng Gia Lê 10€. Hương Nguyên 20€. Huỳnh Hoài Phú & Huỳnh Thị Kim Hà 50€. Kha Ngọc My 50€. Lê Chấn Dương, Kevin Ta & Steven Ta 10€. Lê Nguyễn Hương Trà 20€. Lê Thị Anh Đào 50€. Lê Thị Kim Loan 20€. Lê Thị Niên 30€. Lê Thị Thanh Huyền 10€. Lê Thị Thu Lịch 10€. Liêu Vĩnh Đạt 40€. Liêu Vĩnh Phúc 10€. Lưu Tuyết Hoa 20€. Lý Văn Hòa 10€. Mai Thị Dậu 20€. Ngô Lan Hương 10€. Ngô Quang Đức 50€. Ngô Thị Chinh 20€. Nguyễn Anh Tùng 10€. Nguyễn Bích Liên 30€. Nguyễn Chung Toàn 20€. Nguyễn Đỗ Tố Nga 30€. Nguyễn Hiếu Nghĩa 20€. Nguyễn Hoàng Hà 40€. Nguyễn Hồng Phong 20€. Nguyễn Hữu Hùng 40€. Nguyễn Keny Thịnh 20€. Nguyễn Mỹ Châu 10€. Nguyễn Ngọc Lucky Thuận 20€. Nguyễn Ngọc Mai Hương 10€. Nguyễn Ngọc Toni Thanh 20€. Nguyễn Quang Hoài 20€. Nguyễn Quý Hạnh 30€. Nguyễn Thị Ánh Tuyết 40€. Nguyễn Thị Bích Hằng 10€. Nguyễn Thị Đoàn 10€. Nguyễn Thị Giang Lý 50€. Nguyễn Thị Hà 30€. Nguyễn Thị Hằng 10€. Nguyễn Thị Hoa 20€. Nguyễn Thị Khánh 10€. Nguyễn Thị Kim Hoa 50€. Nguyễn Thị Lan Hương 50€. Nguyễn Thị Liên 20€. Nguyễn Thị Luyến 30€. Nguyễn Thị Minh 20€. Nguyễn Thị Minh Hằng 40€. Nguyễn Thị Quỳnh 30€. Nguyễn Thị Thanh Huyền 20€. Nguyễn Thị Thanh Mai 50€. Nguyễn Thị Thảo 20€. Nguyện Thị Thu 20€. Nguyễn Thị Thu Hà 50€. Nguyễn Thị Thu Huyền 20€. Nguyễn Thị Trung 20€. Nguyễn Thị Tuyết Nhung 20€. Nguyễn Thùy My 10€. Nguyễn Tiến Dũng 20€. Nguyễn Trọng Hưởng 30€. Nguyễn Văn Hoa 30€. Nguyễn Văn Phúc 20€. Phạm Mạnh Hoàn 50€. Phạm Ngọc Anh & Lê Bạch Yến 20€. Phạm Quang Hai 50€. Phạm Thị Hà 20€. Phạm Thị Hòa 20€. Phạm Thị Thu Hà 50€. Phạm Thị Yến & Phạm Văn Lương 20€. Phạm Văn Thinh 20€. Phạm Văn Việt 20€. Phan Quốc Hưng 10€. Phan Thị Hồng 10€. Phan Thị Liên 10€. Phan Thị Phương 50€. Phùng Thị Hạnh 50€. Quan Thị Nhuận 20€. Son Thúy Nga 50€. Tạ Khai Ty 10€. Thắm 30€. Thân Quỳnh Nga 10€. Thị Thu Hà Gille 20€. Thiện Hậu & Thiện Chi 50€. Thiện Mỹ Lưu Hạnh Dung & Trương Mỹ Châu 100€. TKN Thích Nữ Xả Không 100€. Trần Kim Ngà 40€. Trần Mỹ Khanh 40€. Trần Ngọc Kim Chi 20€. Trần Ngọc Thủy 20€. Trần Thị Hạnh 30€. Trần Thị Lý 10€. Trần Thị Minh 10€. Trần Thị Thu Lang 50€. Trần Thị Thúy Hạnh 10€. Trần Thị Trúc Mai 20€. Trần Thị Tuyết 10€. Trần Vi Thảo 20€. Trần Việt Trinh 10€. Trương Thị Bình 30€. Trương Thị Thảo 20€. Trương Thị Thu Hiền 30€. Victoria (GĐPT Minh Hải) 20€. Võ Quang Châu 100€ HH công đức đến cha mẹ. Võ Thị Kim Quyên 40€. Võ Thị Thu Nhàn 10€. Võ Trần Cương 10€. Vũ Anh Tuấn 40€. Vũ Minh Thoa 10€. Vũ Phương Nội 10€. Vũ Thanh Huyền 20€. Vũ Thị Chuốt 20€. Vũ Thị Hoàn 50€. Vương Đăng Đức 50€. Vương Tuyết Vân 20€. Yang Xi Tan 20€. Tâm Hiệp (Ahlten) 10€. Nguyễn Ngọc Cường (Bad Wizchenahn) 20€. Phạm Đức Thanh (Bad Iburg) 50€. Phạm Muội Pd Ngọc Vân 50€. Hoàng Minh Sơn (Bad Oeynhausen) 20€. Nguyễn Thị Tình (Bad Pyrmont) 20€ HHHL Nguyễn Văn Hương & Phan Thị Dẻ. Nguyễn Văn Tương (Bergheim) 20€. Phúc (Berlin) 40€. Becker Phương Lan (Bielefeld) 20€. Đồng Hạnh Đinh Thị Thùy Dung & Minh Đạt Phạm Văn Đại 20€. Lương Thị Kim Khánh 40€. Nguyễn Thị Kim Tuyến 22,30€. Nguyễn Thị Ngọc Tuyền 10€. Trần Thị Hoa (Bochum) 20€. Nguyễn Thị Huyền Trang (Bohmte) 10€. Lê Văn Dũng (Bonn) 20€. Huỳnh Thị Phon (Braunschweig) 20€. Thang Vi 20€. Vũ Minh Nguyệt 100€. Vũ Thị Hiên 20€. Ẩn danh (Bremen) 30€. Đặng Thị Kim Anh 20€. Hoàng Hải Yến & Fanbian Timmermann 10€. Mach Leon 20€. Nguyễn Hồng Yến 100€. Phan Thị Xuân Hương 20€. Trần Hồng Thư 30€. Trần Thị Minh 30€. Đồng Hạnh (Bremerhaven) 20€. Huỳnh Huệ Huyền 10€. Đặng Thị Chi (Burgwedel) 20€. Felix Lohse 10€. Thái Hòa (Buxtehude) 20€. Fam. Sáng Lâm (Celle) 20€. Vũ Thị Bích Liên 20€. Vũ Thị Quý 20€. Nguyễn Văn Cường (Cloppenburg) 20€. Trương Thị Thu Hồng 20€. Đinh Thị Thu Riên (Delmenhorst) 20€. Vương Bao Yen 20€. Lê Minh Hào (Duisburg) 50€. Lê Minh Hiếu 50€. Lâm Thanh Tùng (Düsseldorf) 50€. Nghiêm Mẫn Nghi & Nghiêm Mỹ Nghi 20€. Lisa Nguyen (Einbeck) 20€. Hoàng Văn Nguyệt (Emden) 50€. Ngô Thi Hải 100€. Hoàng Hồ Huyền Trang & Phan Quang Huy (Emden & Forst) 50€. Đỗ Đức Chính (Erfurt) 30€. Dung & Patrich (Essen) 20€. Lê Thị Hoa (Filderstadt) 30€. Nguyễn Thị Loan (Flensburg) 100€. Diệu Xuân (France) 20€. Mme Trần Thị Toàn 100€. Hoàng Le Văn (Frankfurt) 20€. Ngô Thị Thắng 100€. Đỗ Tuyết Mai (Freiberg) 20€. Phạm Văn Hoanh (Freiburg) 30€. Fam. Nguyễn Minh Tuấn (Garbsen) 20€. Lê Hoàng Yến (Gardelegen) 20€. Phạm Thị Thúy Vân 20€. Lê Kim Dung (Geislingen) 20€. Nguyễn Thị Lê (Giesen) 20€. Ẩn danh (Göttingen) 20€. Đỗ Thị Ngọc Lệ 20€. Đỗ Thúy Quỳnh & Đỗ Kenny Thái 50€. Dương Trung Hiếu 50€. Nguyễn Thị Lan 20€. Phan Thị Hồng Lan 50€. Trần Minh Hơn 20€. Trần Thị Huyền 20€. Cao Bích Thủy (Hamburg) 20€. Phạm Thị Sáu 20€. Trần Thị Thúy 50€. Trần Thúy Diễm 20€. Nguyễn Thủy Tiên (Hameln) 50€. Phạm Việt Tuấn 20€. Vũ Thị Hồng 50€. Gđ. Quỳnh Nhung (Hanniver) 20€. Đoàn Quang Anh (Hannover) 20€. Đồng Quang Phạm Hoàng Minh & Đồng Huệ Lê Thị Hải Yến 50€. Gđ. Bùi Hoài Nam & Nguyễn Thị Phương 30€. Gđ. Trần

Thị Lan Anh 50€. Hoàng Minh Khôi 20€. Karla Anlauf 5€. Trần Hoàng Việt 20€. Trương Bích Hậu 20€. Vũ Thị Hường 20€. Cao Hữu Đức (Haren) 20€. Gđ. Quách Tuấn (Helmstedt) 50€. Huỳnh Tú Dung 50€. Đỗ Thị Thu Hoài & Vũ Văn Thắng (Herford) 50€. Nguyễn Phước Hạ Uyên (Hildesheim) 20€. Nguyễn Thị Hải Yến 50€. Nguyễn Thị Kim Nhung 20€. Thiện Hà & Nguyên Thảo 50€. Thiện Trí Phạm Văn Dũng & Thiện Hương Đỗ Thị Cúc 50€. Nguyễn Hùng Anh (Ibbenbüren) 50€. Long Thị Cúc (Kerpen) 50€. Điền Kim Thoa (Köln) 20€. Hoàng Thị Lan 10€. Huỳnh Lai Dân 50€. Trần Thanh Huyền 30€. Quách Thị Mùi (Krefeld) 50€. Nguyễn Thị Kim Chi (Laatzen) 50€. Phan Thị Kim Lan 100€. Vũ Thị Đức 50€. Tiêu Thanh Long (Lachendorf) 20€. Nguyễn Thị Loan (Lehrte) 20€. Nguyễn Thị Tâm 20€. Hùng & Linh Quách (Lübeck) 50€. Gđ. Pt Hugot Franck Dai (Lüdenscheid) 50€. Tôn Trinh (Lüneburg) 100€. Nguyễn Thị Bích Lan & Erhart (Lünen) 50€. Kim Duyên (Mainz) 20€. Thị Huệ Dörre (Mannhheim) 20€. Nguyễn Lan Anh (Marburg) 50€. Kiều Nhi Lương (Meppen) 10€. Stephan Phan 10€. Đào Thị Lan Dung (Minden) 50€. Fam. Quách Huệ Linh 20€. Lê Nguyễn Thanh Tâm & Lê Thị Thu Trang 20€. Nguyễn Thị Bảo Khuyên 50€. Phan Quang Minh & Lê Thị Minh Nguyệt 50€. Đinh Văn Giang (Mühlhausen) 20€. Nguyễn Thị Kim Dung 50€. Quay Hoang (München) 20€. Gđ. Pt Công Ngọc (Trần & Trương) (Münster) 25€. Nguyên Biên Trần Hữu Lượng (Neu Anspach) 200€. Hoàng Lê (Nienburg) 20€. Ngô Hoàng Dung 50€. Nguyễn Mạnh Thường (Nordersatdt) 40€. La Quốc Dũng (Nordhorn) 20€. Nguyễn Thị Ngọc Phúc (Nürnberg) 20€. Sầm Tuyết Mai 50€. Trần Văn Hiện (Ibbenbüren) 30€. Lê Thị Thảo Sương (Oldenburg) 10€. Trần Đức Dũng (Osnabrück) 50€. Nguyễn Văn Trạm (Osnabrück) 30€. Gđ. Thiện Trí (Paderborn) 30€. Lương Miêu, Lương Hà Nữ, Lương Bá Nhơn 20€. Thanh Vũ & Thuy Nguyen Lâm (Pfirzheim) 20€. Gđ. Trần Thị Ba (Pforzheim) 10€. Thúy Phượng Li 20€. Trần Thúy Lan 20€. Ban Mai & Công Thắng (Rastede) 20€. Nguyễn Thị Liên (Recklinghausen) 50€. Ngô Thị Thanh Hương (Reutlingen) 200€. Diệu Thanh Đỗ Thị Nga Thu (Runkel Dehrn) 20€. Bích Ngọc Rütliger (Sandberg Langenleiten) 15€. Vũ Quang Tú (Seelze) 50€. Huỳnh Gia Đạt (Seesen) 20€. Huỳnh Khánh Thi 20€. Nguyễn Thị Thanh Vân (Springe) 20€. Nguyễn Thị Thái Lan (Staßfurt) 20€. Đồng Tụy Nguyễn Văn Cúc (Steinbach) 20€. Võ Thị Phương (Stuhr) 20€. Phan Kim Oanh (Sugenheim) 15€. Angelika (Vechta) 10€. Nguyễn David 10€. Kleike Nguyen Serana (Vetze) 20€. Trương Văn Ký (Villingen) 50€. Lê Văn Nhì (Wallerstein) 20€. Nga (Walsrode) 20€. Nguyễn Huyền Trang 20€. Phạm Phương Anh & Nguyễn Thị Liễu (Wernigerode) 50€. Nguyễn Thị Thu Giang (Westerstede) 50€. Nguyễn Thanh Tiến (Westestete) 50€. Nguyễn Minh Huy (Wilhelmshaven) 15€. Đỗ Thị Nhàn (Wolfenbüttel) 20€. Kaspar Nguyễn (Wolfgang) 20€. Trần Thị Thanh Thúy (Wolmirstedt) 50€. Quý Đạo Hữu & Phật Tử ẩn danh 300€.

*** TRAI TĂNG**

Dang Duan 50€. Diệu An Nguyễn Thị Yến Nhi 100€. Diệu Nguyệt 20€. Diệu Sơn Thủy 20€. Đoan Trang 10€. Đồng Bảo Võ Sỹ Ngọc 10€. Đồng Nguyệt Vũ Thị Chuốt 20€. Đồng Phước Ngũ Thị Thập 20€. Đồng Sơn Thủy Thân & Khánh Đức Xuân Hương 50€. Đồng Thiện Tiên Trần Thanh Hằng 500€. Đồng Trung Võ Văn Trung 30€. Dương Diệu 100€ HHHL Nguyễn Hòa. Dương Thị Nguyệt Ánh 20€. Gđ. Nguyễn Quốc Cường 50€. Giác Thọ Vũ Thủy Tiên 10€. HHHL Lương Đình Số 50€. Kiều Thị Thúy Nhâm 20€. Lương Lệ Bình 10€. Lương Thị Xuân Hương 30€. Nguyễn Huyền Trang 20€. Nhất An Duyên 20€. Phương 20€. Pt. Cát Tường & Đồng Ngọc 20€. Tâm Hương Trịnh Bích Lan 10€. Thiện Đức & Đồng Hạnh 40€. Thiện Hằng Võ Thị Mỹ 30€. Thiện Mỹ 20€. Thiện Nhơn Đặng Văn Chi 10€. Thiện Phú Lê Bích Lan 30€. Thục Giác & Diệu Vân 50€. Trần Mạnh Thắng 150€. Vũ Thị Sáu 20€. Danh Thị Thảo (Aurich) 50€. Gđ. Chúc Phục 400€. Đồng Diệp Trần Thị Chi (Berlin) 100€. Khai Hiền Phạm Thu Anh 5€. Khai Mỹ Phạm Thảo Linh 5€. Tâm Tịnh Nguyễn Hương Giang 100€. Thiện Giới Hoa Lan 50€. Diệu Hòa Mai Thị Dậu (Bielefeld) 10€. Đồng Hạnh Đinh Thị Thùy Dung & Minh Đạt Phạm Văn Đại 20€. Lương Thị Kim Khánh 20€. Thiện Sắc 10€. Diệu Thiện Minh Thu (Birkenhardt) 10€. Đồng Giác Lê Văn Hai (Braunschweig) 20€. Đồng Chi Nguyễn Thị Mai (Bremen) 20€. Đồng Liên Nguyễn Thị Huệ 10€. Đồng Thủy Trần Đình Chi 40€. Nguyện An 10€. Chúc Nguyên & Đồng Quan (Burgdorf) 20€. Trần Kim Ngà 20€. Gđ. Vũ Bích Liên, Quốc Ninh & Bùi Vân (Celle) 50€. Đỗ Trí Khang (Duisburg) 50€. Gđ. Đồng Kim Nguyễn Tuyết Trinh (Düsseldorf) 50€. Nguyễn Thị Thân 20€. Thiện Đạo Nguyễn Thị Trường 20€. Tính Nghiêu Hồng Gia Nghi 25€. Hà Văn Mạnh (Fassberg) 30€. Gđ. Diệu Ngân & Khai Phú (Finland & Việt Nam) 150€. Diệu Xuân (France) 20€. Diệu Minh (Gießen) 50€. Đồng Hiếu (Göppingen) 50€. Đồng Thuận 50€. Đồng Vũ 50€. Nguyễn-Đỗ Tố Nga (Gronau) 20€. Hoa Kim Künhn (Haldensleben) 50€. Diệu Thiện (Hamburg) 50€. Huệ Thành Lương Thị Kim Khánh 20€. Diệu Cần Nguyễn Thị Tiến (Hannover) 50€. Diệu Hạnh & Đạo Tâm 50€. Diệu Ngọc Thu &Tứ 10€. Đồng An Trịnh Thị Khỏe 30€. Đồng Bạch Nguyễn Thị Liên 20€. Đồng Bảo 20€. Đồng Bình Bùi Thị Thái 20€. Đồng Độ Nguyễn Thị Minh Sáu 50€. Đồng Hạnh 20€. Đồng Khoa Lưu Lệ Linh 30€. Đồng Kim Ngụy Minh Thúy 50€. Đồng Nguyệt Đặng Thị Minh 20€. Đồng Nhẫn Dương Xuân Trường & Đồng Khánh Lê Thị Thanh Lịch 20€. Đồng Quan & Đồng Chiếu 20€. Đồng Tịnh Phạm Kiều Quy 50€. Đồng Tịnh Trịnh Thanh Vân 50€. Đồng Vân Nguyễn Thúy Nga 50€. Đồng Vinh & Đồng Lạc 50€. Hôi Thanh An 20€. Lan Anh 5€. Lê Thị Thanh Hiền, Lê Phương Anh Liny & Lê Thanh Thảo 50€. Lê Thị Xuyến 50€. Ngọc Cẩn Trần Thị Lan 100€. Nguyễn Bích Liên 20€. Nguyễn Công Minh 20€. Nguyễn Phương Nội 10€. Nguyễn Thị Thư & Cao Phan Dũng 50€. Nhuận Thanh Trần Thị Thảo 50€. Phan Thanh Thủy 100€. Phúc Minh Lý Trường An 20€. Thiện Dũng 100€. Thiện Lượng Nguyễn Quang Lưu 50€. Thiện Thủy Dương Minh Ánh 300€. Trần Bích Thuận 20€. Vũ Thị Thu Huyền 20€. Bùi Thị Thoa (Hildesheim) 5€. Diệu Loan Nguyễn Thị Thanh Xoan 20€. Đồng Liên 20€. Phạm Thị Thủy 20€. Phan Thị Thúy 20€. Thiện Đạt & Thiện Huê 50€. Đồng Liên (HNV) 20€. Đồng Thư Trần Kim Dung 5€. Hà Hưng 20€. Đông Diệu Trúc Bùi Thu Hồng (Hòa Lan) 20€. Lưu Thị Hồng Thủy 20€. Quảng Phương Nguyễn Thị Thu Hà 20€. Thanh Huyền Trí Lưu Thị Phương Thanh 20€. Diệu Ngọc & Quảng Tâm (Karlsbad) 50€. Diệu Vân & Thiện Mỹ (Karlsruhe) 20€. Đồng Huệ Hoàng Thị Phúc (Koblenz) 100€. Đồng Xuyến Điền Kim Thoa (Köln) 10€. Diệu Phúc Lư Thị Mỹ Hạnh (Laatzen) 50€. Ngọc Diệp Nguyễn Thị Kim Chi 20€. Phan Thị Kim Lan 50€. Thiện Đạo Uông Minh Trung 20€. Nguyễn Thị Mâu (Lehrte) 20€. Cheng Sui Cú (Lingen) 20€. Lê Quỳnh Trang (Ludwigshafen) 10€. Bánh Cam (Mannheim) 20€. Đồng Nghiêm 20€. Đồng Thanh 50€. Đồng Xuyến 5€. Nga 50€. Nguyễn Thị Bảo Khuyên (Minden) 50€. Liam Phạm (Mönchengladbach) 10€. Gđ. Pt Công Ngọc (Trần & Trương) (Münster) 25€. Viên Hằng Trần Tina 20€. Đồng Tánh Lee Lục Nhân Khanh (Nienburg) 20€. Khai Ngộ (Nürnberg) 100€. Tâm Hiếu Thuận Nguyễn Bạch Ngọ 100€. Thái Quang Bình 50€. Thiện Sơn Lê Thị Thu Vân 30€. Thiện Hỷ (Obernkirchen) 50€. HL. Nguyên Thuận Thanh Hằng (Oberreichenbach) 20€. Nguyễn Thị Thu Trang (Osnabrück) 30€. Từ Ngọc Bích 10€. Diệu Hương (Pforzheim) 10€. Duyên Ngọc Hàng Ngọc Hoa (Rheine) 20€. Diệu Thanh Đỗ Thị Nga Thu (Runkel Dehrn) 30€. Lê Thị Huỳnh Hoa (Saarburg) 50€. Gđ. Thiện Hữu Đỗ Thái Bằng (Seelze) 50€. Trần Thúy Hằng (Stuhr) 50€. Hiếu Ngọc Đỗ Bích Giao (Stuttgart) 50€. Thị Thiện Phạm Công Hoàng (Tostedt) 20€. Đào Thị Huyền (Ukraine) 20€. HL. Quách Kim Tài (Việt Nam) 30€. Nguyễn Minh Tân 30€. Hartmut Föhling (Walkraiburg) 10€. Viên Diệu (Weil am Rhein) 100€. Ngọc Tâm Tạ Thị Hường & Ngọc Cẩm Huỳnh Lệ Vân (Westerstede) 20€. Diệu Tâm Hoàng Thị Năm (Wilhelmshaven) 30€. Ngọc Lương Hoàng Thị Tài 50€. Nguyên Trí & Nguyên Tuệ 50€. Tính Trúc Dương Thị Bình (Wuppertal) 25€. Huệ Thân Phạm Thị Lượm (Zwischenbaden) 50€. Quý Đạo Hữu & Phật Tử ẩn danh 100€.

*** Học Viện Phật Giáo Viên Giác**

Ẩn danh 20€. B.T Ngo-Ha 100€. Bác sĩ Thuy 3.000€. Diệp Chi Lan 120€. Diệu Yến Nguyễn Thị Tố Oanh 100€. Đinh Thị Huệ 100€. Đinh Thị Thi 50€. Đồng Tâm 300€. Evelin Depke 300€. Gđ. Hà & Tạ 50€. Gđ. Mỹ Hòa 100€. Hồ Thị Nguyệt 100€. Lê Thanh Tâm 532€. Nguyễn Phùng Thị Nga, An & Nga 50€. Nguyễn Thị Huệ 30€. Nguyễn Thị Thu Hương 100€. Nguyễn Việt Anh & Nguyễn Thị Mai Hoa 600€. Nha Xanh GmbH 600€. Sinh viên Bochum (4 người) 50€. Thùy Dương - Đồng Hạnh 50€. Trần Thái Hùng 1.000€. Trang Dương - Đồng Nghiêm 50€. Võ Thị Mỹ 1.000€. Gđ. Viên Liễu (Ahrenburg) 1.500€. Đồng Hạnh Đinh Thị Thùy Dung & Minh Đạt Phạm Văn Đại (Bielefeld) 20€. Dương Cẩm Mậu (Delmenhorst) 100€. Đỗ Thị Liên (Essen) 50€. Tina Trương (Friesoythe) 5€. Trương Thu Thảo 10€. Trương Thu Thủy 10€. Thiện Dũng (Hannover) 200€. Vanessa Võ 20€. Gđ. Thị Chơn, Thiện Liên, Tâm Thảo & Thiện Tuệ (Laatzen) 1.500€. Phan Thị Kim Lan 500€. Nguyễn Thị Bảo Khuyên (Minden) 50€. Nguyễn Sĩ Long (Österreich) 100€. Diệu Thanh Đỗ Thị Nga Thu (Runkel Dehrn) 50€. Đồng Vân (Stuhr) 20€. Nguyễn Franz Thị Minh Hiền (Vechta) 20€. Bành Tâm Sơn (Wiesbaden) 20€. Fam. Võ Ngô (Wolfsburg) 30€. Nguyễn Thị Liên Anh 19,34€.

*** TỪ THIỆN & XÃ HỘI :**

-Cô nhi, Cùi, Mù & Dưỡng lão: Dr. Nguyễn Hoàng Cường & Dr. Nguyễn Thị Minh Ngọc 50€. Lê Thị Hoe 40€. Trần Văn Danh & Trần Thị Phúc 50€. Đỗ Trí Khang (Duisburg) 20€. Nguyễn Thị Bích Lan & Erhart (Lünen) 30€. Bùi Thúy Hằng (Salzgitter) 20€. Nguyễn Thị Thái Lan (Staßfurt) 30€. Pt. Ẩn danh (Heo công đức số 283) (Wilhemshaven) 200€.

-Giúp người nghèo: Trần Văn Danh & Trần Thị Phúc 50€.

-Nồi cháo tình thương: Trương Văn Ký (Villingen) 50€.

-Mổ mắt tìm lại ánh sáng: Trương Văn Ký (Villingen) 50€.

-Phóng sanh: Trương Văn Ký (Villingen) 50€.

-Cứu trợ nạn nhân Bão Lụt Việt Nam: Ẩn danh 1.000€. Ẩn danh

250€. Ẩn danh 5€. Avi Nail Spa Inc 835,56€. Bùi Minh Khôi 20€. Christian Leupold 275€. Công Ngọc Trương Mỹ Anh 70€. Diệu Hạnh 30€. Diệu Nghĩa (Chị Đào) 30€. Diệu Ngọc 20€. Diệu Ngọc & Quảng Tâm 100€. Đinh Đao Phan 25€. Đội Lân GĐPT Tâm Minh 20€. Đồng Giang 50€. Đồng Liên Nguyễn Thanh Thúy 50€. Đồng Tâm Nguyễn Thanh Hải 50€. Đồng Vân Hoàng Thị Phương Phi 20€. Dung 40€. Dương Hoa 20€. Dương Thị Việt 20€. Fam. Lương Tô Tử & Trần Thị Minh Tâm 100€. Gđ. Cao Phan Dũng & Nguyễn Thị Thư 100€. Gđ. Phúc Minh Lý Trường An 20€. Gđ.Pt Ánh Hồng, Thiện Danh, Dennys & Vy Vy 100€. Gđ.Pt Đặng Nguyễn Tú Anh 300€. Gđ.Pt Diệu An Nguyễn Thị Yến Nhi & Từ Tâm Hạnh Võ Thị Hồng Trung 100€. Gđ.Pt Diệu Cần Nguyễn Thị Tiến 50€. Gđ.Pt Diệu Hòa Vũ Thị Hợp, Đồng Vượng Tô Văn Thìn & Đồng Hạnh 50€. Gđ.Pt Diệu Phúc Lữ Thị Mỹ Hạnh & Đồng Na Nguyễn Mỹ Tiên 100€. Gđ.Pt Đồng Giới Nguyễn Lan Hương & Đồng Thành Nguyễn Mạnh Tùng 50€. Gđ.Pt Đồng Nhan La Thị Ngọc Dung & Đồng Lạc Nguyễn Ngọc Châu 30€. Gđ.Pt Đồng Nhiên & Đồng Nhã 50€. Gđ.Pt Đồng Phước Phạm Thị Lanh, Đồng Hiếu Nguyễn Thị Thu Thảo, Đồng Nhã Nguyễn Thị Huyền Trang, Đồng Trí Phạm Văn Toàn & Đồng Huệ Phạm Ánh Nhi 200€. Gđ.Pt Huệ Lương Nguyễn Thị Thu Hiền 50€. Gđ.Pt Huỳnh Ngọc Phương, Peter, Chánh Đạt, Kỳ Duyên, Hữu Dinh, Gđ.Pt Khúc Anh Duy, Claudia, Mia, Khải Duy & An Duy 200€. Gđ.Pt Minh Đức Huỳnh Văn Thương, Diệu Trí Huỳnh Ngọc Hà, Diệu Phương Huỳnh Ngọc Châu, Thiện An Diệp Hoài Xương, Diệu Quang Lục Huệ Linh, Đồng Nhi, Đồng Ngân & Đồng Tú 200€. Gđ.Pt Ngọc Phước Quách Thị Chuông & Tâm Mỹ Trần Thị Mỹ Châu 50€. Gđ.Pt Thiện Như Nguyễn Thị Thanh Kiều, Thiện Trần, Thiện Bảo Trần Nhật Quang & Thiện Xuân 50€. Gđ.Pt Vạn Phụng Đinh Thị Loan & Vạn Thành 50€. Gđ.Pt Viên Đào Nguyễn Thái Bạch Đào 50€. Gđ.Pt Viên Mai Nguyễn Thái Bạch Mai 50€. Gđ.Pt Viên Trung Nguyễn Trung Thảo, Ralf Dinter, Viên Hồng Nguyễn Thái Bạch Hồng & Benjamin Đồng An 50€. Gđ.Pt. Thiện Đức Huỳnh Lê Diệu Phước, Thiện Hậu Huỳnh Lê Diệu Hiền, Thiện Huy, Thiện Xuân, Thiện Mỹ 100€. Giao 20€. Hội PTVN Tỵ Nạn tại Cộng Hòa Liên Bang Đức 200€. Hường 20€. Julia 20€. Kim Em 50€. Lâm Thị Lệ Vân 50€. Lệ 20€. Liên Tỷ 100€. Mathias Bettrich 75,35€. Miên 20€. Minh Cao 100€. Minh Quang, Phúc Vy & Thế Hào 50€. Ngọc Thông Võ Hồng Tiến 30€. Nguyễn Đình Hưng 100€. Nguyên Hồng Lê Thị Hoa 20€. Nguyên Ngọc Phạm Bích Thủy 200€. Nguyễn Thị Hoàng Giang 20€. Nguyễn Thị Kim Ngân 20€. Nguyễn Thị Lý 20€. Nguyễn Thị Thu Hương & Phạm Văn Sơn 50€. Nguyễn Văn Hùng 20€ HHHL Huỳnh Thị Chan. Nguyễn Văn Quang & Nguyễn Thị Mến 100€. Nguyễn Văn Tân 300€. Nguyệt 20€. Phạm Thị Ngọc Hoa 10€. Phạm Thùy Chi 20€. Phạm Thùy Dương 20€. Pt Diệu Nghĩa Võ Thị Tuốt 10€. Pt Đồng Hải Nguyễn Thị Tiện 50€. Pt Viên Hảo Hồ Thị Thu Hà (Münster) 20€. Sư Cô Diệu Ấn - Kim Liên 100€. Tạ Thị Ngọc Hoa 500€. Thái 30€. Thanh Phương Heise 1.200€. Thảo 20€. Thầy Hạnh Luận (Chùa Viên Giác) 86,20€. Thầy Thích Hạnh Thức 100€. Thích Hạnh Lý & Gđ.Pt Diệu Hoa Nguyễn Thị Hằng 150€. Thích Nữ Giác Mãn 50€. Thích Nữ Hạnh Bình 86,20€. Thích Nữ Xả Không 50€. Thiện Học Trung Bích Mai 60€. Thùng quyên góp (Spendenbox) 220€. Thủy 50€. Trần Thị Quang 300€. Trần Văn Danh & Trần Thị Phúc 100€. Từ Diệu Nghĩa Nguyễn Thị Lý 50€. Tường Nhi 100€. Uông Minh Trung & Nguyễn Thị Kim Chi 50€. Viên Trang 50€. Việt Anh 20€. Xuân Hương 20€. Xuân Tiên Rohr 30€. Xuyên 20€. Chi Hội Phật Tử & Cộng đồng người Việt tại Aurich 2.500€. Theo Schneider (Bergen) 30€. Gđ. Bảo Nghiêm (Berlin) 50€. Hảo Pd Đồng Hợp 25€. Gđ. Lê Châu Lâm (Braunschweig) 100€. Gđ. Quốc Hùng & Cẩm Anh 50€. Maik Stöter 10€. Thanh 20€. Chị Huệ (Bremen) 45€. Đồng Chi Nguyễn Thị Mai 30€. Đồng Liên Nguyễn Thị Huệ 20€. Đồng Thiện Lương Bá Truyền 50€. Gđ. Chị Lan Egons 50€. Thiện Bạch Nguyễn Mai Xuân 50€. Đào Huyền (Celle) 20€. Linh Vân 30€. Đồng Thiện Tiên Trần Thanh Hằng (Frankfurt) 1.000€. Nhóm của Chị Lê Thị Ngọc Thủy 200€. Đồng Hòa Đỗ Thái An (GĐPT Tâm Minh) 50€. Đồng Ngân Hà Ngọc Nguyên Minh 10€. Đồng Nhi (Na) 10€. Nguyễn David Đồng Lực & Thiện Kim Đồng Ngọc 20€. Nguyên Hoằng & Thiện Liên 50€. Nguyên Thanh Lê Thị Thục Nghi 100€. Tâm Hữu Lê Quang Phú Quang 40€. Thiện Bạch Phạm Thị Bích Ngọc 50€. Thiện Bảo (Nho) 10€. Thiện Hà & Nguyên Thảo 50€. Thiện Nhật Phạm Thị Thùy Nga 50€. Thiện Tuệ Ngô Kevin Minh 20€. Pt. Ngụy Chơn Tâm (Göttingen) 50€. Diệu Khai Hà Thị Ngọc Hoa (Hamburg) 10€. Lê Gia Vinh 25€. Thầy Quán An 50€. Bạch Yến Pd Đồng Nhi (Hannover) 50€. Chị Lý 10€. Đặng Lâm Quang & Trần Thị Lan, Đặng Hải Lâm và Đặng Trần Nhật Minh 200€. Đặng Thị Kim Thu 30€. Đặng Thị Minh 20€. Diệu Hương Lưu Phương Lan 30€. Diệu Thanh Vũ Thị Thu Huyền 20€. Đoàn Thanh Sơn 25€. Đồng An Trương Thị Khỏe 25€. Đồng Bảo Lê Thanh Tùng 20€. Đồng Độ Nguyễn Thị Minh Sáu 50€. Đồng Huệ Lê Thị Hải Yến 50€. Đồng Hướng Lê Lan Phương 50€. Đồng Khoa Lưu Lê Linh 30€. Đồng Kim Ngụy Minh Thúy 20€. Đồng Tâm 10€. Đồng Thuận Lý Lê Hiếu 50€. Đồng Tuệ Kevin Đoàn 50€. Đồng Vân Nguyễn Thùy Nga 50€. Đồng Yến Nhi & Đồng Hải Yến 30€. Duẫn & Luân 40€. Dung Pd Đồng Hạnh 20€. Dũng Pd Đồng Nhân 10€. Gđ. Diệu Ngọc Cô Thu & Tứ và Sơn Uyên 60€. Gđ. Haag 100€. Gđ. Hằng & Tâm 50€. Gđ. Thị Chơn, Thiện Liên, Tâm Thảo & Thiện Tuệ 100€. Gđ. Thiện Hữu Đỗ Thái Bằng 100€. Gđ. Thiện Tân Kỳ Trực & Hiền 20€. HL Đồng Hoa & Đồng Bảo - Trần Minh 50€. Huỳnh Thị Hà Hưng 20€. Nguyễn Tuyết Nga 10€. Quảng Ngộ & Diệu Hiền 50€. Sophie Schell 50€. Thanh Phương & Vũ 50€. Thiện Hải Nguyễn Thị Hà 100€. Thiện Phú Lê Bích Lan 50€. Thiện Vũ Phạm Thị Kim Oanh 50€. Tiền phát hành bánh 360€. Trần Ngọc Thúy Pavel 30€. Trần, Linda & Benny 30€. Đặng Thị Hiền (Hildesheim) 50€. Đồng Anh Phạm Carolin Ngọc Trâm 10€. Đồng Huệ Phạm Thị Thủy 40€. Đồng Liên Nguyễn Thị Kim Hoa 50€. Phạm Văn Dũng & Thiện Hương Đỗ Thị Cúc 50€. Thiện Đạt Trần Mạnh Thắng 200€. Thúy Pd Đồng Ngọc 30€. Tuệ Đăng Nguyễn Thị Hải Yến 100€. Đồng Lạc Nguyễn Hùng Anh (Ibbenbüren) 20€. Giác Sinh Huỳnh Phạm Ai Nhân 20€. Diệu Thuận Nguyễn Thu Hằng (Kanada) 25€. Đồng Na Mỹ Tiên (Laatzen) 30€. Thiện Hà Đặng Thị Hằng Teickner (Langenhagen) 80€. Đồng Nghiêm Vũ Hồng Trang (Mannheim) 50€. Đồng Thanh Lê Tô Hoài 100€. Nguyễn Quỳnh Nga 50€. Gđ. Nguyễn Phúc Phong (München) 100€. Nguyễn Thu Hà (Münster) 10€. Đồng Tánh Lee Lục Nhân Khanh (Nienburg) 20€. Diệu Tài Trần Ngọc Anh (Rothenburg) 30€. Thiện Tánh Vũ Quang Tú (Seelze) 200€. Huyền Đặng (Soltau) 30€. Pt. Phi Tạ (Stadthagen) 50€. Thiện Nhân Đặng Thị Hồng (Vechelde) 20€. Diệu Điều Nguyễn Thị Tiêu (Việt Nam) 50€. Phúc Thịnh Nguyễn Văn Thạc 50€. Gđ. Diệu Khánh Phạm Quốc Tuấn 100€. Hà Trần Mỹ Hạnh 100€. Thích Nữ Hạnh Bình, Gđ.Pt Thiện Hậu, Thiện Đức, Thiện Huy, Thiện Xuân & Thiện Mỹ 200€. Gđ.Pt Đồng Phước Phạm Thị Lanh, Đồng Hiếu, Đồng Nhã, Đồng Trí & Đồng Huệ 500€ HHHL Ngô Văn Thịnh sinh 12.4.1993 mất 25.19.2025 nhằm mồng 5 tháng 9 Ất Tỵ. Thích Hạnh Lý & Gđ.Pt Diệu Hoa Nguyễn Thị Hằng 100€. Gđ.Pt Ngọc Cẩn Trần Thị Lan, Thiện Lộc, Ngọc Hiền, Thiện Phước & Đặng Hường 100€. Gđ.Pt Thiện Hỷ Lê Thị Ngọc Hân & Tiên Dân Quyền 100€. Gđ.Pt Thái Thị Khánh Hồng 50€. Gđ.Pt Thiện Hảo Đào Thị Thanh Dung 50€. Gđ.Pt Diệu Yên Nguyễn Thị Bình 50€. Gđ.Pt Tâm Mỹ Trần Thị Mỹ Châu 50€. Gđ.Pt Viên Trung Nguyễn Trung Thảo 50€. Gđ.Pt Từ Hậu Trương Thị Diệu Linh 50€. Nguyễn Ngọc Châu 20€. Gđ.Pt Phúc Minh Lý Trường An 20€. Gđ.Pt Đồng Viên Hoàng Thị Phương 30€. Gđ. Đồng Tâm & Thị Dũng 435€. Gđ. Nhuận Trung 50€. Phan Văn Hòa 30€. Avi Nail Spa Inc (Nguyên Hùng & Nguyên Ứng) 1.691,05€. Hồ Phạm Nhu 50€. * (Schweden): Sư Cô Giác Mãn 100€. Tăng Chi Cương 100€. Liên Nói 100€. Đức Trí 50€. Vương Bạch Hóa 50€. Quách Tiên 200€. Elaine Quách 200€. Daniel Quách 100€. Christina Quách 100€. Diệu Hữu Trịnh Mỹ The 100€. Đồng Đạo & Diệu Thịnh (Wilhelmshafen) 50€.

*** Học bổng Tăng Ni Việt Nam:**
Trần Văn Danh & Trần Thị Phúc 60€. TN Hạnh Xuân (Chùa Bảo Thắng Hội An) (Việt Nam) 100€. Bành Tâm Sơn (Wiesbaden) 20€.

*** Ký tự & Hương linh**
Dương Diệu 50€ HHHL Nguyễn Hòa. Mathias Bettrich 395,65€. Nguyễn Văn Hùng 10€ HHHL Huỳnh Thị Chan. Phương Quỳnh 100€ HHHL Nguyễn Hòa. Huỳnh Thị Lý (Bad Iburg) 30€ HHHL Helmut Michael Huỳnh. Cao Hữu Danh (Haren) 50€ HHHL Cao Tay Truyền sinh 1928 mất 1983 & Nguyễn Thị Ba sinh 1930 mất 1970. Lôi Thị Thu Cúc 50€ HHHL Lôi Thị Sáu. Nguyễn Thị Bích Lan & Erhart (Lünen) 20€. Bùi Thúy Hằng (Salzgitter) 10€.

*** Quảng cáo:** Mile com. Thanh Nhan GmbH 800€.

ĐỊNH KỲ (tháng 9 & 10/2025)
An Duyên Nguyễn Thị Nhứt 20€. Chöling 700€. Christian Leupold 60€. Đặng Quốc Minh 20€. Đào Thị Hiền 40€. Diệu Khai, Diệu Ngọc & Quảng Tâm 100€. Đỗ Thái Bằng 60€. Đỗ Thị Hồng Hạnh 10€. Đoàn Thanh Vũ Phước 20€ HHHL Bà Võ Thị Hai Pd Đồng Phước. Đồng Giới Nguyễn Thị Thu 20€. Dương Anh Tuấn & Đinh Thị Hồng Đoàn 20€. Gđ. Nguyên Huệ & Diệu Mẫn 100€. Gđ. Thị Thiện Phạm Công Hoàng 50€. Hà Ngọc Kim 50€ HHHL Diệu Hạnh Đinh Thị Hợi. Hồ Thị Nguyệt 50€. Hoàng Thị Nhung 20€ HHHL Bố Hoàng Văn Lịch. Hoàng Thị Phúc 20€. Hoàng Thị Tân 120€. Hồng Nghiệp Phan Quỳnh Trâm 10€. Hứa Thiện Cao 10€. Hue Wollenberg 20€. Lâm Thị San 20€. Lê Minh Sang 60€. Lê Ngọc Phương 100€. Lê Thị Ngọc Hân 100€. Lê Thị Tiến 50€. Lê Thùy Dương 20€. Lê Văn Đức 20€. Lý Kiến Cường 30€. Manuela Horn 20€. Ngô Thị Thắng 20,46€. Nguyễn Hoàng Vũ & Nguyễn Thị Phương Thanh 30€. Nguyễn Liên Hương 40€. Nguyễn Ngọc Đương 10€. Nguyễn Quang Hùng 30€. Nguyễn Quốc Định 30€. Nguyễn Thị Diệu Hạnh 40€. Nguyễn Thị Hiền 20€. Nguyễn Thị Hồng Quyên 20€. Nguyễn Thị Kim Lê 20€. Nguyễn Thị Minh Sáu 40€. Nguyễn Thị Ngọc Thảo (Straubenhardt) 50€. Nguyễn Thị Thắm 10€. Nguyễn Thiện Đức 100€. Phạm Thị Mai & Minh Trương 40€. Phạm Văn Dũng & Đỗ Thị Cúc 12€. Phan Đình Du 100€. Phan Thị Dương 25€. Phan Thị Lan 20€. Phùng Văn Thanh 10€. Quách-Lê

Thị Kim Thu 50€. Quảng Thiện Nguyễn Trọng Bình 40€. Sabine & Phan Trương Trần Vũ 100€. Tạ Thị Ngọc Dung 60€. Thái Kim Sơn 80€. Thái Quang Minh 200€. Thị Bích Lan Nguyễn-Erhart 30€. Thiện Chơn Ngô Quang Vinh 40€. Thiện Độ Ngô Quang Đức 80€. Thiện Thủy Vũ Thị Xuyến 30€. Tôn Thúy 40€. Trần Mạnh Thắng 100€. Trần Tân Tiếng 22€. Trần Thị Kiều Nga 20€. Trần Thị Kim Lệ 10€. Trần Thị Ngọc Anh (Trần Lăng Hía) 20€. Trần Thị Thanh 30€. Trần Thị Thiên 10€. Trần Thị Thu Thủy 10,22€. Trần Văn Dân 15€. Trương Ngọc 100€. Uông Minh Trung 20€. Viên Tú Nguyễn Thị Anh 10€. Võ Thị My 20,46€. Võ Thị Mỹ 20€. Võ Văn Hùng 30€. Vũ Đình Đức 30€. Vũ Quang Tú 100€. Vũ Thị Tường Nhân 20,46€. Young Thị Thanh 30€.

TU VIỆN VIÊN ĐỨC

(01.06.2025 - 30.09.2025)

TAM BẢO

ĐH. Bành Hên 60€. Bích Thảo 50€. Cháu Leach Mae (Neu-Ulm) 100€. Đào Thị Minh Huế (Ebingen) 50€. Diệu Duyên Nguyễn Thanh Dung & Đồng Diệu Triệu Vy 50€. Diệu Hạnh (Hannover) 50€. Diệu Ngọc & Quảng Tâm 60€. Đỗ Công Hùng (Aalen) 30€. Đỗ Ký 20€. Đỗ Văn Vinh 30€. Đồng Huệ Huỳnh Thị Đại 100€. Đồng Huệ Trần Thị Đại & Trần Huỳnh Đức 200€. Đồng Ngọc Đào Thúy Uyên 200€. Đồng Nhi Nguyễn Thị Bạch Yến 50€. Đồng Quý Nguyễn Thanh Hải 50€. Dương Thanh Pha 20€. Dương Thị Ngọc Liên 140€. Egli Đỗ Kim Oanh Pd Diệu Thiện 200€. Fam. ẩn danh (Lindenberg) 20€. Fam. Huỳnh 50€. Fam. Phiaphahely 320€. Fam. Trung (Ebingen) 50€ (cúng chư Hương Linh). Gđ Lưu Phước Lai (Friedrichshafen) 20€. Gđ. Duyên Ngọc (Rheine) 50€. Gđ. Hà Tuấn 50€. Gđ. Ho - Le (Friedrichshafen) 100€. Gđ. Hoàng Thế Dương (Konstanz) 100€. Gđ. Hùng & Thủy (Nonnenhorn) 100€. Gđ. Huỳnh-Kiefer (Karlsruhe) 50€. Gđ. Lê Văn Sang, Lê Thị Cúc, Lê Thị Hoa, Lê Văn Mỹ, Lê Thị Ánh, Lê Văn Tâm cùng vợ chồng và các con cháu 500€ HHHL Bác Thiện Thọ. Gđ. Lucky Quảng Minh 200€. Gđ. Minh Phát Mạch Khung & Diệu Phú Kim Xíếu (Friedrichshafen) 50€. Gđ. Ngô Văn Chia & Hồ Thị Thu Hồng (Österreich) 30€. Gđ. Ngọc Bình Ô Thị Hai (Meppen) 300€ HHHL Trương Thị Lẹ. Gđ. Nguyễn Hữu Tín (Memmingerberg) 15€. Gđ. Nhung (Österreich) 20€. Gđ. Nhung Minh (Lindau) 20€. Gđ. Pt Ngô Tuấn Anh 100€. Gđ. Trần & Đặng 50€. Gđ.Pt Đỗ Trung & Ngô Mỹ Hoàng, Đỗ Tomy và Đỗ Melisa 50€. HHHL Quách Văn Khánh Pd Thiện Vân 200€. Họ Nguyễn và Crepaz 50€. Hồ Thị Thanh Bình 60€. Hoàng Minh Triệu 30€. Hoàng Văn Đinh & Tạ Thị Trúc Mai 20€ HHHL Hoàng Long Pd Đồng Sanh. Hồng Du Vi (Aalen) 20€. Hùng & Mừng (Reutlingen) 100€. Lai Trung Việt & Lo Thị Phương 60€. Lâm Minh Anh 50€. Lan (Lindau) 10€. Lê Thị Kim Hoa (Ravensburg) 100€. Lê Thị Kim Loan 120€. Lê Thị Kim Oanh (Friedrichshafen) 50€. Lê Thị Ngọc Mai (Bregenz) 40€. Lê Thúy Hà 30€. Leon Phan & Noah Phan 20€. Liêu Thái Hòa 500€. Linh Phương (Friedrichshafen) 20€. Lo Le Ngọc (Meckenbeuren) 100€. Lưu Tuấn Anh, Nguyễn Thị Thanh Hà, James Lưu & Milanda Lưu (Holland) 50€. Mạch Trước Hùng & Mỹ Vinh Hào 50€. Mai Thị Ngọc (Konstanz) 20€. Mười & Hương 20€. Nguyễn Hữu Hậu 100€. Nguyễn Ngọc Tuyền (Schweiz) 10€. Nguyễn Thị Hai (Konstanz) 20€. Nguyễn Thị Hồng (Nonnenhorn) 20€. Nguyễn Thị Kim Dung 150€ HHHL Trần Hữu Phúc Pd Thanh Tran. Nguyễn Thị Lan Anh (Neu-Ulm) 30€. Nguyễn Thị Minh Phương (Erbach) 90€. Nguyễn Thị Tân (Konstanz) 10€. Nguyễn Thị Thành (Österreich) 30€. Nguyễn Thị Thúy Hà 30€. Nguyên Trí & Nguyên Tuệ 50€. Phạm Thái Dung (Erbach) 50€. Pham Thái Hùng 15€. Phạm Thị Hạnh 30€. Phạm Thị Ngọc Hiền 20€. Phạm Thu Cúc & Phạm Trọng Huy 20€. Phạm Ý Nhi & Phạm Văn Trịnh 50€. Pt. Đồng Dung Nguyễn Thu Trang 20€. Pt. Đồng Xanh 20€. Pt. Huệ Đạo Trần Thị Hồng 30€. Pt. Huệ Dung Trần Thị Thoa (Schorndorf) 50€. Pt. Thiện Hương 40€. Quách Thị Phương & Văn Khánh 30€. Sư Thúc Như Thanh & Bác Thiện Tài (Canada) 1.152,74€. Tạ Thúy Điệp (Überlingen) 50€. Thạch Thế Quảng (Buxheim) 20€. Thanh Hương Bauer 30€. Thiện Thọ 500€. Trần Hoàng Minh 90€. Trần Huỳnh Đức 50€. Trần Mạnh Thắng 150€. Trần Thang Vy (Wangen) 10€. Trần Thị Nga 30€. Trần Thị Nở 60€. Trần Thị Tân (Ulm) 50€. Trần Thị Thanh Hương (Wangen im Allgau) 100€. Trần Thị Thu Hương (Blaustein) 15€. Trần Tiền (Konstanz) 20€. Tuấn & Chi 20€. Vũ Đình Đức 45€. Vũ Thanh Hương (Ulm) 50€. Vũ Văn Hưng (Lindenberg) 20€. Wolfgang Krause (Ulm) 50€.

*** Vu Lan**

Gđ. An Dũng Phạm Đăng Anh Tuấn, Huệ Kiết, Thiện Bảo & Lê Ngọc Túy Vân (Kassel/France) 100€.

* * *

Khi chuyển tịnh tài cúng Chùa, xin quý vị vui lòng ghi vào mục (Verwendungszweck = mục đích cho việc gì) để văn phòng dễ làm việc. Quý vị ở xa ngoài nước Đức cũng có thể gửi tiền mặt hoặc Check trong thư, có thể gửi thường hoặc bảo đảm về chùa. Xin thành thật cám ơn quý vị.

Tất cả mọi sự Cúng Dường định kỳ hoặc những lễ lạc khác cho Chùa, quý vị đều có thể lấy Giấy Khai Thuế lại (bằng tiếng Đức) để cuối năm quý vị có thể khai khấu trừ thuế với Chính Phủ. Quý vị nào cần, xin liên lạc về Chùa qua Email: pagodevg2020@gmail.com bằng thư hoặc điện thoại, cho đến cuối tháng 4 mỗi năm; chúng tôi sẽ gửi giấy đến quý vị.

Quý vị chuyển tịnh tài về Chùa Viên Giác, xin chuyển vào Konto mới như sau:

1. Chùa Viên Giác
Congr.d.Verein Vietn.Buddh.Kirche Abteilung i.d
Sparkasse Hannover
Konto Nr. 910 403 066
BIC: SPKHDE2HXXX
IBAN: DE40 2505 0180 0910 4030 66
2. Chùa Viên Giác có số Konto riêng cho
Học Viện Phật Giáo Viên Giác như sau:
Vien Giac Institut
Konto-Nr.: 910 570 655
BIC: (Swift-Code): SPKHDEHXXX
IBAN: DE 90 2505 0180 0910 5706 55
Sparkasse Hannover
3. Ngoài ra Tu Viện Viên Đức ở Ravensburg
có số Konto như sau:
Kloster Vien Duc
BIC: SOLADES1RVB
IBAN: DE53 6505 0110 0111 3020 68
Kreissparkasse Ravensburg

- -

PHIẾU ỦNG HỘ BÁO VIÊN GIÁC

Ngày....... tháng .... năm 20 ....

Số hiệu độc giả (SH) ....

Họ và tên ....

Địa chỉ ....

....

Tel./Email..

Số tiền: ....

Giấy chứng nhận khai thuế: Có ☐ Không ☐

Độc giả mới ☐ Độc giả cũ ☐

Nếu thay đổi địa chỉ nhận báo, xin ghi rõ địa chỉ cũ dưới đây:

....

....

Congr.d.Verein Vietn.Buddh.Kirche Abteilung i.d
Sparkasse Hannover
Konto Nr. 910 403 066
BIC: SPKHDE2HXXX
IBAN: DE40 2505 0180 0910 4030 66

- - - - - - - - - - - - - - - -

Đón đọc TẠP CHÍ VIÊN GIÁC số 271, phát hành tháng 02/2026 chủ đề:

TÂN NIÊN BÍNH NGỌ - MÃ ĐÁO THÀNH CÔNG

* CÚNG DƯỜNG XÂY DỰNG HỌC VIỆN PHẬT GIÁO VIÊN GIÁC

Vien Giac Institut
Konto-Nr.: 910 570 655
BIC: (Swift-Code): SPKHDEHXXX
IBAN: DE 90 2505 0180 0910 5706 55
Sparkasse Hannover

* CÚNG DƯỜNG TỔ ĐÌNH VIÊN GIÁC

xin chuyển vào Konto mới như sau:

Congr.d.Verein Vietn.Buddh.Kirche Abteilung i.d Sparkasse Hannover

Konto Nr. 910 403 066
BIC: SPKHDE2HXXX
IBAN: DE40 2505 0180 0910 4030 66

* CÚNG DƯỜNG TU VIỆN VIÊN ĐỨC
Ở RAVENSBURG

Kloster Vien Duc
BIC: SOLADES1RVB
IBAN: DE53 6505 0110 0111 3020 68
Kreissparkasse Ravensburg

---

* PHIẾU ỦNG HỘ BÁO VIÊN GIÁC

Số hiệu độc giả (SH) . . . .
Họ và tên . . . .
Địa chỉ . . . .
. . . .
Tel./Email . . . .
Số tiền: . . . .
Giấy chứng nhận khai thuế: Có ☐ / Không ☐
Độc giả mới ☐ / Độc giả cũ ☐

Nếu thay đổi địa chỉ nhận báo, xin ghi rõ địa chỉ cũ dưới đây:

. . . .
. . . .

Konto:
Congr.d.Verein Vietn.Buddh.Kirche Abteilung i.d Sparkasse Hannover
Konto Nr. 910 403 066
BIC: SPKHDE2HXXX
IBAN: DE40 2505 0180 0910 4030 66